ആഴങ്ങളും അത്യുന്നതങ്ങളും

AF748634

INSIGHT PUBLICA

Nadakkavu, Kozhikode, Kerala, 673011
www.insightpublica.com
e-mail: insightpublica@gmail.com
Title: **Azhangalum Athyunnathangalum**
(Malayalam)
Author: **N Prabhakaran**
First Edition: September 2024

Printed and Published by
InsightinPublica Printers & Publishers Pvt. Ltd.
ISBN : 978-93-5517-933-3
₹250

ആഴങ്ങളും അത്യുന്നതങ്ങളും

എൻ. പ്രഭാകരൻ

INSIGHT PUBLICA®

1952 ഡിസംബർ 30-ന് കണ്ണൂർ ജില്ലയിലെ പറശ്ശിനിക്കടവിൽ ജനിച്ചു. അച്ഛൻ: എൻ. കുഞ്ഞമ്പു, അമ്മ: എ. കല്യാണി. മാടായി എൽ.പി. സ്കൂൾ, ഗവ ഹൈസ്കൂൾ മാടായി, പയ്യന്നൂർ കോളേജ്, ഗവ. ബ്രണ്ണൻ കോളേജ് എന്നിവിടങ്ങളിൽ വിദ്യാഭ്യാസം. ഗവ. ബ്രണ്ണൻ കോളേജ് മലയാളവിഭാഗത്തിൽ അധ്യാപകനായിരുന്നു. 'ഒറ്റയാന്റെ പാപ്പാൻ' എന്ന ചെറുകഥ മാതൃഭൂമി ആഴ്ചപ്പതിപ്പ് വിഷുപ്പതിപ്പിനോടനുബന്ധിച്ച് നടത്തിയ കഥാ മത്സരത്തിൽ ഒന്നാം സ്ഥാനം നേടി. (1971). 'പുലിജന്മം' എന്ന നാടകത്തിന് ഏറ്റവും മികച്ച നാടകരചനയ്ക്കുള്ള കേരളസംഗീത നാടക അക്കാദമി പുരസ്കാരം (1987). 'പുലിജന്മ'ത്തിനു തന്നെ ചെറുകാട് അവാർഡും കേരള സാഹിത്യ അക്കാദമി അവാർഡും (1988). 'പിശാൻ' എന്ന ചെറുകഥയ്ക്ക് ഏറ്റവും മികച്ച കഥയ്ക്കുള്ള കഥ (ന്യൂ ദൽഹി) അവാർഡ് (1994) ചെറുകഥാരംഗത്തെ സംഭാവനകളെ മുൻനിർത്തി പാട്യം ഗോപാലൻ സ്മാരക അവാർഡ്(1995) 'രാത്രിമൊഴി' എന്ന കഥാസമാഹാരത്തിന് കേരള സാഹിത്യ അക്കാദമി അവാർഡ് (1996) 'മായാമയൻ' എന്ന കഥാസമാഹാരത്തിന് വി. കെ. ഉണ്ണികൃഷ്ണൻ സ്മാരക അവാർഡ് (2000). 'തീയൂർ രേഖകൾ' എന്ന നോവലിന് മുന്നാട് ഇ.എം.എസ്.സ്മാരക ട്രസ്റ്റിന്റെ പ്രഥമ ഇ.എം.എസ് സ്മാരക അവാർഡ് (2005), യു. പി. ജയരാജ് അവാർഡ് (2007). 'ജീവന്റെ തെളിവുകൾ' എന്ന നോവലിന് മേലൂർ ദാമോദരൻ സാഹിത്യ പുരസ്കാരം (2008). 'ജനകഥ' എന്ന നോവലിന് മലയാറ്റൂർ അവാർഡ് (2009) 'തെരഞ്ഞെടുത്ത കഥകൾ'ക്ക് വൈക്കം മുഹമ്മദ് സ്മാരക ട്രസ്റ്റിന്റെ പ്രഥമ വൈക്കം മുഹമ്മദ് സ്മാരക സാഹിത്യ അവാർഡ് (2009) 21-ാമത് മുട്ടത്തുവർക്കി സാഹിത്യ അവാർഡ് (2012), പത്മരാജൻ പുരസ്കാരം (2017) എന്നീ അംഗീകാരങ്ങൾ നേടിയിട്ടുണ്ട്. 2019-ൽ Diary of a Malayali Madman എന്ന നോവൽ ക്രോസ് വേഡ് ബുക് അവാർഡ് നേടി, 2022-ൽ കേരളസാഹിത്യ അക്കാദമിയുടെ ഫെല്ലോഷിപ്പ് നേടി. കഥകൾ ഇംഗ്ലീഷ്, ജർമൻ, ഹിന്ദി, ഉർദു, തമിഴ്, തെലുങ്ക്, കന്നട എന്നീ ഭാഷകളിലേക്ക് പരിഭാഷപ്പെടുത്തപ്പെട്ടിട്ടുണ്ട്.

ഭാര്യ: റീന. മക്കൾ: സുചേത്, സച്ചിൻ,

വിലാസം: കനി, ധർമടം, Pin: 670106.

email: nprabhakaranwrite@gmail.com

എൻ. പ്രഭാകരൻ

ഉള്ളടക്കം

ഭാഗം - ഒന്ന്

01
നാലുകെട്ടും ഖസാക്കും വീണ്ടും വായിക്കുമ്പോൾ

സമൂഹം ഒരു സാഹിത്യകൃതിയിൽ എങ്ങനെ ആവിഷ്കൃതമായിരിക്കുന്നു, ഏതേതൊക്കെ സാമൂഹ്യപ്രശ്നങ്ങളെ, സാമൂഹ്യവൈരുദ്ധ്യങ്ങളെ, കൃതി എങ്ങനെയൊക്കെ സമീപിച്ചിരിക്കുന്നു എന്ന അന്വേഷണം മുമ്പ് നടത്തിയിരുന്നത് പ്രധാനമായും മാർക്സിയൻ സൗന്ദര്യദർശനത്തിന്റെ സഹായത്തോടെ വിമർശനം നിർവഹിച്ചിരുന്ന നിരൂപകരാണ്. കാലം മാറി. ഇന്നിപ്പോൾ ഫെമിനിസം, ദളിത് വാദം, പരിസ്ഥിതി സൗന്ദര്യശാസ്ത്രം എന്നിങ്ങനെയുള്ള ദർശനങ്ങളെ ആധാരമാക്കി കൃതികളെ സമീപിക്കുന്നവരും ഘടനാവാദത്തിന്റെയും അപനിർമാണത്തിന്റെയും അപഗ്രഥനസങ്കേതങ്ങൾ പ്രയോജനപ്പെടുത്തുന്നവരും സാംസ്കാരികഭൗതികവാദത്തിന്റെ രീതിശാസ്ത്രം സ്വീകരിക്കുന്നവരും ഉത്തരാധുനികതയുടെ ദർശനത്തിൽ ഊന്നുന്നവരും ഇവയിൽ ഒന്നിനോടും കൂറ് പ്രഖ്യാപിക്കാതെ എല്ലാറ്റിൽ നിന്നും സ്വീകാര്യമായി തോന്നുന്ന സമീപനരീതികൾ സ്വീകരിച്ച് കൃതികളുടെ വിശകലനം നിർവഹിക്കുന്നവരുമെല്ലാം കൃതികളിൽ സമൂഹത്തെത്തന്നെയാണ് അന്വേഷിക്കുന്നത്. ഓരോരുത്തരുടെയും ഊന്നൽ വ്യത്യസ്തമായിരിക്കുമെന്നേയുള്ളൂ.

'സാഹിത്യകൃതികളിൽ സാമൂഹ്യപ്രശ്നങ്ങളെയും രാഷ്ട്രീയത്തെയുമൊന്നും അന്വേഷിക്കരുത് അവയെല്ലാം താൽകാലികമാണ് കൃതി ഭാവിയ്ക്കു വേണ്ടി കരുതിവെക്കുന്ന ഉദാത്തമായ ആശയങ്ങളെയും അന്വേഷണങ്ങളെയും കണ്ടെത്തലായിരിക്കണം നിരൂപകന്റെ ധർമം' എന്നു പറയുന്നവരുടെ വംശം ഏറെക്കുറെ കുറ്റിയറ്റു കഴിഞ്ഞു. മാർക്സിസത്തോടുള്ള ശത്രുത പഴയതുപോലെ നിലനിർത്തുന്നവരും

കൃതി സമൂഹത്തെക്കുറിച്ച് പറയുന്ന കാര്യങ്ങളെ അപ്പാടെ അവഗണിച്ച് തങ്ങൾ ശുദ്ധസൗന്ദര്യവാദികളാണെന്ന് പറയുന്നതിൽ അഭിമാനിക്കുന്നതേയില്ല. അവർക്ക് അങ്ങനെ അഭിമാനിക്കാനുള്ള സൗകര്യം പുതിയ സാഹിത്യസിദ്ധാന്തങ്ങളും സങ്കേതങ്ങളും പൊതുവിൽ അനുവദിച്ചുകൊടുക്കുന്നില്ല.

സമകാല മലയാളത്തിലെ സാഹിത്യനിരൂപണത്തെപ്പറ്റി എന്തെങ്കിലും പറയാൻ ശ്രമിക്കുമ്പോൾ നിങ്ങൾ ഒരു ഇല്ലായ്മയെക്കുറിച്ചാണ് പറഞ്ഞു തുടങ്ങുന്നത് എന്നാണ് പുതിയ തലമുറയിലെ കഥാകൃത്തുക്കളും കവികളും വായനക്കാരും പൊതുവെ പറയുക. സാഹിത്യനിരൂപണം എന്ന വിഭാഗത്തിൽ എല്ലാ പ്രധാന പ്രസാധകരും പുസ്തകങ്ങൾ പുറത്തിറക്കാറുണ്ട്. അവ എണ്ണത്തിൽ വളരെ കുറവാണെങ്കിലും ആ വിഭാഗം ഇല്ലാതായിട്ടില്ല. ആനുകാലികങ്ങൾ സാഹിത്യപഠനങ്ങളിലും പുതിയ സാഹിത്യകൃതികളുടെ നിരൂപണത്തിലും വലിയ താൽപര്യം കാണിക്കാറില്ല. പഴയകാല മാതൃഭൂമി ആഴ്ചപ്പതിപ്പിലെ 'വളരുന്ന സാഹിത്യ'ത്തിന് സമാനമായ ഒരു പംക്തി ഇപ്പോൾ ഒരു പ്രസിദ്ധീകരണത്തിലും ഇല്ല. 'സാഹിത്യവാരഫല'ത്തിനും എം.കൃഷ്ണൻ നായർക്കു ശേഷം തുടർച്ച ഉണ്ടായില്ല. എങ്കിലും ഒട്ടുമിക്ക ആനുകാലികങ്ങളിലും ഇടയ്ക്കിടെ ഓരോരോ സാഹിത്യലേഖനങ്ങൾ പ്രത്യക്ഷപ്പെടുന്നുണ്ട്. പുതിയ കൃതികളുടെ നിരൂപണവും ഉണ്ടാകാതിരിക്കുന്നില്ല. കോളേജുകളിലെയും യൂനിവേഴ്സിറ്റികളിലെയും ഭാഷാസാഹിത്യവിഭാഗങ്ങൾ എല്ലാ വർഷവും സെമിനാറുകൾ നടത്തുന്നുണ്ട്. അവിടെ അവതരിപ്പിക്കപ്പെടുന്ന പ്രബന്ധങ്ങൾ സമാഹരിക്കപ്പെട്ട് പുസ്തകരൂപത്തിൽ പുറത്തുവരുന്നുണ്ട്. ഗ്രന്ഥാലയങ്ങളും അനേകം സാഹിത്യക്കൂട്ടായ്മകളും സാഹിത്യചർച്ചകൾ സംഘടിപ്പിക്കുന്നുണ്ട്. ചിലേടങ്ങളിൽ വീട്ടുമുറ്റ സാഹിത്യചർച്ചകൾ സജീവമായി നടക്കുന്നുണ്ട്. ഇങ്ങനെയൊക്കെയായിട്ടും എന്തുകൊണ്ടാണ് സാഹിത്യനിരൂപണം ഇല്ലാതായി എന്ന് എഴുത്തുകാരും വായനക്കാരിൽത്തന്നെ ഗണ്യമായ ഒരു വിഭാഗവും ചിന്തിക്കുന്നത്. അവരുടെ അഭിപ്രായം അല്ലെങ്കിൽ തോന്നൽ തികച്ചും അടിസ്ഥാനരഹിതമായ ഒന്നാണോ?

സമകാലസാഹിത്യനിരൂപണത്തിലെ ഏറ്റവും പുതിയ രണ്ട് മാതൃകകളുടെ പരിശോധനയിൽ നിന്ന് ഈ ചോദ്യത്തിനുള്ള ഉത്തരത്തിലേയ്ക്കെത്താൻ ശ്രമിക്കാം. ആദ്യം വിശകലന വിധേയമാകുന്നത് പി.പവിത്രന്റെ 'നാലുകെട്ട് എഴുതിയ കേരളം' (മാതൃഭൂമി ആഴ്ചപ്പതിപ്പ് 2020 മെയ് 24) ആണ്. എം.ടി.വാസുദേവൻ നായരുടെ 'നാലുകെട്ട്' ഒരു സംക്രമണകാലനോവലാണ്. നവോത്ഥാന ആധുനികതയ്ക്കും

ആധുനികതാവാദത്തിനും ഇടയിൽ നിൽക്കുന്ന കൃതി എന്ന പ്രസ്താവത്തോടെയാണ് ലേഖനം ആരംഭിക്കുന്നത്. ലേഖനത്തിലെ പ്രധാനപ്പെട്ട കണ്ടെത്തലുകളെ ഇങ്ങനെ സംഗ്രഹിക്കാം:

1. വടക്കൻ പാട്ടിന്റെ തുടർച്ചയും വിച്ഛേദവുമാണ് നാലുകെട്ട്.

2. നാലുകെട്ടിൽ നിന്ന് ആട്ടിയിറക്കപ്പെടുന്നതോടെ അപ്പുണ്ണി ഗോത്രപരമായ ബാധ്യതകളിൽ നിന്ന് സ്വതന്ത്രനാകുന്നു.

3. അപ്പുണ്ണിയുടെ ജീവിതത്തിന്റെ ആദ്യഘട്ടത്തിൽ അച്ഛന്റെ ഘാതകനോടുണ്ടായിരുന്ന വിരോധം രണ്ടാം ഘട്ടത്തിലെത്തുമ്പോഴേക്കും അമ്മാവനോടും തറവാടിനോടുമാകുന്നു......സ്വന്തം ഗോത്രം ശത്രുവും മാറ്റാൻ മിത്രവും രക്ഷകനുമാകുന്ന ഈ ചരിത്രസന്ദർഭത്തിലാണ് വടക്കൻപാട്ട് എന്ന ജനുസ്സിൽ നിന്ന് ഒരു സമുദായ പരിണാമ കഥനോവൽ എന്ന ജനുസ്സിലേക്ക് മാറുന്നത്.

4. ഗോത്രപരമായ വൈരാഗ്യങ്ങളിൽ നിന്ന് മോചിപ്പിക്കപ്പെടുമ്പോഴാണ് ഒരാൾ ആധുനികവ്യക്തിയായി മാറുന്നത്. എന്നാൽ ഏകദേശം തുല്യസാമ്പത്തികനിലയോ,കച്ചവടബന്ധങ്ങളോ ഉള്ള മുസ്ലീം സമൂഹവുമായി മാത്രമേ ആ ബന്ധം സ്ഥാപിക്കാൻ എം.ടിയുടെ നോവൽ അന്തരീക്ഷത്തിന് സാധ്യമാകൂ. ചെറുമികളുടെയും ചെറുമന്മാരുടെയും നേർക്ക് ആ ബന്ധം സ്ഥാപിക്കപ്പെടുന്നില്ല. ദളിത് വിഭാഗങ്ങളുമായുള്ള അയിത്തം നോവലിൽ പരിഹരിക്കപ്പെടുന്നില്ല.

5. ജാതിജന്മബന്ധത്തിന്റെ അടിത്തറയിളക്കാതെ തന്നെ സാധ്യമാകുന്ന വ്യക്തികേന്ദ്രിതമായ ആധുനികീകരണമാണ് നോവൽ എന്ന ജനുസ്സിലൂടെ 'നാലുകെട്ട്' സാധ്യമാക്കുന്നത്. നായർസമൂഹത്തെ മുൻനി ർത്തിയുള്ള ആധുനികതാ ചിത്രണത്തിന്റെ പരിമിതിയാണിത്. എന്നാൽ അപ്പുണ്ണിയുടെ ഭ്രഷ്ടകർതൃത്വം ജാതിബന്ധങ്ങളെയും മറികടന്ന് സാർവലൗകികമായ ഒരു ഐക്യം വായനയിൽ സ്ഥാപിക്കുന്നുണ്ട്. എല്ലാത്തരം രക്തഗോത്രബന്ധങ്ങളിൽ നിന്നും അപ്പുണ്ണി അകന്നു നിൽക്കുന്നതുകൊണ്ടാണ് ഈ ഐക്യം സാധ്യമാകുന്നത്.

മുകളിൽ ഉദ്ധരിച്ച വാക്യങ്ങൾ വ്യക്തമാക്കുന്ന ആശയങ്ങൾക്കപ്പുറമേ (1) കേരളരൂപവൽക്കരണത്തിനു ശേഷം രണ്ടാം വർഷം പുറത്തിറങ്ങിയ നാലുകെട്ട് ജാതിരക്തഗോത്രബന്ധങ്ങളെ, അതിന്റെ പകകളെയും ശേഷിപ്പുകളെയും പിൻതള്ളി വ്യക്തിയുടെ വളർച്ചയും സ്വാതന്ത്ര്യവും മുന്നോട്ടുവെക്കുന്ന പുതിയ കേരളത്തെയാണ് വിഭാവനം ചെയ്തത് എന്നും (2) അന്ന് അദൃശ്യരും ഭ്രഷ്ടരുമാക്കപ്പെട്ട എല്ലാ സമുദായങ്ങൾക്കും വേണ്ടിയുള്ള ഭാവനാത്മക ഇടങ്ങളെ ബാക്കിവെച്ചുകൊ

ണ്ട് ഹിന്ദുവും മുസ്ലീമും പരസ്പരം സംരക്ഷിക്കുന്ന സമുദായ ബന്ധങ്ങളെയാണ് നാലുകെട്ട് ഭാവിക്കുവേണ്ടി എടുത്തുകാട്ടിയത് എന്നും പി.പവിത്രൻ പറയുന്നുണ്ട്.

നമ്മെ വിസ്മയിപ്പിക്കുന്ന തരത്തിലുള്ള തികച്ചും പുതിയ കണ്ടെത്തലുകൾ അവകാശപ്പെടാൻ കഴിയുന്ന ഒരു 'നാലുകെട്ട് നിരൂപണ'മല്ല പവിത്രൻ നിർവഹിച്ചിരിക്കുന്നത്. 'നാലുകെട്ട്' കേരളത്തിൽ ജാതിശ്രേണിയിൽ ഏറ്റവും താഴെ നിൽക്കുന്നവരായി പരിഗണിക്കപ്പെട്ടവരൊഴികെയുള്ള എല്ലാ വിഭാഗം വായനക്കാർക്കും സ്വീകാര്യമായതിന്റെ കാരണങ്ങൾ അദ്ദേഹത്തിന് കുറച്ചുകൂടി വ്യക്തമായി പറയാമായിരുന്നു. ഫ്യൂഡലിസത്തിൽ നിന്ന് വിടുതൽ നേടി മുതലാളിത്ത വികസനത്തിന്റെ പാതയിലേക്ക് ആദ്യചുവടുകൾ വെച്ചു തുടങ്ങുന്ന ഒരു സമൂഹത്തിലെ യുവജനങ്ങളുടെ പ്രതിനിധിയാണ് 'നാലുകെട്ടി'ലെ അപ്പുണ്ണി. അപ്പുണ്ണിയുടെ വാശിയും വിലക്കുകളിൽ നിന്ന് പുറത്തുകടക്കാനുള്ള തിടുക്കവും പുതിയൊരു സമ്പദ്ഘടനയോട് ഐക്യപ്പെട്ടു വളരാനുള്ള വെമ്പലും ആത്മാനുരാഗവുമെല്ലാം ആ യുവജനങ്ങളുടെ മനോലോകത്തിൽ ആധിപത്യം പുലർത്തുന്നവ തന്നെയാണ്. തങ്ങളെത്തന്നെ കണ്ടെത്തിയതിന്റെ ആനന്ദമാണ് 'നാലുകെട്ടി'ൽ നിന്ന് അവർക്ക് കൈവന്നിട്ടുണ്ടാവുക. രാജ്യത്തിന്റെ സമ്പദ്ഘടനയിലും കേരളത്തിന്റെ സാമ്പത്തികസ്ഥിതിയിലും 'നാലുകെട്ട്' പുറത്തുവന്നതിനുശേഷമുള്ള പത്തറുപത് വർഷക്കാലത്തിനിടയിൽ പല മാറ്റങ്ങളും സംഭവിച്ചുകഴിഞ്ഞു. യുവജനങ്ങളുടെ മനോലോകവും ഒരുപാട് മാറിക്കഴിഞ്ഞു. അതുകൊണ്ട് ഏറ്റവും പുതിയ തലമുറയ്ക്ക് പഴയ യുവാക്കൾക്ക് തോന്നിയ അടുപ്പത്തിന്റെ ചെറിയ ഒരംശമേ ഇന്ന് 'നാലുകെട്ടി'നോട് തോന്നാനിടയുള്ളൂ.

1958 ൽ നാലുകെട്ടിന്റെ ഒന്നാം പതിപ്പ് പുറത്തുവന്നപ്പോൾ വളരെ വലിയ ആവേശത്തോടെയാണ് മലയാളത്തിലെ വായനക്കാർ ഈ നോവലിനെ സ്വീകരിച്ചത്. 1959 ൽ തന്നെ 'നാലുകെട്ടി'ന് കേരളസാഹിത്യ അക്കാദമി അവാർഡ് നൽകിയത് കേരളസമൂഹം ഈ കൃതിയോട് കാണിച്ച അതിയായ സ്നേഹത്തിന്റെയും ആദരവിന്റെയും തിളങ്ങുന്ന അടയാളം തന്നെയാണ്. ഇന്ന് 'നാലുകെട്ട്' വായിക്കുമ്പോൾ ഈ നോവൽ അറുപത് വർഷം മുമ്പ് കേരളത്തിലെ ഒരു വിഭാഗം യുവജനങ്ങളെ സ്വാധീനിച്ചു തുടങ്ങിയ പുതിയ ജീവിതബോധത്തിന്റെ ആവിഷ്കാരം സാധിച്ചിരിക്കുന്ന നോവലാണെന്നും ആ ജീവിതബോധം മുതലാളിത്ത മൂല്യങ്ങളാൽ നയിക്കപ്പെടുന്ന ഒരു സമൂഹത്തിൽ വ്യവഹരിക്കാൻ വ്യക്തിയെ പ്രാപ്തമാക്കുന്ന ഒന്നാണെന്നും സംശയരഹിതമായി നമുക്ക് ബോധ്യപ്പെടുന്നുണ്ട്. ജാതി, വർഗം എന്നിവയുടെ സൃഷ്ടിയായ

സാമൂഹ്യപ്രശ്നങ്ങളെ കാര്യമായി പരിഗണിക്കാത്ത, അവനവനിൽ കേന്ദ്രീകരിച്ച് ജീവിതാവസ്ഥ കൂടുതൽ കൂടുതൽ മെച്ചപ്പെടുത്താൻ ശ്രമിക്കുന്ന, നായകനാണ് നോവലിലുള്ളതെന്നും നാലുകെട്ട് തകർത്ത് അയാൾ നിർമിക്കാനുദ്ദേശിക്കുന്ന കാറ്റും വെളിച്ചവും കടക്കുന്ന പുതിയ വീട് കൂട്ടുകുടുംബത്തെ പുറന്തള്ളി സ്ഥാപിതമാവുന്ന പുതിയ അണുകുടുംബത്തിനു വേണ്ടിയുള്ളതാണെന്നും ഇന്ന് നാം മനസ്സിലാക്കുന്നു. ഈ അണുകുടുംബം നിർമിക്കാൻ വെമ്പൽകൊണ്ടു തുടങ്ങിയിരുന്നവരുടെ ഇഷ്ടകൃതിയായിരുന്നു 'നാലുകെട്ട്.' പഴയ കൂട്ടുകുടുംബജീവിതം തങ്ങൾക്ക് നൽകിയ കൊട്ടുംകയ്പിന്റെ മാത്രമല്ല ചില മധുരങ്ങളുടെയും ഓർമകൾ 'നാലുകെട്ടി'ലുണ്ട്. കാലം പുതിയൊരു സ്വതന്ത്രജീവിതമാണ് തങ്ങളിൽ നിന്ന് ആവശ്യപ്പെടുന്നത് എന്ന് തിരിച്ചറിഞ്ഞവർക്ക് അതിലേക്ക് എത്രയും വേഗം പ്രവേശിക്കാനുള്ള ആഹ്ലാദകരമായ പ്രചോദനവും 'നാലുകെട്ട്' നൽകിയിരുന്നു. അതിനപ്പുറം കടന്ന് അമ്പതുകളിലെ കേരളീയ ജീവിതത്തിലെ മുഖ്യസംഘർഷങ്ങളുടെ വിശദ ചിത്രീകരണത്തിനൊന്നും ഈ നോവൽ മുതിരുന്നില്ല. അതിന്റെ ലോകം ചെറുത് തന്നെയാണ്. ആ ചെറിയ ലോകം പക്ഷേ, തുടർന്നുള്ള രണ്ടുമൂന്ന് ദശകത്തോളം കാലം എത്രയോ മലയാളികളുടെ വൈകാരിക ലോകത്തെ ആഴത്തിൽ സ്പർശിച്ചിരുന്നു. ഒരു നോവലിന് അത്രയും സാധിച്ചുവെന്നത് തീർച്ചയായും വലിയ കാര്യം തന്നെയാണ്.

ഇനി നോവൽ നിരൂപണത്തിന്റെ മറ്റൊരു മാതൃകയിലേക്ക് വരാം. ഇത് 'ഖസാക്കിന്റെ ഇതിഹാസ'ത്തിന്റെ നിരൂപണമാണ്. തിരുവനന്തപുരം വനിതാകോളേജിൽ ഒ.വി.വിജയൻ സ്മാരക സമിതി സംഘടിപ്പിച്ച ഏകദിനസെമിനാറിൽ 'ഖസാക്ക് : അത്ഭുതവും വ്യവസായവും' എന്ന വിഷയത്തിൽ ഷൂബ കെ.എസ് നടത്തിയ പ്രഭാഷണം. ഖസാക്ക് തന്റെ തലമുറയെ വിസ്മയിപ്പിച്ച, ആ തലമുറയുടെ ചിന്തയുടെയും ഭാഷാവ്യവഹാരങ്ങളുടെയും സർവതലങ്ങളിലേക്കും കടന്നുകയറിയ ഒരു നോവലായിരുന്നു എന്നു പറഞ്ഞാണ് ഷൂബ ആരംഭിക്കുന്നത്. പെരുമഴ പോലെ വന്നു വീണ അനുഭവം എന്നാണ് അദ്ദേഹം ഖസാക്കിന്റെ ആദ്യകാലവായനാനുഭവത്തെപ്പറ്റി പറയുന്നത്. പെരുമഴ തീർന്നു. ഇപ്പോൾ ഒരു കാര്യം കൂടി മനസ്സിലാവുന്നു. സ്വാഭാവിക മഴയല്ല കൃത്രിമമായി പെയ്യിക്കുന്ന മഴയാണ് ആളുകളെ കൂടുതൽ ആകർഷിക്കുക. 'ഖസാക്ക്' കൃത്രിമമായി പെയ്യിച്ച മഴയായിരുന്നു. അത് പഴയ കൗമാരപ്രായക്കാരെ ഒന്നടങ്കം കീഴടക്കി. ആ കൗമാരപ്രായത്തിൽ നിന്ന് വളരാൻ കൂട്ടാക്കാത്തവർ ഇപ്പോഴും 'ഖസാക്കി'ന്റെ പിടിയിലാണ്. ഇങ്ങനെ ചില നിരീക്ഷണങ്ങൾ ആമുഖമായി അവതരിപ്പിച്ച ശേഷം 'ഖസാക്കി'ലെ അത്ഭുതങ്ങളിലേക്ക്

വരുന്ന പ്രഭാഷകൻ. ഒന്നാമത്തെ അത്ഭുതം അപ്പക്കിളി എന്ന അത്ഭുത ശിശുതന്നെ. രണ്ടാമത്തേത് രവിയുടെ പെട്ടി, ഭഗവദ്ഗീത, പ്രിൻസ് തിരുവങ്കുളം, റിൽക്കെ, മുട്ടത്തുവർക്കി, ബോദ്‌ലെയർ, ഇങ്ങനെ തമ്മിൽ ചേരാത്തവ ചേർന്നുകിടക്കുന്ന രവിയുടെ പെട്ടി എന്ന അത്ഭുതം, പിന്നെ ചാന്തുമ്മയുടെ ഭർത്താവിനെ കൊന്ന പുളിമരം. ആ പുളിമരത്തിലെ പാമ്പെറുമ്പുകൾ കടിച്ചാൽ ആണുങ്ങൾ മരിക്കുന്നുവെങ്കിൽ അതിന്റെ അർത്ഥം ഭാര്യ അവിഹിതത്തിലാണ് എന്നാണ്. അവസാനമായി ഖസാക്കിലെ പാമ്പ്. ഈ അത്ഭുതങ്ങളെ ഓരോന്നായി ഷൂബ അഴിച്ച് പരിശോധിക്കുന്നു. അപ്പക്കിളിയുടെ കാര്യത്തിൽ, ഇങ്ങനെ, ശരീരത്തിന്റെയും മനസ്സിന്റെയും വളർച്ച മുരടിച്ച ഒരു കുട്ടിയുടെ അമ്മയ്ക്ക് സ്വാഭാവികമായും ഉണ്ടാകാവുന്ന വേദന നോവലിൽ പരാമർശ വിഷയമാകുന്നില്ല. അമ്മയുടെ കണ്ണീരിനെ മറച്ചുവെച്ചാണ് അപ്പക്കിളിയെപ്പറ്റി നോവൽ നമ്മോട് സംസാരിക്കുന്നത്. പിന്നെ, രവിയുടെ പെട്ടി. ആ പെട്ടിയിൽ നിർബന്ധമായും ഉണ്ടായിരിക്കേണ്ട ഒന്ന് എസ്.എസ്.എൽ.സി ബുക്കാണ്. കാരണം രവി ഏകാധ്യാപകവിദ്യാലയം തുടങ്ങാനുള്ള അർഹത നേടി ഖസാക്കിലെത്തുന്നത് ഒരു ഇന്റർവ്യൂവിന് ശേഷമായിരിക്കും. ആ ഇന്റർവ്യൂവിന് അയാൾ ഹാജരാക്കിയിരിക്കാവുന്ന എസ്.എസ്.എൽ.സി ബുക്ക് ആ പെട്ടിയിൽ ഉണ്ടാവേണ്ടതാണ്. അതവിടെ ഇല്ല. അടുത്തത് ചാന്തുമ്മയുടെ ഭർത്താവിന്റെ മരണം. അയാൾ പുളിപറിക്കാൻ കയറി വീണുമരിച്ച കഥ രവി ചാന്തുമ്മയെക്കൊണ്ട് പറയിക്കുന്നു. അങ്ങനെ അവൾ ചാരിത്ര്യവതിയല്ലെന്ന് ഉറപ്പ് വരുത്തി രവി അവളെ ലൈംഗികമായി ആക്രമിക്കുകയാണ് ചെയ്യുന്നത്. ഇനി ഖസാക്കിന്റെ അന്ത്യത്തിലെ പാമ്പിന്റെ കാര്യം. പല്ല് മുളയ്ക്കുന്ന ഉണ്ണിക്കുട്ടന്റെ വികൃതിയായിട്ടാണ് രവി ആ പാമ്പുകടി ആസ്വദിക്കുന്നത്. അതിനെ ആത്മീയാനുഭവമായിട്ടാണ് ഖസാക്ക് വായനക്കാർ കണ്ടത്. യഥാർത്ഥത്തിൽ ആ പാമ്പ് രവിയുടെ ലൈംഗികമായ അപ്രാപ്തിയുടെ ചിഹ്നമാണ്. രവിയുടെ യഥാർത്ഥ പ്രശ്നം തന്റെ ലൈംഗികതയെ ശരിയാംവണ്ണം ഉപയോഗിക്കുന്നതിനുള്ള ശേഷിക്കുറവാണ്. സ്വാഭാവികമായി സ്ത്രീയോട് പെരുമാറാനാവാത്തതുകൊണ്ടുള്ള ലൈംഗികവ്യതിയാനം സൃഷ്ടിക്കുന്ന സെക്ഷ്വൽ ഡിപ്രഷനാണ് രവിയുടെ പ്രശ്നം. ഖസാക്ക് വായനക്കാരുടെയും പ്രശ്നം അതുതന്നെയായിരുന്നു. രവിയുടെ ലൈംഗികവീരസ്യം, അതായത് പ്രദർശന രതി, അതാണ് ഖസാക്കിലുള്ളത്.

ഷൂബയുടെ പഠനത്തിൽ (പ്രഭാഷണത്തിൽ) ഉദ്ധരിക്കപ്പെട്ടിരിക്കുന്നത് റെയ്മണ്ട് വില്യംസ്, വാൾട്ടർ ബെഞ്ചമിൻ, ഫ്രോയിഡ്, കെ.പി.അപ്പൻ, സി.അയ്യപ്പൻ എന്നിവരാണ്. കഴിഞ്ഞ ഒന്നു രണ്ട്

ദശകകാലത്തോളമായി നമ്മുടെ യുവനിരൂപകർ, അക്കാദമിക് പാണ്ഡിത്യം കൂടി അവകാശപ്പെടാനാവുന്ന നിരൂപകർ, ഉദ്ധരിച്ചു കാണാറുള്ള ദെറിദ, ഫൂക്കോ, ലക്കാൻ, ഡെല്യൂസ്, ഗറ്റാരി തുടങ്ങിയവരൊന്നും ഇവിടെയില്ല. അദ്ദേഹത്തിന്റെ നിൽപ് മാർക്സിയൻ സൗന്ദര്യശാസ്ത്രത്തിന്റെയും ഫ്രോയിഡിയനിസത്തിന്റെയുമൊക്കെ ഉറച്ച മണ്ണിലാണ് എന്നർത്ഥം. അതുകൊണ്ടുണ്ടായ ഒരു മെച്ചം ഷൂബയുടെ നിരീക്ഷണങ്ങളിൽ അവ്യക്തതയോ ചാഞ്ചല്യമോ ഇല്ല എന്നതാണ്. എന്നാൽ ഈയൊരു കാര്യത്തെ മാത്രം അടിസ്ഥാനമാക്കി അദ്ദേഹം പറഞ്ഞിരിക്കുന്ന കാര്യങ്ങളെല്ലാം ഭദ്രമാണെന്നോ ഖസാക്കിനെക്കുറിച്ച് പറയാവുന്ന ഏറ്റവും പ്രസക്തമായ കാര്യങ്ങളെല്ലാം അദ്ദേഹം പറഞ്ഞു കഴിഞ്ഞു എന്നോ പറയാനാവില്ല. ഷൂബയുടെ നിരീക്ഷണങ്ങളിലെ ശ്രദ്ധേയമായി തോന്നിയ ഒരു കാര്യത്തെക്കൂടി പറഞ്ഞശേഷം ഞാൻ ആ പ്രശ്നത്തിലേക്ക് വരാം.

അക്ഷരമറിയാതിരിക്കുന്നതാണ് നല്ലത് എന്ന ആശയം അപ്പുക്കിളിയുടെ പഠനവുമായി ബന്ധപ്പെട്ട് 'ഖസാക്കി'ൽ അവതരിപ്പിക്കുന്നത് ഷൂബ നിരീക്ഷിക്കുന്നു. 'ഠ' എന്ന ഒരേയൊരക്ഷരം മാത്രം എഴുതാനറിയുന്ന, അല്ലെങ്കിൽ വട്ടം വരക്കാൻ മാത്രമറിയുന്ന അപ്പുക്കിളിയെപ്പറ്റി 'നീയ് നമ്മുടെ ദേശത്തിന്റെ മാനം രക്ഷിച്ചു' എന്ന മാധവൻനായരുടെ പറച്ചിലും 'ഒരക്ഷരം പഠിച്ചാമതി എന്ന് ഗുരുപൂതര് പറഞ്ഞു തന്നതാ' എന്ന അദ്ദേഹത്തിന്റെ സാക്ഷ്യപ്പെടുത്തലും തുടർന്നു വരുന്ന ഒരു കഥയുമാണ് അദ്ദേഹത്തിന്റെ നിരീക്ഷണത്തിന് ആസ്പദം. കഥ ഇതാണ്:

'കുറച്ചുകാലം മുമ്പ് മണ്ണൂരിനടുത്ത് ഒരു കടച്ചിക്കൊല്ലന് കണ്ണു കാണാതെയായി. നിരക്ഷരനായ കടച്ചിക്കൊല്ലൻ വേദങ്ങളെക്കുറിച്ചും ശാസ്ത്രങ്ങളെക്കുറിച്ചും സംസാരിച്ചുതുടങ്ങി. ഒരു ചാണക്കല്ലിന്റെ ശബ്ദം ചെകിടോർത്തുകൊണ്ട് അയാൾ തിണ്ണയിലിരിക്കും. ആളുകൾ അയാളുടെ മുന്നിൽ തൊഴുതുനിന്നു. ഞങ്ങൾക്ക് വഴി കാണിച്ചുതരുക, അവർ പറഞ്ഞു. അവരുടെ കണ്ണുകൾ കളഞ്ഞിട്ടു തിരിച്ചുവരാൻ അയാളവരോട് പറഞ്ഞു.'

ഈ ആശയമാണ്, പിന്നീട് ലോകബാങ്ക് പദ്ധതിയായി, 1994ൽ ഡി.പി.ഇ.പി പദ്ധതിയായി കേരളത്തിൽ വന്നത് എന്ന് ഷൂബ പറയുന്നു. ഖസാക്കിൽ ഒരു കാലത്ത് കണ്ട അത്ഭുതങ്ങളെല്ലാം പിന്നൊരു കാലത്ത് വ്യവസായമായി മാറുകയോ വാണിജ്യതാൽപര്യങ്ങളുമായി കൂടിക്കലരുകയോ ചെയ്യുന്നതായി നാം കാണുന്നു എന്നവാദത്തിന്റെ ഭാഗമായാണ് ഇത് പറയുന്നത്. ഇത് ശ്രദ്ധേയമായ

ഒരു നിരീക്ഷണമാണ്. തീർച്ചയായും വിവാദത്തിന് സാധ്യതയുള്ളതും. ഇത് ഒരു കഥാസന്ദർഭത്തെ തന്റെ ആവശ്യത്തിനനുസരിച്ച് വലിച്ചു നീട്ടലാണ്, അതിവ്യാപ്തി വരുത്തികളിക്കലാണ് എന്നൊക്കെ ഒരാൾക്ക് മറുവാദമുന്നയിക്കാം. പക്ഷേ, എഴുത്തുകാർ അവരുടെ സൂക്ഷ്മസപർശനികൾ കൊണ്ട് ഭാവിയെ അറിയാറുണ്ട് എന്ന ആശയം നമുക്ക് പരിചിതമാണ്. എന്തായാലും, ഷൂബ പറഞ്ഞുവെക്കുന്ന ഒരു കാര്യം, പ്രവചനാത്മകതയുടെ അംശം കൂടി ഖസാക്കിലുണ്ട് എന്നാണ്. മലയാളത്തിലെ വായനക്കാർ വീണ്ടും വീണ്ടും ഖസാക്കിലേക്ക് വരുന്നതിന് ഈയൊരു കാരണം കൂടിയുണ്ട്. പിൽക്കാലത്ത് നമ്മുടെ ജീവിതത്തിൽ യാഥാർത്ഥ്യമായിത്തീർന്ന ചിലതിന്റെ, ചില അനുഭവങ്ങളുടെ, ചില സംശയങ്ങളുടെ, ഇനിയും പൂർണരൂപം പ്രാപിച്ചിട്ടില്ലാത്തതും എന്നാൽ നമ്മെ ഭയപ്പെടുത്തുന്നതുമായ ചില രാഷ്ട്രീയ പരിണാമങ്ങളുടെ എല്ലാം ആദിമുദ്രകൾ ഖസാക്കിലുണ്ട്. അതുകൊണ്ടുകൂടിയാണ് ഖസാക്കിന്റെ ആകർഷണീയതയ്ക്ക് ഇപ്പോഴും കാര്യമായി മങ്ങലേൽക്കാത്തത്.

ഖസാക്കിനെ ഷൂബ സമീപിച്ചിരിക്കുന്നത് തന്റെ കൗമാരപ്രായത്തിൽ ആ കൃതിയോട് തോന്നിയ ആരാധന എന്ന അബദ്ധത്തെ തിരുത്താനെന്ന പോലെയാണ്. അതിന് സഹായകമാവുന്ന കരുക്കളാണ് ഖസാക്കിൽ നിന്ന് അദ്ദേഹം കണ്ടെത്തുന്ന അദ്ഭുതങ്ങൾ. ആ അദ്ഭുതങ്ങൾ ഒന്നൊന്നായി അനാവരണം ചെയ്തു കഴിയുന്നതോടെ അദ്ദേഹത്തിന്റെ നിരൂപണം പൂർണമാകുന്നു.

'ഖസാക്കിന്റെ ഇതിഹാസ'ത്തെ ഇങ്ങനെ സമീപിക്കുന്നതിന് പകരം എന്തുകൊണ്ട് മലയാളത്തിലെ വായനാസമൂഹം അരനൂറ്റാണ്ടിലധികം കാലമായി ഖസാക്കിനെ കൊണ്ടാടുന്നു എന്ന ചോദ്യത്തിന് നോവലിന്റെ എല്ലാ ഘടകങ്ങളെയും പരിശോധിച്ചുകൊണ്ട് ഉത്തരം ചികയുകയാണെങ്കിൽ കൂടുതൽ അർത്ഥവത്തായ ചില കണ്ടെത്തലുകളിൽ എത്തിച്ചേരാൻ കഴിയുമെന്നാണ് എനിക്ക് തോന്നുന്നത്.

ഖസാക്ക് ഷൂബ ആരംഭത്തിൽ പറഞ്ഞതുപോലെ മലയാളിയുടെ ദൈനംദിന ഭാഷാവ്യവഹാരങ്ങളിലേക്കു പോലും കടന്നുകയറിയ ഒരു കൃതിയാണ്. ഒരു ലോഡ്ജ് മുറിയിൽ നിന്നു പുറത്തേക്ക് പോവുമ്പോൾ പോലും എന്തുകൊണ്ടാണ്, തമാശയായിട്ടാണെങ്കിലും, 'പുനർജനിയുടെ കൂട് വിട്ട് ഞാൻ പുറത്തേക്കു പോവുന്നു' എന്നു പറയാൻ ആളുകൾക്ക് തോന്നിയത്. എന്തുകൊണ്ട് സ്ഥാനത്തും അസ്ഥാനത്തും ഈ നോവലിലെ ആലങ്കാരിക പ്രയോഗങ്ങൾ ആളുകൾ എടുത്തുപയോഗിച്ചു. അതിനു മുമ്പോ പിമ്പോ ഉണ്ടായ കൃതികളുടെ കാര്യത്തിൽ

ഇത് സംഭവിച്ചില്ല. ചില പഴയ കാല സാഹിത്യകൃതികളിലെ ചില പ്ര യോഗങ്ങൾ ചിലപ്പോൾ സാധാരണ സംഭാഷണങ്ങളുടെയും രാഷ്ട്രീയ പ്രസംഗങ്ങളുടെയും പത്രവാർത്തകളുടെയും ഭാഷയിലേക്ക് കടന്നുകയ റിയിരുന്നുവെന്നല്ലാതെ ഖസാക്കിലെ ഭാഷയെപ്പോലെ അത് വായന ക്കാരുടെ എല്ലാവിധ ജീവിതവ്യവഹാരങ്ങളുടെയും സന്ദർഭങ്ങളിലേക്ക് പ്രവേശിച്ചില്ല. അവരുടെ വിചാരലോകങ്ങളെ കീഴടക്കിയില്ല.

'ഖസാക്കി'ലെ അലങ്കാരപൂർണമായ ഭാഷ ആളുകളെ കീഴടക്കി യതും അതിലെ പല വാക്യങ്ങളും എത്രയോ പേർക്ക് ഉരുവിടാൻ തോന്നിയതും അവയുടെ അസാധാരണമായ പുതുമ കൊണ്ടു തന്നെയാണ്. ആ പുതുമ പല തരത്തിലുള്ളതാണ്. ചില വാക്യങ്ങൾ അവ സൃഷ്ടിക്കുന്ന ദൃശ്യബിംബങ്ങളുടെ ചാരുത കൊണ്ടാണ് ആളുകളെ ആകർഷിച്ചത്. 'അസ്തമയത്തിലൂടെ പനന്തത്തകളുടെ ധനുസ്സുകൾ പറന്നകന്നുകൊണ്ടിരുന്നു' എന്ന വാക്യം ഉദാഹരണം. 'പുതുമഴയുടെ സുരതാവേഗമൊടുങ്ങി' എന്ന വാക്യത്തിലെ അലങ്കാരം മറ്റൊരു ജനുസ്സിൽ പെടുന്നതാണ്. അത് പ്രകൃതിയിലെ ചിരപരിചിതമായ ഒരു യാഥാർത്ഥ്യത്തെ ഒരു ലൈംഗികാനുഭവമായി പരിവർത്തിപ്പിച്ച് അവിടെയും നിൽക്കാതെ ഒരു മാനസികാനുഭവമായി മാറ്റുകയാണ് ചെയ്യുന്നത്. ഇത്തരത്തിലുള്ള അലങ്കാരങ്ങളെ സാധാരണ അലങ്കാര ങ്ങളെന്നപോലെ കരുതി അവയുടെ സൗന്ദര്യം നാളേക്ക് വാടിപ്പോവും എന്ന് കരുതാനാവില്ല. അവ നൽകുന്ന സൗന്ദര്യാനുഭവത്തെ ആളുകൾ അപൂർവശോഭയുള്ളത് എന്ന് കണക്കാക്കുന്നതിൽ ഒരത്ഭുതവുമില്ല. അരനൂറ്റാണ്ടിനുശേഷവും അനേകായിരം വായനക്കാർ ഖസാക്കിലെ ഭാഷയെ വാഴ്ത്തിക്കൊണ്ടിരിക്കുന്നത് അവരുടെ ചപലത കാരണമായി ട്ടില്ല. ഒരു ഭാഷയിൽ സാധ്യമാവുന്ന ഭാവനാനിർമിതിയുടെ ഉയരങ്ങൾ ബോധ്യപ്പെടുത്തുന്നവ തന്നെയാണ് അവ.

ഖസാക്കിലെ എല്ലാ അലങ്കാരപ്രയോഗങ്ങളുടെയും ഭംഗി ഇങ്ങനെ സർഗാത്മകതയുടെ ഊർജംകൊണ്ടു മാത്രം ഉണ്ടായതല്ല. ജീവിത ത്തെക്കുറിച്ച് കാലാകാലമായി ഇവിടെ പ്രചരിപ്പിക്കപ്പെട്ടു വരുന്ന പല മതാത്മകാശയങ്ങളുമായി അവ പുലർത്തുന്ന ഗാഢബന്ധമാണ് പലതിനെയും ആകർഷകമാക്കിത്തീർക്കുന്നത്. വരുംവരായ്കകളുടെ ഓർമകളിലെവിടെയോ ആ മാവുകളുടെ ജരയും ദീനതയും കണ്ടു കണ്ടു ഹൃദിസ്ഥമായിത്തീർന്നതാണ്, ആരോഹണമില്ലാതെ, അവരോഹണ മില്ലാതെ കാലവർഷം ഖസാക്കിനു മുകളിൽ സമാധികൊണ്ടു, കർമബ ന്ധത്തിന്റെ ഏത് ചരടാണ് നിങ്ങളെ ഈ വഴി കൊണ്ടുവന്നത്, ചില്ലു വാതിലുകൾ കടന്ന്, സ്വപ്നത്തിലൂടെ, സാന്ധ്യപ്രജ്ഞയിലൂടെ,തന്നെ

കൈനീട്ടി വിളിച്ച പൊരുളിന്റെ നേർക്ക് അയാൾ യാത്രയായി, അനാദിയായ സ്ഥലരാശിയിൽ നിസ്സഹായനായി ആ പടുകിഴവൻ തിരിഞ്ഞും മറിഞ്ഞും കിടന്നു എന്നിങ്ങനെയുള്ള വാക്യങ്ങൾ അമ്പത് കൊല്ലം മുമ്പ് വായിച്ച മലയാളി അനുഭവിച്ച വികാരങ്ങൾ അതേപടി ഊഹിച്ചെടുക്കാൻ ഇന്ന് നമുക്ക് കഴിയില്ല. പക്ഷേ, ഒരു പുതിയ ഖസാക്ക് വായനക്കാരനിലും അവ കൗതുകവും ആദരവും ഉണർത്തുന്നമെന്നതിൽ സംശയമില്ല. കാരണം ഇത്തരം വാക്യങ്ങളിലെ അലങ്കാരങ്ങൾക്ക് ഊർജവും ഭംഗിയും പകരുന്ന പ്രാക്തനവിശ്വാസങ്ങളുടെ പരിസരങ്ങൾ മലയാളിയുടെ മനസ്സ് എന്നെന്നേക്കുമായി ഉപേക്ഷിച്ചു പോയിട്ടില്ല. അതൊരു നല്ല കാര്യമാണെന്ന് പറയുകയല്ല. അതൊരു വസ്തുതയാണെന്നത് മറന്നുകൂടെന്നേ ഉദ്ദേശിച്ചുള്ളൂ. ഒരു പുതിയ നിരൂപകൻ ഇങ്ങനെ ഖസാക്കിന്റെ ജീവനാഡിയായി നിലകൊള്ളുന്ന വിശ്വാസങ്ങളെയും യാഥാസ്ഥികതയെയുമാണ് ആദ്യം പുറത്തെടുത്ത് കാണിക്കേണ്ടത്. നീതിബോധവും അനുഭവവും തമ്മിലുള്ള സംഘർഷത്തെ നീട്ടിവെക്കലാണ് അത്ഭുതം എന്ന് റെയ്മണ്ട് വില്യംസ് പറഞ്ഞതും വാൾട്ടർ ബെഞ്ചമിൻ ഫോട്ടോഗ്രാഫിയെ കുറിച്ച് പറഞ്ഞതും ഉദ്ധരിച്ച് അനുഭവങ്ങളെ അവയുടെ വാലും തലയും നുള്ളിക്കളഞ്ഞാണ് ഖസാക്കിൽ അവതരിപ്പിച്ചിരിക്കുന്നതെന്ന് ഷൂബ പറയുന്നു. അയ്യപ്പനെക്കൂടി ഉദ്ധരിച്ചാണ് ഇത് വിശദീകരിക്കുന്നത്. പാകം ചെയ്യുന്നതിന് മീൻ തയ്യാറാക്കുന്നതുപോലെ അനുഭവങ്ങളെ വാലും തലയും മുറിച്ചു കളഞ്ഞ് അവതരിപ്പിച്ചതു വഴിയാണ് അവയുടെ വിപണിമൂല്യവും അത്ഭുതമൂല്യവും 'ഖസാക്കി'ൽ സൃഷ്ടിച്ചെടുത്തിരിക്കുന്നത് എന്ന് ഷൂബ പറയുന്നു. ഈ നിരീക്ഷണം കഥയെഴുത്തിനെ സംബന്ധിച്ചുള്ള വളരെ പ്രാഥമികമായ ഒരു കാര്യം വിസ്മരിച്ചുകൊണ്ടാണ് സാധിച്ചിരിക്കുന്നത്. അനുഭവങ്ങളെ അവയുടെ പൂർണരൂപത്തിൽ ഒരു കഥാകൃത്തും നോവലിസ്റ്റും തന്റെ രചനയിൽ പ്രയോജനപ്പെടുത്താറില്ല. അനുഭവത്തിന്റെ ഏതേതൊക്കെ അംശങ്ങൾ നിലനിർത്തണം,ഏതിനെയൊക്കെ പെരുപ്പിച്ചോ മൂർച്ച കൂട്ടിയോ കാണിക്കണം, ഏതിനെയൊക്കെ വിശദാംശങ്ങൾ ഉപേക്ഷിച്ച് ചെറുതാക്കണം എന്നൊക്കെ പ്രമേയം ആവശ്യപ്പെടുന്നതിനനുസരിച്ച് ഓരോ എഴുത്തുകാരനും എഴുത്തുകാരിയും ഒരു തിരഞ്ഞെടുപ്പ് നടത്തുന്നുണ്ട്. അതിൽ തെറ്റായോ അസാധാരണമായോ ഒന്നുമില്ല. ഈ തിരഞ്ഞെടുപ്പിലൂടെ വെളിവാക്കപ്പെടുന്നതെന്ത് എന്നു മാത്രമേ നാം നോക്കേണ്ടതുള്ളൂ. ഉള്ളതിലല്ല ഒഴിവാക്കപ്പെട്ടതിലാണ് ഒരു കൃതിയുടെ സത്യം അന്വേഷിക്കേണ്ടത് എന്ന ബോധ്യം ഘടനാവാദാനന്തരസിദ്ധാന്തങ്ങളിലൂടെ കൈവന്നതാണ്. മുമ്പ് ആളുകൾ കൃതിയുടെ

വിടവുകളിലേക്ക്, കൃതി സാധിച്ചിരിക്കുന്ന ഒഴിവാക്കലുകളിലേക്ക് എത്തിച്ചേർന്നിരുന്നതേയില്ല എന്ന് അതിന് അർത്ഥമില്ല. ഇപ്പോൾ അവയിലേക്ക് വളരെ പെട്ടെന്ന് നേരിട്ട് എത്തിച്ചേരുന്ന സ്ഥിതി വന്നു. പലപ്പോഴും ശ്രദ്ധ ആ വിടവുകളിൽ മാത്രമായി. അത്രേയേയുള്ളൂ.

'ഖസാക്കിന്റെ ഇതിഹാസ'ത്തിന്റെ ആകർഷണീയതയ്ക്കും അത് നേടിയ വിപുലമായ പൊതുസമ്മതിക്കും കാരണം നോവലിൽ ചില ഒഴിവാക്കലിലൂടെ സൃഷ്ടിച്ചു വെച്ചിരിക്കുന്ന അത്ഭുതങ്ങളല്ല. നേരത്തേ ചൂണ്ടിക്കാണിച്ചതുപോലെ ഈ കൃതി വായനക്കാരിൽ മഹാഭൂരിപക്ഷവും ഉള്ളിൽ ഓമനിക്കുന്ന പല യാഥാസ്ഥിതിക പരികല്പനകളെയും പിന്തുണയ്ക്കുന്നുണ്ട്. അവയിൽ ഒന്നിനെയും ഇത് ചോദ്യം ചെയ്യുന്നില്ല. രവി നാഗരികതയിൽ നിന്നും വളരെ അകന്നു കഴിയുന്ന ഒരു ഗ്രാമത്തിലെ ഏകാധ്യാപകവിദ്യാലത്തിലെ അധ്യാപകനായാണ് ജീവിക്കുന്നത്. ഏറ്റവും അടിത്തട്ടിലുള്ള മനുഷ്യരുമായിത്തന്നെയാണ് അയാൾ ഏറെയും ബന്ധപ്പെടുന്നത്. പക്ഷേ, അയാളുടെ കുടുംബപശ്ചാത്തലം, അയാൾ നേടിയ വിദ്യാഭ്യാസം, അയാളുടെ കാമുകിയുടെ സ്റ്റാറ്റസ് എല്ലാം ഉയർന്ന മധ്യവർഗത്തിന്റെയാണ്. രവിക്ക് കമ്യൂണിസ്റ്റുകാരോട് തികഞ്ഞ പുച്ഛമാണെന്ന് സംശയാതീതമായി വ്യക്തമാക്കുന്ന സന്ദർഭങ്ങൾ നോവലിലുണ്ട്താനും. ഇതൊക്കെകൊണ്ട് രവിയോട് മാനസികമായി ഐക്യപ്പെടാൻ ഉപരിവർഗത്തിലെയും മധ്യവർഗത്തിലെയും വായനക്കാർക്ക് യാതൊരു ബുദ്ധിമുട്ടുണ്ടാവില്ല. അയാളെപ്പോലെ അസ്തിത്വവ്യഥ അനുഭവിക്കുന്നതിലും സുരക്ഷിതമായ ഒരകലം പാലിച്ച് പാവങ്ങളെ ഒരു നുള്ള് പരിഹാസത്തോടെയും ഒരുപാട് കാരുണ്യത്തോടെയും നോക്കിക്കാണുന്നതിലും അവർക്കും രസം അനുഭവപ്പെടും. ഉപനിഷത്തുകളെയും ആസ്ട്രോഫിസിക്സിനെയും ബന്ധിപ്പിച്ചുള്ള ബൗദ്ധികാഭ്യാസത്തിലും തങ്ങൾക്ക് നേരിട്ട് നഷ്ടം വരാത്തിടത്തോളം അവർ ആവേശപൂർവം വ്യാപൃതരാവും. ഇങ്ങനെ തങ്ങളുടെ ആഗ്രഹചിന്തകൾക്ക് യഥേഷ്ടം വളർന്നു പന്തലിക്കാൻ സൗകര്യം തരുന്ന ഇടമായിക്കൂടിയാവും 1960കളുടെ അവസാനവർഷങ്ങളിലെയും എഴുപതുകളിലെയും കൗമാരപ്രായക്കാരും യുവജനങ്ങളും ഈ നോവലിനെ കണ്ടിട്ടുണ്ടാവുക.

1960 കളുടെ ഒടുവിൽ ഇങ്ങനെയൊരു നോവൽ എഴുതപ്പെടുന്നതിനുള്ള വസ്തുനിഷ്ഠവും ആത്മനിഷ്ഠവുമായ സാഹചര്യങ്ങൾ ഇവിടെ ഉണ്ടായിരുന്നോ എന്നുകൂടി പരിശോധിക്കാം. ഇന്ത്യൻ സമ്പദ്ഘടന കടുത്ത പ്രതിസന്ധികൾ അനുഭവിച്ചിരുന്ന ഒരു ഘട്ടമായിരുന്നു അത്. തൊഴിലില്ലായ്മ മൂർധന്യത്തിലെത്തി. ഭക്ഷ്യക്ഷാമം കൊണ്ട് രാജ്യത്തെ

ഭൂരിപക്ഷം ജനങ്ങളും പൊറുതിമുട്ടി. ഗ്രാമങ്ങളിൽ പലേടത്തും കഞ്ഞി പാർച്ചാ കേന്ദ്രങ്ങളുണ്ടായി. സ്വാതന്ത്ര്യം നേടി രണ്ട് പതിറ്റാണ്ട് കഴിഞ്ഞിട്ടും കാർഷിക മേഖലയിൽ കാര്യമായ മുന്നേറ്റങ്ങളുണ്ടായില്ല. രാജ്യത്തിന്റെ ഒട്ടുമിക്ക ഭാഗങ്ങളിലും ജന്മിത്വത്തിനെതിരെ ചെറുവിരലനക്കാൻ പോലും സംസ്ഥാനസർക്കാറുകൾ തയ്യാറാകാതിരുന്നതു കാരണം കർഷകത്തൊഴിലാളികൾ കഠിനമായി ചൂഷണം ചെയ്യപ്പെട്ടുകൊണ്ടിരുന്നു. സാമ്പത്തിക അസമത്വം നാൾക്കുനാൾ വർധിച്ചുകൊണ്ടിരുന്നു. കാർഷിക രംഗത്തോ മറ്റ് മേഖലകളിലോ മുതലാളിത്ത വികസനം ഒരുക്കുന്ന രക്ഷാമാർഗങ്ങളിലേക്ക് തിരിഞ്ഞ് സ്വന്തം നില ഭദ്രമാക്കാൻ 'നാലുകെട്ടി'ലെ അപ്പുണ്ണിയെപ്പോലെ യുവാക്കൾ പ്രേരിതരാവുന്ന തരത്തിൽ ഉന്മേഷകരമായ വളർച്ചയുടെ ലക്ഷണങ്ങൾ എവിടെയും കാണാനില്ലായിരുന്നു. സർവമേഖലകളിലെയും വികസനം അത്രമേൽ മുരടിച്ചു കഴിഞ്ഞിരുന്നു. ചുരുക്കത്തിൽ എങ്ങോട്ട് തിരിഞ്ഞു നോക്കിയാലും പ്രതീക്ഷയ്ക്ക് വക നൽകുന്ന ഒന്നും ഇല്ലെന്ന അവസ്ഥ. യുവാക്കളിൽ ഒരു ചെറിയ വിഭാഗം നക്സലിസത്തിലേക്ക് തിരിഞ്ഞത് അറുപതുകളുടെ അന്ത്യത്തിലാണ്. മഹാഭൂരിപക്ഷവും ആ വഴി സ്വീകരിച്ചില്ല. സായുധ കലാപത്തിലൂടെ രാജ്യത്തെ മോചിപ്പിക്കാം, ജന്മിമാരെ ഉന്മൂലനം ചെയ്ത് കർഷകത്തൊഴിലാളികളെ സ്വതന്ത്രരാക്കാം എന്നിങ്ങനെയുള്ള ആശയങ്ങൾ അവർക്ക് സ്വീകാര്യമായില്ല. കമ്യൂണിസ്റ്റ് പാർട്ടിക്ക് തിരഞ്ഞെടുപ്പ് വിജയം നേടാനുള്ള ഭൂരിപക്ഷമുണ്ടായിരുന്നെങ്കിലും ജനങ്ങളെ തങ്ങൾക്കനുകൂലമായി രാഷ്ട്രീയവൽക്കരിക്കുക എന്ന ദൗത്യത്തിൽ പാർട്ടി നേതൃത്വത്തിന് ഉണ്ടായിരുന്ന താൽപര്യം കുറഞ്ഞു തുടങ്ങിയിരുന്നു. സാംസ്കാരിക രംഗത്തും വലിയ ചലനങ്ങളൊന്നും സംഭവിക്കുന്നുണ്ടായിരുന്നില്ല. നാൽപ്പതുകളുടെ അവസാനത്തിൽ പരിക്ഷീണമായിക്കഴിഞ്ഞ പുരോഗമനസാഹിത്യപ്രസ്ഥാനത്തിന് പുതുജീവൻ നൽകാനുള്ള ചെറിയ ചില ശ്രമങ്ങൾ അങ്ങിങ്ങ് നടന്നിരുന്നെങ്കിലും മാർക്സിയൻ സൗന്ദര്യശാസ്ത്രത്തിന് അക്കാലമാവുമ്പോഴേക്കും ഉണ്ടായിക്കഴിഞ്ഞ വികാസവുമായി പരിചയപ്പെട്ടവർ നേതൃനിരയിൽ നന്നേ കുറവായിരുന്നു. കമ്യൂണിസ്റ്റ് പ്രസ്ഥാനം ആഗോളതലത്തിൽത്തന്നെ കടുത്ത ദാർശനിക പ്രതിസന്ധിയിലകപ്പെടാൻ തുടങ്ങുകയും ചെയ്തിരുന്നു. ഇതൊക്കെക്കൊണ്ടാവും പുതുതലമുറയിലെ എഴുത്തുകാരിൽ വളരെ കുറച്ചുപേർ മാത്രമാണ് പുരോഗമന സാഹിത്യപ്രസ്ഥാനവുമായി സഹകരിക്കാനുള്ള സന്നദ്ധത ഭാഗികമായെങ്കിലും പ്രകടിപ്പിച്ചത്. ഇങ്ങനെയൊക്കെയുള്ള അവസ്ഥയിൽ ദിശാബോധം നഷ്ടപ്പെട്ട്, അസ്വസ്ഥരായി, അരക്ഷിതരായി കഴിയുന്ന യുവജനങ്ങളെ വളരെ

പെട്ടെന്ന് തങ്ങളുടെ വരുതിയിലേക്ക് കൊണ്ടുവരാൻ ആധുനികന്മാർക്ക് കഴിഞ്ഞു. തങ്ങൾ ആസ്തിത്വവാദികളാണെന്നാണ് ആധുനികന്മാർ ഭാവിച്ചിരുന്നതെങ്കിലും യൂറോപ്യൻ ആധുനികത രൂപം കൊണ്ടതിൽ നിന്ന് വ്യത്യസ്തമായ രാഷ്ട്രീയസാമൂഹ്യസാംസ്കാരിക സാഹചര്യങ്ങളിൽ ഇവിടെ അവതരിച്ച ആധുനികത യഥാർത്ഥത്തിൽ ഒരു വ്യാജ ആധുനികതയായിരുന്നു. 'പൈങ്കിളി ആധുനികത' എന്നും പറയാം. അച്ഛനോടും അമ്മയോടും സമൂഹത്തോടും രാഷ്ട്രീയപ്രസ്ഥാനങ്ങളോടും ഒന്നിനോടും കടപ്പാടില്ലെന്ന് ആവർത്തിച്ച് പ്രഖ്യാപിക്കുകയും ഒരു പശുവായിരുന്നാൽ മതിയായിരുന്നു, ഇഷ്ടം പോലെ പുല്ല് തിന്നാമായിരുന്നു, തോന്നുംപോലെ ഇണചേരാമായിരുന്നു എന്നിങ്ങനെയൊക്കെ മനുഷ്യജീവിതത്തിന്റെ നിരർത്ഥകതയെയും നിസ്സാരതയെയും പറ്റി പറഞ്ഞുകൊണ്ടിരിക്കുകയും ചെയ്ത ആധുനികന്മാർ ലൈംഗിക സ്വാതന്ത്ര്യത്തെയും ലഹരിവസ്തുക്കളുടെ സ്വതന്ത്രമായ ഉപയോഗത്തെയും എല്ലാ അർത്ഥത്തിലും അനിയന്ത്രിതമായ ജീവിതത്തെയും വാഴ്ത്തിപ്പാടിക്കൊണ്ടിരിക്കുകയായിരുന്നു. അവരുടെ ഈ വാഴ്ത്തുപാട്ടുകൾക്ക് പൈങ്കിളി സാഹിത്യമായി മാറുന്നതിന് യാതൊരു തടസ്സവുമാവില്ലെന്ന് പിൽക്കാലത്ത് തെളിയിക്കപ്പെടുകയും ചെയ്തു. തനി ജനപ്രിയ സാഹിത്യമെഴുതുന്നതിൽ വിരുത് തെളിയിച്ചാണ് ആധുനികന്മാരിൽ ചിലർ തങ്ങളുടെ സർഗാത്മക ജീവിതത്തെ നിലനിർത്തിക്കൊണ്ടിരിക്കുന്നതെന്ന് ഗൗരവബോധമുള്ള വായനക്കാർക്കൊക്കെ അറിയാം.

ആധുനികതയെ ഉയർത്തിപ്പിടിക്കുന്ന നോവലിനും ഇവിടത്തെ ബുദ്ധിജീവികൾക്കും ഭേദപ്പെട്ട വായനക്കാർക്കും മുന്നിൽ തലയുയർത്തി നിൽക്കാൻ കഴിയുമെന്ന് തെളിയിക്കാൻ കഴിഞ്ഞത് ഖസാക്കിന്റെ ഇതിഹാസത്തിനാണ്; ആ നോവലിന് മാത്രമാണ്. അതിനുള്ള കെൽപ് 'ഖസാക്കി'ന് കൈവന്നത് ഭാഷയുടെയും കഥാപാത്രസൃഷ്ടിയുടെയും തലങ്ങളിൽ അത് പുലർത്തിയ മികവ് കൊണ്ട് മാത്രമല്ല. പല ഫ്യൂഡൽ മൂല്യങ്ങളും വിശ്വാസങ്ങളും മുറുകെ പിടിച്ചുകൊണ്ടു തന്നെ മുതലാളിത്തത്തോട് ആഭിമുഖ്യം പുലർത്തിയിരുന്ന, ഇന്ത്യൻ ഭരണകൂടത്തിന്റെ സ്വഭാവം അബോധമായി ഏറ്റുവാങ്ങിയ ഒരു ജനതയാണ് ഖസാക്കിനെ സ്വീകരിക്കാൻ ഇവിടെ ഉണ്ടായിരുന്നത് എന്നതുകൊണ്ടുകൂടിയാണ്. വസ്തുനിഷ്ഠ സാഹചര്യങ്ങൾ ഒട്ടും അനുകൂലമല്ലാതിരുന്നതിനാൽ ഈ ജനതയിലെ യുവതലമുറ കടുത്ത നിരാശയിലായിരുന്നു. അവർ നാഗരികതയുടെ പുറംമോടികളണിഞ്ഞ് തങ്ങളെ വലയം ചെയ്തുനിന്നിരുന്ന ജീവിതപരിസരങ്ങളിൽ നിന്ന് എവ്വിധമെങ്കിലും രക്ഷപ്പെടാൻ വെമ്പൽ കൊണ്ട് നിൽക്കുകയായിരുന്നു. അവരുടെ പലായന മോഹങ്ങളെ

സങ്കൽപത്തിന്റെ തലത്തിൽ തൃപ്തിപ്പെടുത്തുന്ന ഒരു ലോകമാണ് അവർക്ക് 'ഖസാക്കി'ൽ ലഭിച്ചത്. സംസാരഭാഷ മുതൽ എല്ലാ തലങ്ങളിലും ഫോക്ജീവിതത്തിന്റെ എല്ലാ സാരള്യവും നിറഞ്ഞുനിൽക്കുന്ന ഒരു ലോകം. ആ ലോകത്തിലും അതിന്റെ കേന്ദ്രസ്ഥാനത്ത് നിൽക്കുന്ന രവിയിലും എന്തൊക്കെ വൈരുധ്യങ്ങൾ ഉൾച്ചേർന്നിരിക്കുന്നു എന്ന് വിശകലനം ചെയ്യാനൊന്നും അന്നത്തെ സാഹചര്യത്തിൽ അവർക്ക് കഴിയുമായിരുന്നില്ല. അത് സാധ്യമാവുമായിരുന്ന പുരോഗമന സാഹിത്യകാരന്മാരുടെ കൂട്ടായ്മയും ഇടതുപക്ഷ രാഷ്ട്രീയം സൂക്ഷിക്കുന്ന നിരൂപകന്മാരും കാലോചിതമായി നവീകരിക്കപ്പെടാത്ത ഭാവുകത്വവുമായി ആത്മവിശ്വാസമറ്റ് നിൽക്കുന്നവരായതുകൊണ്ട് അതിന് ധൈര്യപ്പെട്ടതുമില്ല.

ഈ വസ്തുതകൾ കൂടി വെളിച്ചത്തുകൊണ്ടുവരുന്ന ഒരു ഖസാക്ക് നിരൂപണത്തെ മാത്രമേ യഥാർത്ഥത്തിൽ പുതുതും ഫലപ്രദവുമായി കണക്കാക്കാനാവൂ. അല്ലാത്തിടത്തോളം അതിനുമേൽ ന്യൂനീകരണം എന്ന കുറ്റം ആരോപിക്കുക എളുപ്പമാണ്. ഒരു പക്ഷേ, കോളേജ് വിദ്യാർത്ഥികളെ ഉദ്ദേശിച്ചുള്ള ഒരു ക്ലാസ് എന്ന പരിമിതി കൂടി ഉള്ളതുകൊണ്ടു കൂടിയാവാം ഏതാനും കാര്യങ്ങൾ മാത്രം തൊട്ടുകാണിച്ച് ഷൂബ അവസാനിപ്പിച്ചത്.

സമകാല മലയാളനിരൂപണത്തിന്റെ രണ്ട് മെച്ചപ്പെട്ട മാതൃകകളെന്ന നിലയ്ക്കാണ് പി. പവിത്രന്റെ ലേഖനവും ഷൂബയുടെ പ്രസംഗവും ഞാൻ തിരഞ്ഞെടുത്തത്. ഇവയ്ക്കുള്ള പ്രധാനപ്പെട്ട മെച്ചമായി ഞാൻ കാണുന്നത് ഇവ രണ്ടും ചിന്തയുടെ വക്രീകരണത്തിന് ശ്രമിക്കുന്നില്ല എന്നതാണ്. ഏറ്റവും പുതിയ പാശ്ചാത്യ തത്വചിന്തയിൽ നിന്നുള്ള ആശയങ്ങൾ അവ നമ്മുടെ ഭാഷയിലെ ഒരു കൃതിയുടെ വായനയ്ക്ക് തികച്ചും പുതുതായി, അർത്ഥവത്തായി, എന്ത് നൽകും എന്നതിനെപ്പറ്റി യാതൊരു ധാരണയും സ്വരൂപിക്കാതെ ഒരുതരം ഫാഷൻ ബൗദ്ധിക ജീവിതത്തിന്റെ ഭാഗമായി എടുത്തുപയോഗിക്കുന്ന പലരും ഇവിടെയുണ്ട്. അവരുടെ കൂട്ടത്തിലല്ല പവിത്രനും ഷൂബയും എന്ന് ഞാൻ ഇവിടെ പരാമർശിച്ച നിരൂപണങ്ങളിൽ നിന്നു തന്നെ ആർക്കും എളുപ്പത്തിൽ മനസ്സിലാവും. സാമൂഹ്യപ്രശ്നങ്ങളെ, സാഹിത്യബാഹ്യം എന്നുറപ്പിച്ച്, സാഹിത്യനിരൂപണത്തിന്റെ പരിസരത്തുപോലും പ്രവേശിപ്പിക്കരുത് എന്ന ശാഠ്യത്തിൽ ഉറച്ചുനിൽക്കുന്നവരായി പലരും ഉണ്ട്. അവർ ചിലപ്പോൾ ഏറ്റവും പുതിയ പ്രയോഗങ്ങളും പരികല്പനകളുമൊക്കെ എടുത്തുപയോഗിച്ചെന്നു വരും. പക്ഷേ,യഥാർത്ഥത്തിൽ അവർ പുതുതായി ഒന്നും പറയുന്നുണ്ടാവില്ല. പഴയ ശുദ്ധസൗന്ദര്യവാദികളുടെ പ്രേതങ്ങളെ

അനുഗമിച്ചുകൊണ്ട് പുതുവസ്ത്രവും ധരിച്ച് ലാഘവബുദ്ധിയോടെ നടന്നു പോകുന്ന അത്തരക്കാരിൽ നിന്നും മലയാളനിരൂപണത്തിന് കാര്യമായി ഒന്നും പ്രതീക്ഷിക്കാനാവില്ല. ആധുനികോത്തരം എന്നു പറയാവുന്ന ഒരു പുതിയ ജീവിതപരിസരം ലോകത്ത് നിലവിൽ വന്നുകഴിഞ്ഞിട്ടുണ്ട് എന്നത് വസ്തുതയാണ്. 'ഹേയ്, അത് വെറും തോന്നലാണ്' എന്നു പറഞ്ഞ് കണ്ണടച്ചിരുട്ടാക്കിയിട്ട് ഒരു പ്രയോജനവുമില്ല. പക്ഷേ, ഈ പുതിയ ജീവിതപരിസരത്തെ യാഥാർത്ഥ്യമാക്കിത്തീർത്ത സാമ്പത്തികസാമൂഹ്യസാംസ്കാരിക ശക്തികളെക്കുറിച്ച് തികഞ്ഞ മൗനം പാലിക്കുകയും ഈ പരിസരത്തെ ന്യായീകരിക്കലും ആഘോഷിക്കലും മാത്രമാണ് തങ്ങളുടെ കടമ എന്നു കരുതുകയും ചെയ്യുന്നവർക്ക് നമ്മുടെ ധൈഷണികജീവിതത്തിനും സാഹിത്യവിചാരങ്ങൾക്കും വിശേഷിച്ചൊന്നും സംഭാവന ചെയ്യാനാവില്ല.

സൗന്ദര്യശാസ്ത്രത്തിന്റെയും സാഹിത്യതത്വചിന്തയുടെയും മേഖലകളിൽ ആധുനികാനന്തരകാലത്ത് അർത്ഥവത്തായ അന്വേഷണങ്ങളും കണ്ടെത്തലുകളും പലതുമുണ്ടായിട്ടുണ്ട്. യൂറോപ്യൻ പാരമ്പര്യത്തിൽ നിന്ന് വന്നവയായതുകൊണ്ട് ആശയാവിഷ്കാരത്തിന് അവയിൽ പലതും കൈക്കൊണ്ടിരിക്കുന്ന രീതി നമ്മുടെ സാമൂഹ്യസാഹചര്യങ്ങളും ധൈഷണികാന്തരീക്ഷവുമായി പൊരുത്തപ്പെടുന്നവയല്ല. കേവല വിധേയത്വത്തോടു കൂടിയാണ് നമ്മുടെ നിരൂപകരിലും ഗവേഷകരിലും ബഹുഭൂരിപക്ഷവും അവയെ സമീപിക്കുന്നത്. അതുണ്ടാക്കുന്ന കാലുഷ്യവും അതിന്റെ ഉപോൽപന്നമായ നിരുന്മേഷവും മലയാളത്തിലെ സാഹിത്യനിരൂപണത്തെ സാരമായി ബാധിച്ചിട്ടുണ്ട്. അതുകൊണ്ടാണ് സാഹിത്യനിരൂപണത്തിൽ പുതുതായി ഒന്നും ഉണ്ടാവുന്നില്ല. നിരൂപണം, പഠനം, വിമർശം എന്നീ ലേബലുകളുമായി പ്രത്യക്ഷപ്പെടുന്ന ഒന്നിന്റെയും വിശകലനത്തിനു വേണ്ടി സമയം പാഴാക്കരുത് എന്നൊക്കെ ഒട്ടേറെ പേർ പറയുന്നത്. പുതിയ സിദ്ധാന്തങ്ങളെയും കണ്ടെത്തലുകളെയും വിവേചന ശേഷി കൈവിടാതെ, തികഞ്ഞ സ്വാതന്ത്ര്യബോധത്തോടെ, ആത്മവിശ്വാസത്തോടെ സമീപിക്കാൻ സന്നദ്ധരാവുന്ന നിരൂപകർക്കു മാത്രമേ നമ്മുടെ സാഹിത്യനിരൂപണത്തെ മുന്നോട്ടു കൊണ്ടുപോവാനാവുകയുള്ളൂ.

2.
കാരമസോവ് സഹോദരന്മാർ : മനുഷ്യപ്രകൃതങ്ങളുടെ മഹാഖ്യാനം

"കാരമസോവ് സഹോദരന്മാർ' ഇന്നേവരെ എഴുതപ്പെട്ടവയിൽ വെച്ച് ഏറ്റവും ഗംഭീരമായ നോവലാണ്. ' മഹാനായ മതദ്രോഹവിചാരക'ന്റെ ആ ഉപാഖ്യാനം ലോകസാഹിത്യത്തിലെ മഹാശൃംഗങ്ങളിലൊന്നാണ്. അതിന്റെ മൂല്യം നിർണയിക്കുക അസാധ്യം. ഒരു സർഗാത്മക കലാകാരനു മുന്നിൽ കഷ്ടം, അപഗ്രഥനം അതിന്റെ ആയുധങ്ങളെല്ലാം താഴെവെച്ചേ മതിയാവൂ!"

-സിഗ്മണ്ട് ഫ്രോയിഡ്

ഇനി വരുന്ന തലമുറ ഡോസ്റ്റോയെവ്സ്കിയെ വായിക്കുമോ എന്ന സംശയംസൗഹൃദസംഭാഷണങ്ങളിൽ ഞാൻ കേൾക്കാൻ തുടങ്ങിയിട്ട് മൂന്ന് ദശകത്തോളമായി. ഇതിവൃത്തത്തിന്റെ അസാധാരണത്വത്തിലും കഥാഗതിയിൽ സംഭവിക്കുന്ന അപ്രതീക്ഷിത വ്യതിയാനങ്ങളിലും കഥാപാത്രചിത്രീകരണത്തിലെ പുതുമകളിലും ആഖ്യാനത്തിനു കൈവരുന്ന കാൽപനിക ഭംഗികളിലും മാത്രം അഭിരമിക്കുകയും ഗൗരവപൂർണമായ ചിന്തയുടെയും ദാർശനികാന്വേഷണങ്ങളുടെയും സുഗ്രഹം എന്ന് പറയാനാവാത്ത മനോവ്യാപാരങ്ങളുടെയും സൂചനകൾ പ്രത്യക്ഷപ്പെട്ടു തുടങ്ങുന്നിടത്ത് വായന അവസാനിപ്പിക്കുകയും ചെയ്യുന്നവരായി പൊതുവെ തിരിച്ചറിയപ്പെട്ടിട്ടുള്ള പുതുതലമുറയിലെ മഹാഭൂരിപക്ഷം വായനക്കാരും ഡോസ്റ്റോയെവ്സ്കിയെ മാറ്റിവെക്കുന്നുണ്ടാവുമെന്ന കാര്യത്തിൽ സംശയമില്ല. എന്നിട്ടും ഡോസ്റ്റോയെവ്സ്കി എന്ന പേര് കേൾക്കുമ്പോൾ വായനാലോകം അറിയാതെ തലകുനിച്ചു പോവുന്നത് എന്തുകൊണ്ടാണ്? ലോകത്തിലെ മഹാസാഹിത്യകാരന്മാർക്കിടയിലെ ഈ അത്ഭുത മനുഷ്യന്റെ രചനകളുടെ അസാധാരണ

വൈശിഷ്ട്യത്തിന്റെ രഹസ്യം യഥാർത്ഥത്തിൽ എന്താണ്?

സാഹിത്യത്തിന്റെ പരമോന്നതമായ പർവതശിരസ്സായാണ് ഐൻസ്റ്റീൻ 'കാരമസോവ് സഹോദരന്മാരെ' കണ്ടത്. ഫ്രോയ്ഡ്, വിറ്റ്ഗൻസ്റ്റീൻ, അൽബേർകാമു, തോമസ്മാൻ, ഓർഹൻ പാമുക് എല്ലാവരും കാരമസോവ് സഹോദരന്മാരുടെ മുന്നിൽ തല കുനിച്ചി ട്ടുണ്ട്. 1879-1880 കാലത്ത് റഷ്യൻ മെസ്സഞ്ചർ എന്ന ആനുകാലിക ത്തിൽ ഖണ്ഡശ: പ്രസിദ്ധീകരിക്കപ്പെട്ട ഈ നോവൽ നൂറ്റിനാൽപത് വർഷത്തിനുശേഷവും ലോകസാഹിത്യത്തിലെ സമാനതകളില്ലാത്ത അത്ഭുതമായി തുടരുകയാണ്. അതേ സമയം കൗതുകമുണർത്തുന്ന ഇതിവൃത്തം, നാടകീയ മുഹൂർത്തങ്ങൾ, ബിംബാത്മക ഭാഷയുടെ നിറവ്, അതിവൈകാരികതയുടെ ആഘോഷം ഇങ്ങനെ പലതും കൃതികളിൽ നിന്ന് പ്രതീക്ഷിക്കുന്നവരെ ഈ നോവൽ വളരെ മുമ്പേ തന്നെ വല്ലാതെ നിരാശപ്പെടുത്താൻ തുടങ്ങിയിട്ടുണ്ടാവുമെന്നതും ഒരു വസ്തുതയാണ്.

ഫയദോർ പാവ്‌ലോവിച്ച് കാരമസോവ്, അദ്ദേഹത്തിന്റെ മൂന്നു മക്കളായ ദിമിത്രി, ഐവാൻ, അല്യോഷ, ഫയദോർ പാവ്‌ലോവി ച്ചിന്റെ തന്നെ മകനെങ്കിലും ആ നിലയ്ക്ക് അംഗീകൃതനല്ലാത്ത സ്മർ ഡിയാക്കോവ്, ഒരേ സമയം ഫയദോറും ദിമിത്രിയും കൊതിക്കുന്ന ഗ്രൂഷങ്കാ എന്ന സുന്ദരി, ദിമിത്രയുടെ പ്രതിശ്രുതവധുവും അയാളാൽ ക്രൂരമായി അവഗണിക്കപ്പെടുന്നവളുമായ കാതറിന ഇവനോവ്ന, മനോവേദനകളിൽ നിന്നുള്ള മോചനം തേടി ഒരു സമൂഹം മുഴുവൻ സമീപിക്കുന്ന ഫാദർ സോസിമാ ഇവരാണ് കാരമസോവ് സഹോ ദരന്മാരിലെ പ്രധാന കഥാപാത്രങ്ങൾ. നോവലിലെ ഇതിവൃത്ത ത്തിന്റെ കേന്ദ്രം ഫയദോർ പാവ്‌ലോവിച്ച് കൊല്ലപ്പെടുന്നതാണ്. മുഖ്യകഥാപാത്രങ്ങൾക്കും അവരുമായി ബന്ധപ്പെട്ട സംഭവങ്ങൾക്കും നൽകുന്ന അത്രയും തന്നെ പ്രാധാന്യം ഡോസ്റ്റോയെവ്സ്കി ചെറിയ കഥാപാത്രങ്ങൾക്കും അവരുടെ സംഭാഷണങ്ങൾക്കും അനുഭവലോ കത്തിനും നൽകിയിട്ടുണ്ട്. കഥാവസ്തുവിലോ സംഭവങ്ങളിലോ അല്ല മനുഷ്യപ്രകൃതത്തിലെയും മനുഷ്യാവസ്ഥയിലെയും അനേകം വൈചി ത്ര്യങ്ങൾ, ജീവിതത്തെപ്പറ്റിയുള്ള അനന്യവും അതിസൂക്ഷ്മവുമായ ചില നിരീക്ഷണങ്ങൾ,ദൈവത്തിന്റെ ഉണ്മയും ഇല്ലായ്മയും ഉണർത്തുന്ന പ്രശ്നങ്ങൾ ഇവയൊക്കെ അവതരിപ്പിക്കുന്നതിനാണ് ഡോസ്റ്റോ യെവ്സ്കി കൂടുതൽ പ്രാധാന്യം നൽകിയിരിക്കുന്നത്. മനുഷ്യനെ സദാ വട്ടമിടുന്ന പാപവുമായുള്ള നാനാതരം ഏറ്റുമുട്ടലുകൾ, കീഴടങ്ങ ലുകൾ, വിശ്വാസം, അവിശ്വാസം, സ്ഥാപനവൽക്കരിക്കപ്പെടുന്ന മതം, ധർമാധർമങ്ങൾ ഈ വക കാര്യങ്ങളെയെല്ലാം കുറിച്ചുള്ള ആഴമേറിയ

അന്വേഷണങ്ങളുടെ ഒരു പെരുംപരപ്പാണ് കാരമസോവ് സഹോദരന്മാർ. മനുഷ്യന് അനുഭവിക്കേണ്ടി വരുന്ന നാനാതരം യാതനകൾ, വ്യക്തിക്ക് മറികടക്കാനാവാത്ത സ്വന്തം പ്രകൃതത്തിലെ തിന്മകൾ, ആത്മീയാന്വേഷണങ്ങൾ ഇവയുടെയെല്ലാം സൂക്ഷ്മപരിശോധനയിലൂടെ മുന്നോട്ടുപോവുന്ന ഡോസ്റ്റോയെവ്സ്കിയുടെ എഴുത്ത് അസ്തിത്വവാദപരമാണ്. അസ്തിത്വവാദസാഹിത്യത്തിന്റെയും ആധുനികതയുടെയും പ്രാരംഭകനായാണ് പലരും ഡോസ്റ്റോയെവ്സ്കിയെ കാണുന്നത്. അദ്ദേഹത്തിന്റെ കൃതികളിലെ അസ്തിത്വവാദവും ആധുനികതയും നാം മലയാളത്തിൽ കണ്ടുപരിചയിച്ച തരത്തിലുള്ള ചപലമായ അസ്തിത്വവാദവും ആധുനികതയുമല്ല എന്നു മാത്രം.

ഡോസ്റ്റെയെവ്സ്കിയുടെ എഴുത്തിൽ ഒരു സംഭവവിവരണം, അല്ലെങ്കിൽ ഒരു ജീവിതസന്ദർഭത്തിന്റെ ആഖ്യാനം അത് എത്ര ചെറുതായിരിക്കുമ്പോഴും പലപ്പോഴും അതിൽ ഒരുപാട് കാര്യങ്ങൾ ഇടകലർന്നിരിക്കും. അത്യധികം സുതാര്യമായ ശൈലി മാത്രം പരിചയിച്ചിട്ടുള്ള വായനക്കാർക്ക് അത് അനല്പമായ രസക്കേടുണ്ടാക്കിയേക്കും. ജീവിതത്തെ അന്വയിക്കാൻ എളുപ്പമല്ലാത്ത ഒന്നായിത്തന്നെയാണ് ഡോസ്റ്റോയെവ്സ്കി കണ്ടിരുന്നത്. ഒരവസ്ഥയിൽത്തന്നെ, ഒരു മനോനിലയിൽതന്നെ പലതും, ചിലപ്പോൾ അതുമായി വിദൂരബന്ധം മാത്രമുള്ളവയും കൂടിക്കലരുകയെന്നത് മനുഷ്യനെ സംബന്ധിച്ചിടത്തോളം സ്വാഭാവികമാണ്. നന്മയും തിന്മയും ലാളിത്യവും സങ്കീർണതയും, പാപം ചെയ്യാനുള്ള പ്രേരണയും പുണ്യകർമങ്ങളോടുള്ള ആദരവും ഒരേ മനസ്സിൽ തുല്യശക്തിയോടെ നിലകൊള്ളുന്നതും യാദൃച്ഛികമായി അവയിലൊന്നിന്റെ സാക്ഷാത്കാരം സംഭവിക്കുന്നതും സാധാരണമാണ്.

ഒരാളുടെ പ്രകൃതം ഇന്നതാണെന്ന് നാം പറഞ്ഞുറപ്പിക്കുമ്പോഴേക്കും അതിന്റെ വിപരീതത്തിലേക്ക് നമ്മുടെ ശ്രദ്ധ ക്ഷണിക്കുന്ന ഒരു പ്രവൃത്തിയിലേക്ക് അയാൾ/അവൾ നീങ്ങിയെന്നു വന്നേക്കാം. അതിൽ അത്ഭുതം കൊള്ളേണ്ട കാര്യമേയില്ല.

മനുഷ്യപ്രകൃതത്തെ ഇങ്ങനെയൊക്കെ മനസ്സിലാക്കിയിട്ടുള്ള ഒരാൾക്ക് അതിലളിതമായ ഒരു ശൈലി ഉടനീളം നിലനിർത്തിക്കൊണ്ട് കഥ പറയാനാവില്ല. അങ്ങനെ തട്ടും തടവുമില്ലാതെ കഥ പറഞ്ഞുപോകലല്ല അയാൾ ലക്ഷ്യമാക്കുന്നതും. കഥയിൽ രൂപപ്പെടുന്ന രഹസ്യങ്ങളിലും സന്ദിഗ്ധതകളിലും രസിക്കുകയും അവയുടെ കുരുക്കുകൾ അഴിഞ്ഞു കിട്ടുന്നതിൽ മാത്രം മനസ്സുറപ്പിച്ച് വായന നടത്തുകയും ചെയ്യുന്നവർക്ക് ഡോസ്റ്റോയെവ്സ്കിയുടെ നോവലുകൾ

ഇഷ്ടപ്പെടാനാവില്ല. ഓരോ വാക്യത്തിലും ആവിഷ്കൃതമായിരിക്കുന്ന ആശയങ്ങളിൽ പലതിനെയും ഒഴിവാക്കിക്കൊണ്ടുള്ളതായിരിക്കും അവരുടെ വായന. ഡോസ്റ്റോയെവ്സ്കി എന്ന എഴുത്തുകാരനെ മിക്കവാറും അവർക്ക് മനസ്സിലാവാൻ സാധ്യതയില്ല. പ്രകൃതി വർണ്ണനയിലും പരിസര വർണ്ണനയിലും താൽപര്യം പുലർത്താതിരിക്കുമ്പോഴും ആശയങ്ങൾ, മനോവ്യാപാരങ്ങൾ,അവയുമായി ബന്ധപ്പെട്ടുണ്ടാവുന്ന ചലനങ്ങൾ, പ്രതികരണങ്ങൾ ഇവയുടെ ചെറിയ വിശദാംശങ്ങളിൽ പോലും അഭിരമിച്ച് ആഖ്യാനം നിർവഹിക്കുന്ന രീതിയാണ് ഡോസ്റ്റോയെവ്സ്കി കൈക്കൊണ്ടത്. വ്യക്തികളുടെ അനുഭവങ്ങൾ, പ്രശ്നങ്ങൾ, ആശയങ്ങൾ ഇവയിൽ വലിപ്പച്ചെറുപ്പങ്ങളുള്ളതായി ആഖ്യാതാവ് കരുതുന്നില്ലെന്ന് പലപ്പോഴും നമുക്ക് തോന്നിപ്പോവും. അസംബന്ധങ്ങളും അൽപത്തരങ്ങളുമെല്ലാം അവയുടെതായ രീതിയിൽ അർത്ഥോൽപാദനം നിർവഹിക്കുന്ന ഒരു ലോകമാണ് 'കാരമസോവിലേ'ത്. ഫയദോർ പാവ്ലോവിച്ച് ഫാദർ സോസിമയുടെ മുന്നിൽ കോമാളിവേഷം കെട്ടി എന്തൊക്കെയോ പറഞ്ഞ് വഷളാവുന്ന സംഭവം വിവരിക്കുന്ന അധ്യായവും തുടർന്നുള്ള അധ്യായത്തിൽ നാനാതരം വേദനകളുമായി തന്റെ മുന്നിലെത്തിയിരിക്കുന്ന പാവപ്പെട്ട സ്ത്രീകൾക്ക് ഫാദർ സോസിമ നൽകുന്ന മറുപടികളും ആഖ്യാനം ചെയ്യുന്നതിൽ അദ്ദേഹം കാണിച്ചിരിക്കുന്ന ഒരേ അളവിലുള്ള താൽപര്യം, അല്ലെങ്കിൽ തുല്യനീതി വായനക്കാരിലുണ്ടാക്കുന്ന അത്ഭുതാദരങ്ങൾ അളവറ്റതായിരിക്കും. മനുഷ്യജീവിതത്തിന്റെയും മനുഷ്യമനസ്സിന്റെയും ഉയരങ്ങളിലൂടെയും ആഴങ്ങളിലൂടെയും തുറസ്സുകളിലൂടെയും അതിലേറെ ഊടുവഴികളിലൂടെയുമുള്ള അതിദീർഘമായ സഞ്ചാരമാണ് 'കാരമസോവ് സഹോദരന്മാരു'ടെ വായന. പലർക്കും ഈ യാത്ര ശ്രമകരമായി തോന്നിയേക്കും. പക്ഷേ, ഏതു യാത്രക്കാരനും/യാത്രക്കാരിക്കും ഈ യാത്ര നൽകിയ അനുഭവത്തെക്കുറിച്ച് അത്ഭുതത്തോടെയല്ലാതെ സംസാരിക്കാനാവില്ല.

മൂന്ന് കാരമസോവ് സഹോദരന്മാരിൽ മൂന്ന് പേർക്കും മൂന്ന് പ്രകൃതമാണ്. ദിമിത്രി ആത്മാർത്ഥതയും ഉദാരതയുമൊക്കെ ഉള്ളവനാണ്. ധീരനുമാണ്. പക്ഷേ,സമ്പത്തിലും സ്ത്രീയിലൂടെ ശരീരത്തിന് ലഭ്യമാക്കാനാവുന്ന സുഖങ്ങളിലും ആസക്തിയുള്ളവനുമാണ്. പല തലങ്ങളിലും സ്വന്തം പിതാവിന്റെ പ്രകൃതം അതേപടി ഏറ്റു വാങ്ങിയിട്ടുള്ളയാൾ. പക്ഷേ, ജീവിതത്തിൽ ഉൾച്ചേർന്നിരിക്കുന്ന സങ്കീർണതകളെ അംഗീകരിക്കുന്നതിലും അനുഭവിക്കുന്നതിലും പിതാവിൽ നിന്ന് വ്യത്യസ്തനാണയാൾ. ഐവാൻ നിരീശ്വരവാദിയും ബൗദ്ധികാന്വേഷണങ്ങളിൽ ആനന്ദം കണ്ടെത്തുന്നവനും അഭിമാനബോധമുള്ളവനുമാണ്. ഫാദർ

സോസിമയെ ആത്മീയാചാര്യനായി സ്വീകരിച്ച അല്യോഷ സ്നേഹസമ്പന്നനും ആത്മീയജീവിതത്തോട് ഉന്നതനിലവാരത്തിലുള്ള ആഭിമുഖ്യം പുലർത്തുന്നവനുമാണ്. ഈ മൂന്ന് സഹോദരന്മാരുടെ ആശയലോകങ്ങളും വൈകാരിക ലോകങ്ങളും പെരുമാറ്റരീതികളുമെല്ലാം തമ്മിലുള്ള സംഘർഷമാണ് കാരമസോവ് സഹോദരന്മാരുടെ ഉള്ളടക്കത്തിന്റെ ഗണ്യമായ ഒരു ഭാഗം രൂപപ്പെടുത്തിയിരിക്കുന്നത്. പിതാവായ ഫയദോർ പാവ്ലോവിച്ച് കൊലചെയ്യപ്പെടുന്നതും കൊലപാതകി ആരെന്നതിനെപ്പറ്റി മക്കളും വായനക്കാരും മനസ്സിലാക്കുന്നതിന് വിപരീതമായി കുറ്റം മകൻ ദിമിത്രിയിൽ ആരോപിക്കപ്പെടുന്നതും കേസിന്റെ വിചാരണയുമൊക്കെയാണ് നോവലിന്റെ കേന്ദ്രസ്ഥാനത്ത് വരുന്ന സംഭവങ്ങൾ.

വൈരുദ്ധ്യങ്ങൾ തിമിർക്കുന്ന മനസ്സും ജീവിതവും

'കാരമസോവ് സഹോദരന്മാരു'ടെ ആമുഖം പ്രത്യക്ഷത്തിൽ ലളിതമാണ്. പക്ഷേ, നോവലിൽ ആവിഷ്കൃതമായിരിക്കുന്ന അനേകം സങ്കീർണതകളിലേക്കുള്ള പ്രവേശകം കൂടിയായി പ്രവർത്തിക്കുന്ന ഒന്നാണത്. ഈ കൃതിക്ക് രണ്ട് ഗ്രന്ഥകാരന്മാരുണ്ട് അല്ലെങ്കിൽ നോവലിന്റെ ഗ്രന്ഥകാരനും നോവലിന്റെ ആഖ്യാനം നിർവഹിക്കുന്ന ആളും ഒരാളല്ല എന്ന പ്രതീതിയുണ്ടാക്കും വിധത്തിലാണ് അത് എഴുതിയിരിക്കുന്നത്.

ആരെക്കുറിച്ചും ഒന്നിനെക്കുറിച്ചും അന്തിമമായി എന്തെങ്കിലും പറഞ്ഞുവെക്കാൻ ഉദ്ദേശിച്ചുകൊണ്ടുള്ളതല്ല, മറിച്ച് ഒരു സംവാദാത്മകരചനയാണ് ഈ നോവൽ എന്നതാണ് ഡോസ്റ്റോയെവ്സ്കിയുടെ നിലപാട് എന്നതിന്റെ സൂചന 'എന്റെ നായകനായ അലക്സി ഫയദറോവിച്ച് കാരമസോവിന്റെ ജീവിതകഥ എഴുതാൻ തുടങ്ങുമ്പോൾ എനിക്ക് എന്തോ ഒക്കെ അധൈര്യം തോന്നുന്നു' എന്ന ആമുഖത്തിലെ ആദ്യവാക്യത്തിൽ നിന്നു തന്നെ നമുക്ക് പിടിച്ചെടുക്കാം. 'അലക്സിയുടെ ജീവിതത്തിലെ വസ്തുതകൾ അറിയാൻ ഞാൻ എന്തിന് സമയംമെനക്കെടുത്തണം?' എന്ന ചോദ്യം ഈ ആമുഖകാരൻ വായനക്കാരിൽ നിന്ന് പ്രതീക്ഷിക്കുന്നുണ്ട്. ആ നിർണായക ചോദ്യത്തിന് തനിക്ക് നൽകാനാവുന്ന ഒരേയൊരുത്തരം 'ഒരു പക്ഷേ, അത് ഈ നോവലിൽ നിന്നു തന്നെ നിങ്ങൾക്ക് കണ്ടെത്താനാവും എന്നതാണെ'ന്ന് അദ്ദേഹം പറയുന്നതോടെ നോവലിന്റെ സ്വഭാവം ഇന്നതായിരിക്കുമെന്ന് വ്യക്തമാക്കപ്പെട്ടു കഴിഞ്ഞു. ഈ ആമുഖക്കുറിപ്പ് അവസാനിപ്പിക്കുന്നത്

ഇങ്ങനെയാണ്: 'ശരി, ആമുഖമെന്ന നിലയിൽ ഇത്രയുമാണ് പറയാനു ള്ളത്. ഇത് ഉപരിപ്ലവമാണെന്ന അഭിപ്രായത്തോട് ഞാൻ പൂർണമായും യോജിക്കുന്നു. പക്ഷേ, ഇത് എഴുതിപ്പോയി. ഇനി ഏതായാലും അവിടെ നിൽക്കട്ടെ.' ഈ വരികൾ എഴുതിയ ആളെ ഗ്രന്ഥകാരനായല്ല കഥ പറയുക എന്ന റോൾ മാത്രം നൽകപ്പെട്ടിരിക്കുന്ന ഒരു കഥാപാത്രമാ യിത്തന്നെയാണ് കാണേണ്ടത് എന്ന് വായനക്കാർക്ക് ബോധ്യപ്പെ ടാതിരിക്കില്ല. എഴുത്ത് എന്ന കർമത്തിന്റെ നിർവഹണത്തിനിടയിൽ ഒരു പ്രത്യേക മാനസിക തലത്തിൽ തന്നെത്തന്നെ മാറ്റി നിർത്തി ഗ്ര ന്ഥകാരനെന്ന നിലയ്ക്കുള്ള തന്റെ സ്വാതന്ത്ര്യം നിലനിർത്തുന്നതിന് ഈ ചെറിയ ആമുഖം തന്നെ സഹായിക്കുമെന്ന് ഡോസ്റ്റോയെവ്സ്കി കരുതിയിരിക്കാം. വായനക്കാർ അങ്ങനെ കരുതണമെന്ന് അദ്ദേഹം ആഗ്രഹിച്ചിരിക്കാം എന്നു പറയുന്നതാവും കൂടുതൽ ശരി.

നോവലിലെ നായകകഥാപാത്രം അല്യോഷയാണെന്ന് ആമുഖം മുതൽക്കേ പറഞ്ഞുവെക്കുന്നുണ്ടെങ്കിലും സരളഹൃദയനായ അയാളുടെ നേർവിപരീതധ്രുവത്തിലുള്ള ദിമിത്രിയും ഐവാനുമാണ് കഥാപാ ത്രങ്ങളെന്ന നിലയിൽ കൂടുതൽ ചൈതന്യം നേടിയിരിക്കുന്നതായി വായനക്കാർക്ക് അനുഭവപ്പെടുക. എന്തുകൊണ്ട് ഇങ്ങനെ സംഭവിച്ചു എന്ന ചോദ്യത്തിനുള്ള ഉത്തരം വളരെ ലളിതമാണ്. ജീവിതത്തിൽ ഉൾച്ചേർന്നിരിക്കുന്ന വൈരുധ്യങ്ങളെയും സങ്കീർണതകളെയും കുറിച്ച് സംസാരിക്കാൻ ഉദ്ദേശിക്കുന്ന, എല്ലാറ്റിനെയും സമഭാവത്തോടെ ദർശി ക്കുന്ന, ഒരെഴുത്തുകാരൻ ഒരു ശുദ്ധഹൃദയനെ തന്റെ നോവലിലെ നായ കനാക്കണമെന്ന് ആഗ്രഹിച്ചാൽ തന്നെയും അയാളുടെ അബോധം അതിന് അനുവദിക്കുകയില്ല. ഡോസ്റ്റോയെവ്സ്കിയെപ്പോലെ മനഃശാസ്ത്രത്തിന്റെ മറുകര കണ്ടിട്ടുള്ള ഒരാൾ ഇങ്ങനെ സംഭവിക്കുമെന്ന് മുൻകൂട്ടി കണ്ടിരിക്കുമെന്നതു തീർച്ചയാണ്.

അലക്സി ഫയദറോവിച്ചിനെപ്പറ്റി ഇതേ ആമുഖത്തിൽ ഇദ്ദേഹം പറയുന്നത് ഇങ്ങനെയാണ്: "എന്നെ സംബന്ധിച്ചിടത്തോളം അയാൾ എടുത്തുപറയത്തക്ക ഒരു വ്യക്തിയാണ്. പക്ഷേ, വായനക്കാരെ അത് ബോധ്യപ്പെടുത്താൻ പറ്റുമോ എന്ന കാര്യത്തിൽ ഞാൻ അങ്ങേയറ്റം സംശയാലുവാണ്. അലക്സി ഫയദറോവിച്ച് പല കാര്യങ്ങളും ചെയ്തിട്ടു ണ്ടെങ്കിലും അദ്ദേഹം അവ ചെയ്ത രീതി അവ്യക്തവും സന്ദിഗ്ധവുമാണ്. എന്തായാലും നമ്മുടേതു പോലുള്ള ഒരു കാലത്ത് ആളുകളിൽ നിന്ന് വ്യക്തത അപൂർവമായേ പ്രതീക്ഷിക്കാനാവൂ."

മനുഷ്യരുടെ ചിന്തകളെയും പ്രവൃത്തികളെയും ചൂഴ്ന്നു നിൽക്കുന്ന

സന്ദിഗ്ധതകളെ കേന്ദ്രീകരിച്ചാണ് 'കാരമസോവി'ലെ ലോകവിചാരങ്ങളിലേറെയും വികസിക്കുന്നത്. സ്വന്തം ഉദ്ദേശ്യങ്ങളെപ്പറ്റി വ്യക്തമായ ധാരണയോടുകൂടി സ്വയം സങ്കീർണതകൾക്ക് വിട്ടുകൊടുക്കാത്തവരായി ജീവിക്കുന്നവർക്ക് യാദൃച്ഛികമായി ഉണ്ടാവുന്ന പ്രശ്നങ്ങളിൽ നിന്ന് ഇതിവൃത്തം കെട്ടിപ്പൊക്കിയെടുക്കുന്നതിൽ അൽപവും താൽപര്യം പ്രകടിപ്പിച്ചിട്ടുള്ള എഴുത്തുകാരനല്ല ഡോസ്റ്റോയെവ്സ്കി. മനുഷ്യമനസ്സിന്റെ നാനാതരം വ്യാപാരങ്ങളുടെയും വ്യതിയാനങ്ങളുടെയും ദ്രുതപരിണാമങ്ങളുടെയുമൊക്കെ ആഖ്യാനത്തിലായിരുന്നു, മിക്കവാറും അതിൽ മാത്രമായിരുന്നു അദ്ദേഹത്തിന് താൽപര്യം. ആ താൽപര്യത്തിന്റെ സാക്ഷാത്കാരത്തിൽ ആരിലും ആദരവുണ്ടാക്കുന്ന വിജയം നേടുകയും ചെയ്തു അദ്ദേഹം. 'മനുഷ്യമനസ്സിന്റെ അങ്ങേയറ്റം സങ്കീർണവും അങ്ങേയറ്റം വേഗമേറിയതുമായ അവസ്ഥകളുടെ പുനഃസൃഷ്ടിക്കുള്ള കഴിവ് എഴുത്തുകാരിൽ ഡോസ്റ്റോയെവ്സ്കിക്ക് മാത്രമുള്ളതാണെ'ന്ന വെർജീനിയവൂൾഫിന്റെ അഭിപ്രായത്തോട് പൂർണമനസ്സോടെ ചേർന്നു നിൽക്കാനേ നമുക്ക് കഴിയൂ.

മനുഷ്യർ കൈക്കൊള്ളുന്ന വ്യക്തിപരമായ തീരുമാനങ്ങളെ നയിക്കുന്നത് മൂല്യബോധമോ സ്നേഹമോ ഒന്നും ആയിരിക്കണമെന്നില്ല. ഫയദോർ പാവ്‌ലോവിച്ച് അദ്‌ലൈദാ ഇവനോവ്നയുമായി ഒളിച്ചോടിയത് അവരോടുള്ള സ്നേഹംകൊണ്ടല്ല. ചെറിയ ഒരു പ്രോത്സാഹനം അങ്ങേ ഭാഗത്തുനിന്നുണ്ടെങ്കിൽ ഏത് പെറ്റിക്കോട്ടിന്റെ പിന്നാലെയും പായുന്ന കാമാസക്തനായ ഫയദോർ പാവ്‌ലോവിച്ചിന് ഈ സുന്ദരിയോട് പ്രത്യേകമായ വികാരമൊന്നുമുണ്ടായിരുന്നില്ല. അയാളുടെ നോട്ടം അവളുടെ കുടുംബത്തിന്റെ സമ്പത്തിലും പെരുമയിലുമായിരുന്നു. അദ്‌ലൈദാ ഇവനോവ്നയ്ക്കാണെങ്കിൽ അയാൾ ധീരനും വ്യത്യസ്തനുമാണെന്ന് ഒരു നിമിഷത്തേക്ക് തോന്നിപ്പോയി. പിന്നെ ആ ഒളിച്ചോട്ടത്തിന്റെ രസം. അതിനപ്പുറം ഒന്നുമില്ല. ഒളിച്ചോട്ടം കഴിഞ്ഞ് ഒട്ടും താമസിയാതെ തനിക്ക് ഭർത്താവിനോട് നിന്ദയല്ലാതെ മറ്റൊരു വികാരവുമില്ലെന്ന് അവൾ തിരിച്ചറിയുന്നുമുണ്ട്. മനുഷ്യമനസ്സിന്റെ വിപരീത ദിശയിലേക്കുള്ള ഇത്തരം ക്ഷിപ്രസഞ്ചാരങ്ങളുടെ ചിത്രങ്ങൾ പലതുണ്ട് 'കാരമസോവി'ൽ. ഒരു സാധാരണ നോവലിൽ ഇത് നമുക്ക് കാണാനാവില്ല.

അദ്‌ലൈദ തന്നെ ഉപേക്ഷിച്ച് ദരിദ്രനായ ഒരു മതപഠിതാവിനോടൊപ്പം പോയപ്പോൾ കുടിച്ച് ലക്കുകെട്ട് നാടൊട്ടുക്ക് പാഞ്ഞു നടന്ന് കണ്ണീരൊലിപ്പിച്ച് നാണംകെട്ടവനായി തന്റെ ദാമ്പത്യത്തിലുണ്ടായ ദുരിതങ്ങളെപ്പറ്റി പെരുപ്പിച്ച് പറഞ്ഞു നടന്ന ഫയദോർ പാവ്‌ലോവിച്ച്

കാരമസോവിനോട് നാട്ടിലെ പരിഹാസികൾ ചോദിക്കുന്നത് ഇങ്ങനെയാണ്: "ഇത്രയൊക്കെ വേദനകളുണ്ടായിട്ടും നിങ്ങൾ സന്തോഷവാനാണല്ലോ, നിങ്ങൾക്ക് ഒരു പ്രമോഷൻ കിട്ടിയതുപോലെയുണ്ടല്ലോ"

അദ്ലൈദ പീറ്റേഴ്സ് ബർഗിൽ ടൈഫസ് ബാധിച്ചോ ആ ദരിദ്ര വിദ്യാർത്ഥിയോടൊപ്പമുള്ള ജീവിതം സമ്മാനിച്ച പട്ടിണികൊണ്ടോ മരിച്ചുവെന്ന വാർത്ത വരുമ്പോൾ കുടിച്ച് വെളിവില്ലാതെയിരിക്കയായിരുന്നു ഫയദോർ പാവ്ലവിച്ച്. അയാൾ ക്ഷണം തെരുവിൽ ഓടിയിറങ്ങി കൈകൾ ആകാശത്തിലേക്കുയർത്തി, 'കർത്താവേ, ഇപ്പോൾ ഇവിടത്തെ ദാസനെ സമാധാനമായി പിരിഞ്ഞുപോകാൻ അവിടന്ന് അനുവദിച്ചു' എന്ന് സന്തോഷത്തോടെ വിളിച്ചുകൂകിയെന്നാണ് ഒരു സംസാരം. എന്നാൽ അയാൾ അടക്കമില്ലാതെ ഒരു കൊച്ചുകുഞ്ഞിനെപ്പോലെ വാവിട്ടു കരഞ്ഞെന്നും ആളുകൾക്കു വെറുപ്പുണ്ടെങ്കിലും അയാളെ കണ്ടിട്ട് സഹതാപം തോന്നിയെന്നും മറ്റു ചിലർ പറയുന്നു. രണ്ടു പക്ഷവും ശരിയായിരിക്കാൻ മതി. തനിക്ക് മോചനം ലഭിച്ചതിൽ അയാൾ ആഹ്ലാദിക്കുകയും അതേസമയം മോചനം നൽകിയ ആളെച്ചൊല്ലി വ്യസനിക്കുകയും ചെയ്തിരിക്കും. പൊതുവെ പറഞ്ഞാൽ എല്ലാ ജനങ്ങളും - ദുഷ്ടന്മാർ പോലും - നാം സങ്കൽപിക്കുന്നതിലധികം സരളമതികളും ശുദ്ധഗതിക്കാരും ആയിരിക്കും. നമ്മളും അങ്ങനെ തന്നെ. (എൻ.കെ.ദാമോദരന്റെ കാരമസോവ് സഹോദരന്മാർ പരിഭാഷയിൽ നിന്ന്) രണ്ട് കാര്യങ്ങൾ തെളിയിക്കുന്നതാണ് ഈ ഖണ്ഡികയുടെ അവസാനത്തിലെ ആഖ്യാതാവിന്റെ പ്രസ്താവം: ഒന്ന്, എല്ലാതരം മനുഷ്യജീവികളോടും നോവലിസ്റ്റിനുള്ള ഇതിഹാസകാരന്റേതിന് തുല്യമായ അനുഭാവം. മറ്റൊന്ന് അദ്ദേഹത്തിന്റെ വിശുദ്ധമായ നർമബോധം. മനുഷ്യപ്രകൃതത്തിലെ വൈരുധ്യങ്ങളെക്കുറിച്ച് , ഓരോ സന്ദർഭത്തിലും അനുഭവത്തിലും ഉൾച്ചേർന്നിരിക്കുന്ന അതാതിന്റെ വിപരീതത്തെക്കുറിച്ച് ആവർത്തിച്ചു പറയുന്നതിൽ ഡോസ്റ്റോയെവ്സ്കിക്കുള്ള താൽപര്യം വെളിപ്പെടുത്തുന്നതിന് ചില ഉദാഹരണങ്ങൾ കൂടി 'കാരമസോവി'ൽ നിന്ന് നൽകാം:

1.പാപിയായ തന്നെ പിശാചുക്കൾ ചൂണ്ടക്കൊളുത്തിട്ട് വലിച്ചുകൊണ്ടുപോകാൻ മറക്കില്ല എന്നതുൾപ്പെടെ തന്റെ പേടികളെയും സംശയങ്ങളെയും കുറിച്ചും തന്റെ അധാർമികജീവിതത്തെക്കുറിച്ചുമെല്ലാം അല്യോഷയോട് പലതും പറഞ്ഞ ശേഷം ഫയദോർ പാവ്ലോവിച്ച് ആ പ്രലപനം അവസാനിപ്പിക്കുന്നത് ഇങ്ങനെയാണ് : "ഭൂമിയിൽ നീയൊരാൾ മാത്രമാണ് എന്നെ അധിക്ഷേപിക്കാതിരുന്നത്. ഞാനത് ഉള്ളാലെ അറിയുന്നു. അങ്ങനെ അറിയാതിരിക്കാൻ എനിക്കാവില്ല."

ഇത്രയും വിവരിച്ച ശേഷം ആഖ്യാതാവ് പറയുന്നു: 'അയാൾ മൂക്കൊലിപ്പിച്ച് കരയുക പോലും ചെയ്തു. വികാരതരളിതനായിരുന്നു അയാൾ; ഹീനനും വികാരതരളിതനും.'

2. ഫയദോർ പാവ്‌ലോവിച്ചിന്റെ ഒരു പ്രസ്താവനയെപ്പറ്റി ദിമിത്രി പറയുന്നത് ഇങ്ങനെയാണ്: "ഇത് മുഴുവൻ കളവാണ്. ഉപരിതലത്തിൽ സത്യം. പക്ഷേ, അടിത്തട്ടിൽ കള്ളം"

3. 'പ്രേമത്തിൽ വീഴുക എന്നാൽ സ്നേഹിക്കുക എന്നല്ല അർത്ഥം. പ്രേമത്തിലായിരിക്കെത്തന്നെ ഒരാൾക്ക് വെറുക്കുകയും ചെയ്യാം.' നോവലിലെ ആഖ്യാതാവ് ഒരു സന്ദർഭത്തിൽ സ്നേഹത്തെ കുറിച്ച് നടത്തിയ പ്രസ്താവം.

4. ഫയദോർ പാവ്‌ലോവിച്ച് ഫാദർ സോസിമായുടെ സാന്നിധ്യത്തിൽ മകൻ ദിമിത്രിയുടെ വന്ദനം സ്വീകരിച്ച ശേഷം പ്രതിവന്ദനം ചെയ്യുമ്പോഴത്തെ അവസ്ഥ വിവരിക്കുന്ന വാക്യം ഇതാണ്: 'അദ്ദേഹത്തിന്റെ ഭാവം ഗംഭീരവും മനോഹരവുമായി. പക്ഷേ,അത് അദ്ദേഹത്തിലെ പകയും വിദ്വേഷവും പ്രകടമാക്കുകയും ചെയ്തു.' (ഭാഗം -ഒന്ന്, പുസ്തകം 2 അധ്യായം 6 ഇങ്ങനെയൊരാൾ എന്തിന് ജീവിക്കണം?)

5. ദിമിത്രി ഒരു സന്ദർഭത്തിൽ അല്യോഷയോട് പറയുന്നത് ഇങ്ങനെയാണ്: 'ഞാൻ ക്ഷുദ്രവികാരങ്ങളുള്ള ഒരുത്തനാണ്. പക്ഷേ, എനിക്കെന്റെ നിഷ്ഠയുണ്ട്.'

6. താൻ കാതറീന ഇവനോവ്നയെ നോക്കിയതിനെപ്പറ്റി ദിമിത്രി അല്യോഷയോട് പറയുന്നത് കേൾക്കുക : 'അങ്ങേയറ്റത്തെ വെറുപ്പോടെ ഏതാനും സെക്കന്റുകൾ ഞാനവളെ തുറിച്ചു നോക്കി. വെറുപ്പെന്നു പറഞ്ഞാൽ ഭ്രാന്തമായ സ്നേഹത്തിൽ നിന്ന് ഒരു തലനാരിഴ മാത്രം അകലത്തിലുള്ള വെറുപ്പ്' (പുസ്തകം 3, അധ്യായം 4 - വികാരദീപ്തമായ ഒരു ഹൃദയം ഒരുപാഖ്യാനത്തിലൂടെ നിർവഹിക്കുന്ന സംഭവ കുറ്റസമ്മതം.)

7. 'തന്നോടു തന്നെ കള്ളം പറയുകയും സ്വന്തം കള്ളങ്ങൾക്ക് ചെവികൊടുക്കുകയും ചെയ്യുന്ന ഒരാൾ, തന്റെ ഉള്ളിലോ പുറത്തോ സ്ഥിതി ചെയ്യുന്ന സത്യത്തെ തിരിച്ചറിയാൻ കഴിയാത്ത അവസ്ഥയിലെത്തും. അതിൻ ഫലമായി തന്നോടു തന്നെയും മറ്റുള്ളവരോടുമുള്ള എല്ലാ

ബഹുമാനവും അയാൾക്ക് നഷ്ടമാകും.'

: ഫാദർ സോസിമാ ഫയദോർ പാവ്ലോവിച്ചിനോട് പറയുന്നത്. (പുസ്തകം 2 അധ്യായം 2- വൃദ്ധനായ കോമാളി)

'കാരമസോവി'ലെസാധാരണക്കാരായ കഥാപാത്രങ്ങൾ മുതൽ ഫാദർ സോസിമ വരെയുള്ളവർ പറയുന്ന പല കാര്യങ്ങളും മറ്റ് നോവലു കളിൽ നിന്ന് നമുക്ക് കേൾക്കാനാവാത്തവയാണ്. മനുഷ്യപ്രകൃതത്തെ സംബന്ധിച്ചുള്ള വളരെ ലളിതവും എന്നാൽ സാധാരണഗതിയിൽ നമ്മുടെ ആലോചനയിലേക്ക് വരാത്തവയുമായ കാര്യങ്ങൾ സംഭാഷ ണരൂപത്തിൽ 'കാരമസോവി'ൽ പലേടത്തായി വരുന്നുണ്ട്. അത്തരം നിരീക്ഷണങ്ങളുടെ സമൃദ്ധി 'കാരമസോവിലെ'പ്പോലെ മറ്റൊരു നോവലിലും ഇല്ല.

ആത്മബോധങ്ങളുടെ ബഹുത്വം

"സ്വതന്ത്രവും അന്യോന്യം ലയിക്കാത്തതുമായ ശബ്ദങ്ങളുടെ, ആത്മ ബോധങ്ങളുടെ, നിർവ്യാജമായ ബഹുസ്വരത അതാണ് ഡോസ്റ്റോ യെവ്സ്കിയുടെ നോവലുകളുടെ മുഖ്യസവിശേഷത. ഒരേയൊരു വാസ്തവിക ലോകത്തിൽ ഗ്രന്ഥകാരന്റേതായ ഏകബോധത്താൽ പ്രകാശിതമാവുന്ന കഥാപാത്രങ്ങളും ഭാഗധേയങ്ങളുമല്ല തുല്യാധികാ രമുള്ള, അതാതിന്റേതായ ലോകത്ത് നിലകൊള്ളുന്ന, കൂടിച്ചേർന്ന് നിൽക്കെത്തന്നെ ഒരു സംഭവത്തിൽ ചെന്നു ചേർന്ന് ഐക്യപ്പെട്ട് ഒന്നാവാത്ത ആത്മബോധങ്ങളുടെ ബഹുത്വം, അതാണ് അദ്ദേഹത്തി ന്റെ നോവലുകളിൽ ചുരുൾ നിവർത്തുന്നത്." (മിഖായേൽബക്തിൻ -PROBLEMS OF DOSTOYEVSKY'S POETICS).

ഡോസ്റ്റോയെവ്സ്കി എന്ന വ്യക്തിയും അദ്ദേഹം ജീവിച്ച കാലവും പോയ്മറഞ്ഞു. അവ ഭൂതകാലത്തിന്റേതായിത്തീർന്നു. മനുഷ്യപ്രതിഭയെ മഹത്തായ കണ്ടെത്തലുകൾക്ക് പ്രാപ്തമാക്കുന്നത് പ്രത്യേക കാലങ്ങ ളിലെ പ്രത്യേകമായ അവസ്ഥകളാണ്. പക്ഷേ, ആ കണ്ടെത്തലുകൾ അവയ്ക്ക് ജന്മം നൽകിയ കാലത്തോടൊപ്പം മരിച്ചുപോവുകയോ അപ്രസക്തമാവുകയോ ചെയ്യുന്നില്ല എന്ന് ബക്തിൻ പറയുന്നുണ്ട്. ഡോസ്റ്റോയെവ്സ്കിയുടെ കാലത്തല്ല നാം ജീവിക്കുന്നത്. ആ കാല ത്തിന്റെ ഭൗതികസാഹചര്യങ്ങൾ, അവ സൃഷ്ടിച്ച മനോലോകങ്ങൾ, ജീവിതധാരണകൾ, ആത്മീയ സംഘർഷങ്ങൾ എല്ലാം ഭൂതകാലത്തിന് അവകാശപ്പെട്ടതായി. പക്ഷേ,ഡോസ്റ്റോയെവ്സ്കിയുടെ കൃതികൾ നമ്മോടൊപ്പം ജീവിക്കുന്നു. ഇക്കാലത്തെ സാഹിത്യദാർശനികരും

സൂക്ഷ്മസംവേദനശേഷിയുള്ള വായനക്കാരും ഇപ്പോഴും ആ കൃതികളുടെ ആഴങ്ങളിൽ എന്തിനൊക്കെയോ വേണ്ടിതിരയുന്നു. ചരിത്രത്തിൽ മനുഷ്യൻ പിന്നിട്ട മഹാപ്രതിസന്ധികളുടെ ഓർമകൾ ഏതൊക്കെയോ തരത്തിൽ പിന്നീടുള്ള ജീവിതങ്ങളിലും പ്രസക്തമാവുന്നുണ്ട്. ഭൂമിയിലെ ജീവിതം ഒരു വലിയ തുടർച്ചയായിത്തീരുന്നത് അങ്ങനെകൂടിയാണ്.

അല്യോഷയെയും ഫാദർ സോസിമയെയും പ്രകാശത്തിൽ കുളിപ്പിച്ചാണ് ഡോസ്റ്റോയെവ്സ്കി നിർത്തിയിരിക്കുന്നത്. താൻ വിശ്വസിച്ച ഓർത്തഡോക്സ് ക്രിസ്തുമതത്തിന്റെ പ്രപഞ്ചവീക്ഷണത്തിനും അടിസ്ഥാനപ്രമാണങ്ങൾക്കും എതിരെ റഷ്യയിലും യൂറോപ്പിലാകമാനം തന്നെയും പ്രചരിച്ചു തുടങ്ങിയ ആശയങ്ങളെ പ്രതിരോധിക്കുക എന്നത് 'കാരമസോവ് സഹോദരന്മാരു'ടെ രചനാലക്ഷ്യങ്ങളിലൊന്നായിരുന്നുവെന്ന് ഊഹിക്കാവുന്നതുമാണ്. എന്നിട്ടും,സ്നേഹിക്കാനും സഹിക്കാനും ഏത് സാഹചര്യത്തിലും മനഃശുദ്ധി സൂക്ഷിക്കാനും അസാധാരണമായ ശേഷിയുള്ള അല്യോഷയെപ്പോലുള്ളവരെ സംബന്ധിച്ചിടത്തോളം കേവലമൊരു സന്ന്യാസിയായി മഠത്തിനകത്ത് കഴിയേണ്ടിവരുന്ന ജീവിതം അഭിലഷണീയമായ ഒന്നല്ലെന്നു തന്നെയാണ് ഗ്രന്ഥകാരന് പറയാനുള്ളത്.

സന്ന്യാസി മഠത്തിനകത്തെ കാര്യങ്ങൾ ഒട്ടും പ്രകാശപൂർണമല്ലെന്ന് ഫാദർ സോസിമായ്ക്ക് അറിയാം. അല്യോഷയെപ്പോലൊരാൾ അവിടത്തെ ജീവിതം തിരഞ്ഞെടുത്ത് സ്വയം നശിപ്പിക്കരുതെന്നാണ് അദ്ദേഹം ആഗ്രഹിക്കുന്നത്. അതുകൊണ്ടാണ് അല്യോഷയോട് അദ്ദേഹം പറയുന്നത് :

"ഓർക്കണം, ഇത് നിനക്ക് പറ്റിയ ഇടമല്ല. എന്നെ ദൈവം തിരിയെ വിളിച്ചാൽ ഉടൻ നീ ഈ മഠം വിട്ടുപോവണം. ഇവിടം എന്നന്നേക്കുമായി വിട്ടുപോവണം. നീ കല്യാണം കഴിക്കണം."

ലോകത്തിന് അല്യോഷയെ ആവശ്യമുണ്ടെന്ന് ഫാദർ സോസിമക്ക് അറിയാം. തന്റെ ശിഷ്യൻ ലോകാനുരാഗിയായ ഒരു പൂർണമനുഷ്യനായിത്തീരണമെന്നു തന്നെയാണ് വിശുദ്ധനും സ്നേഹസമ്പന്നനുമായ ഈ സന്ന്യാസി ആഗ്രഹിക്കുന്നത്. ഫാദർ സോസിമയുടെ മൃതദേഹത്തിൽ നിന്ന് ദുർഗന്ധം വന്നു തുടങ്ങിയപ്പോൾ അതിൽ ആഹ്ലാദിക്കുകയും ദേഹം കിടത്തിയ മുറിയിൽ നിന്ന് പിശാചുക്കളെ ഓടിച്ച് ബഹളം വെക്കുകയും ചെയ്യുന്ന ഫാദർ ഫെറാപോണ്ടിനെ നാം കാണുന്നു. ഇത്തരക്കാർ ഉള്ള ഒരിടത്ത് തുടർന്നും തങ്ങി അല്യോഷ ജീവിതം ഹോമിച്ചുകളയരുതെന്ന് നേരത്തേ തന്നെ ആഗ്രഹിച്ച ഫാദർ

സോസിമായോട് വായനക്കാർക്ക് വർദ്ധിച്ച സ്നേഹവും ബഹുമാനവും തോന്നുക തന്നെ ചെയ്യും.

കൊടുമുടികളോളം ഉയരമുള്ള ചോദ്യങ്ങൾ

മഹാപർവതങ്ങളുടെ കൊടുമുടികളെപ്പോലെ ഉയർന്നു നിൽക്കുന്ന ചില ചോദ്യങ്ങളാണ് നാനാതരം ലോകവ്യവഹാരങ്ങളെയും മനുഷ്യപ്രകൃതത്തിന്റെ നാനാതരം വെളിപ്പെടലുകളെയും പറ്റി ഈ മഹാരചന വായനക്കാർക്കു മുന്നിൽ വെക്കുന്നത്. ഓരോ മനുഷ്യന്റെയും അനുഭവലോകത്തിൽ പരസ്പരം കണ്ണിചേർക്കാനാവാത്തവയും എന്തുകൊണ്ട്, എന്തിന് എന്നിങ്ങനെയുള്ള ചോദ്യങ്ങൾക്കൊന്നും വ്യക്തമായ ഉത്തരം കിട്ടാത്തവയുമായ ഒരുപാട് സംഗതികളുണ്ടാവും. ഒറ്റയൊറ്റയായി കണ്ടാൽ ഓരോ ജീവിതവും ഓരോ ആകുലത മാത്രമല്ല അനേകം പിടികിട്ടായ്മകളുടെ സമാഹാരം കൂടിയാണ്. 'ദൈവം നമുക്കു വേണ്ടി ഒരുക്കിയിരിക്കുന്നത് കടങ്കഥകൾ മാത്രമാണെ'ന്ന് അല്യോഷയോട് പറയുന്ന ദിമിത്രി ഒരു വാസ്തവം അതിലളിതമായി പ്രസ്താവിക്കുക മാത്രമാണെന്ന് ബോധ്യപ്പെടുത്തുന്ന ഒരു ഭാവാന്തരീക്ഷം 'കാരമസോവി'ൽ ആദ്യന്തമുണ്ട്. ലോകത്ത് എന്തുകൊണ്ട് നിഷ്കളങ്കരായ ആളുകൾക്ക് വലിയ വേദനകൾ അനുഭവിക്കേണ്ടി വരുന്നു, എന്തുകൊണ്ട് ഒരു തെറ്റും ചെയ്യാത്ത കുഞ്ഞുങ്ങളെ അവിചാരിതമായി മരണം കവർന്നെടുക്കുന്നു, എന്തുകൊണ്ട് ചില കൊലപാതകങ്ങൾ പോലും ന്യായീകരിക്കത്തക്കതാണെന്ന് വന്നുപോവുന്നു, എന്താണ് പാപം, ദൈവനീതിയുടെ പ്രവർത്തനം എന്തുകൊണ്ടാണ് ദുരൂഹമാവുന്നത് എന്നിങ്ങനെ എക്കാലത്തും മനുഷ്യനെ കുഴക്കിയിട്ടുള്ള വലിയ ചോദ്യങ്ങളാണ് 'കാരമസോവ് സഹോദരന്മാർ' ഉയർത്തുന്നത്. ഏറ്റവും മാനുഷികവും സുതാര്യവുമായ ജീവിതപരിസരങ്ങളിലാണ് ഏറ്റവും ഗഹനമായ ഈ ചോദ്യങ്ങൾ ഉയർത്തപ്പെട്ടിരിക്കുന്നത് എന്നതുകൊണ്ടാണ് ദർശനം,ദൈവശാസ്ത്രം എന്നീ വിഷയങ്ങളോടൊന്നും പ്രത്യേകിച്ച് താൽപര്യമില്ലാത്തവർക്കും 'കാരമസോവ് സഹോദരന്മാർ' ഹൃദ്യമായ ഒരു വായനാനുഭവമായിത്തീരുന്നത്. 'കാരമസോവ് സഹോദരന്മാരെ'ക്കുറിച്ച് ഓർത്തുതുടങ്ങുമ്പോൾ തന്നെ ലോകമെമ്പാടുമുള്ള വായനക്കാരുടെ മനസ്സിൽ ആദ്യം ഓടിയെത്തുക ഭാഗം രണ്ട് പുസ്തകം അഞ്ചിലെ 'മഹാനായ മതദ്രോഹവിചാരകൻ' എന്ന അഞ്ചാമധ്യായമാണ്.

ലോകത്തിലെ മറ്റൊരു ഭാഷയിലെ മറ്റൊരു നോവലിലെ ഒരധ്യായവും ഇത്രയധികം ചർച്ച ചെയ്യപ്പെട്ടിട്ടുണ്ടാവില്ല. ഐവാൻ ഗദ്യത്തിൽ

എഴുതി ഹൃദിസ്ഥമാക്കിവെച്ച ഒരു കവിതയാണ് 'മഹാനായ മതദ്രോഹ വിചാരക'ന്റെ ഉള്ളടക്കം. 1834ൽ സ്പെയിനിലാണ് അവസാനത്തെ മതദ്രോഹവിചാരണ നടന്നത്. അത് സംബന്ധിച്ച വാർത്തകളും വിവരങ്ങളും പച്ചയായി മനസ്സിൽ സൂക്ഷിച്ചുകൊണ്ടു തന്നെയാണ് ഡോസ്റ്റോയെവ്സ്കി ഐവാനെക്കൊണ്ട് 'മഹാനായ മതദ്രോഹവിചാരകൻ' എന്ന കവിത എഴുതിച്ചത്. ഈ കവിതയിൽ വിവരിക്കുന്ന സംഭവം നടക്കുന്നത് സ്പെയിനിലെ സിവൈലിലാണ്. വൃദ്ധനായ ഒരു കർദ്ദിനാളാണ് മതേദ്രാഹവിചാരകൻ. ദൈവമഹത്വം സ്ഥാപിച്ചുറപ്പിക്കുന്നതിന് മതദ്രോഹികളെ വിചാരണ ചെയ്ത് അഗ്നികുണ്ഡത്തിൽ ഹോമിക്കുന്ന കാലത്താണ് കവിതയിലെ യേശു വീണ്ടും ഭൂമിയിലെത്തുന്നത്. യേശു സ്വന്തം രൂപത്തിൽ പുനരവതരിക്കുകയും ജനം യേശുവിനെ തിരിച്ചറിയുകയും ചെയ്താൽ പിന്നെ യേശുവിന്റെ പേരിൽ സ്ഥാപിക്കപ്പെട്ട മതത്തിന്റെ അസ്ഥിവാരം തന്നെ ഇളകും. അതറിയുന്ന കർദ്ദിനാൾ യേശുവിനെ തടവിലാക്കുകയും വിചാരണ ചെയ്യുകയും ചെയ്യുന്നു. മരുഭൂമിയിൽ വെച്ച് സാത്താന്റെ പ്രലോഭനങ്ങളിൽ വീണുപോവാതിരുന്ന യേശുവിന്റെ സ്ഥൈര്യത്തിന് അടിസ്ഥാനമായി വർത്തിച്ച നിലപാടിനെത്തന്നെയാണ് കർദ്ദിനാൾ ചോദ്യം ചെയ്യുന്നത്. മനുഷ്യരിൽ നിന്ന് സ്വാതന്ത്ര്യം (ചിന്താസ്വാതന്ത്ര്യം,ഭാവന ചെയ്യാനുള്ള സ്വാതന്ത്ര്യം, സ്വയം തീർപ്പുകളിലെത്തിച്ചേരാനുള്ള സ്വാതന്ത്ര്യം) കൈക്കലാക്കി അവർക്ക് വിശ്വാസവും സമാധാനവും തിരികെ കൊടുക്കുന്ന മതം എന്ന സ്ഥാപനത്തിന്റെ ശക്തരായ കാവലാളുകളിലൊരാളുണയാൾ.

വളരെ വിശദമായ അപഗ്രഥനം അർഹിക്കുന്ന ആ അധ്യായത്തിൽ നിന്ന് മർമപ്രധാനമായവ എന്ന് തീർപ്പ് കൽപിച്ച് ചോദ്യങ്ങളും ആശയങ്ങളും തിരഞ്ഞെടുക്കുക അസാധ്യമാണ്. എങ്കിലും, ഇത് ദീർഘമായ ഒരു പഠനപ്രബന്ധമല്ലാത്തതിനാൽ തൽക്കാലം ആ സാഹസം അല്ലെങ്കിൽ അനീതി ചെയ്യുകയാണ്. കർദ്ദിനാൾ യേശുവിനോട് പറയുന്ന ചില കാര്യങ്ങൾ നോക്കുക:

1. ഒരു മനുഷ്യനോ മനുഷ്യസമുദായത്തിനോ സ്വാതന്ത്ര്യത്തേക്കാൾ ദുർവഹമായി മറ്റൊന്നും ഉണ്ടായിരുന്നിട്ടില്ല.

2. മനുഷ്യൻ സ്വതന്ത്രനായി ഇരിക്കുന്നിടത്തോളം അവന് ആരാധിക്കാൻ ഒരാൾ കൂടിയേ തീരൂ.

3. അന്തഃകരണസ്വാതന്ത്ര്യത്തേക്കാൾ കാമ്യമായി മനുഷ്യന് വേറൊന്നുമില്ല. എന്നാൽ, അതിലും വലിയ ദുഃഖകാരണവുമില്ല.

4. മനുഷ്യൻ അത്ഭുതകർമ്മം ഉപേക്ഷിക്കുമ്പോൾ ദൈവത്തെയും ഉപേക്ഷിക്കുമെന്ന് നീ അറിഞ്ഞില്ല. അവൻ അത്ഭുതകർമത്തെയാണ് ദൈവത്തെയല്ല തേടുന്നത്. അവന് അത്ഭുതങ്ങളെക്കൂടാതെ ജീവിക്കാൻ സാധ്യമല്ല. തന്നിമിത്തം അവൻ പുതിയ അത്ഭുതങ്ങളെ സൃഷ്ടിക്കും, മന്ത്രവാദങ്ങളുടെയും ഇന്ദ്രജാലങ്ങളുടെയും പ്രയോഗങ്ങളെ ആരാധിക്കും.

മനുഷ്യൻ പ്രകൃത്യാ തന്നെ നികൃഷ്ടനും ദുർബലനുമാണെന്നാണ് കർദ്ദിനാൾ കരുതുന്നത്. താൻ ചെയ്ത പ്രവൃത്തി മനുഷ്യന് ചെയ്യാൻ സാധിക്കുമെന്ന് കരുതുന്നിടത്തോളം അവനെ ബഹുമാനിച്ച യേശുവിന് മനുഷ്യനോട് യഥാർത്ഥത്തിൽ അനുകമ്പയില്ലെന്നാണ് അദ്ദേഹത്തിന്റെ പക്ഷം.

'മഹാനായ മതദ്രോഹ വിചാരകൻ' വഴി ഐവാൻ പറയുന്ന പ്രധാന കാര്യം ഒരാദർശത്തിന്റെ അടിസ്ഥാനത്തിൽ ഒരു സ്ഥാപനം രൂപപ്പെട്ടു കഴിഞ്ഞാൽ പിന്നെ സ്ഥാപനത്തിന്റെ നിലനിൽപ് മുഖ്യമാവുകയും ഏത് ആദർശമാണോ അതിനെ യാഥാർത്ഥ്യമാക്കിത്തീർത്തത് ആ ആദർശത്തെത്തന്നെ അത് ശത്രുവായിക്കാണുകയും ചെയ്യും എന്നതാണ്. ക്രിസ്തുവിനെ തടവിലാക്കി ക്രിസ്തുമതത്തിന്റെ സംരക്ഷകനാവുന്ന മതദ്രോഹവിചാരകനായ കർദ്ദിനാൾ തെളിയിക്കുന്നത് മറ്റൊന്നല്ല.

അൽബേർകാമു ഐവാനെ കണ്ടത് അതിഭൗതികതാ നിഷേധിയുടെ ഉത്തമമാതൃകയായിട്ടാണ്. താൻ ദൈവത്തെയല്ല, ദൈവത്തിന്റെ സൃഷ്ടിയെ (ദൈവത്തിൽ നിന്ന് വേർതിരിച്ചെടുക്കാനാവാത്തതാണ് ദൈവത്തിന്റെ സൃഷ്ടിയായ ലോകം), ആ സൃഷ്ടിയിലെ സ്നേഹശൂന്യതയെ, നീതികേടുകളെയാണ് നിരാകരിക്കുന്നത് എന്ന് തന്റെ ദൈവനിഷേധത്തെ വ്യാഖ്യാനിക്കുന്ന ഐവാൻ, ദൈവത്തിനുമേൽ അങ്ങനെയൊരു വിധിപ്രസ്താവം നടത്തുന്ന ഐവാൻ, മനുഷ്യന്റെ യാതനകളോടുള്ള ഐക്യപ്പെടലിന്റെ ആൾരൂപമാണ്. വ്യക്തിയെന്ന നിലയ്ക്കുള്ള മോക്ഷം പരിഗണനയിൽ വരാത്ത വലിയ മനുഷ്യനാണയാൾ. ആത്മീയമായ സ്വാതന്ത്ര്യത്തിന്റെ അവിഭാജ്യമായ ഭാഗമാണ് **ആത്മസംശയങ്ങളും** വേദനകളും. മതദ്രോഹവിചാരകൻ ആ സ്വാതന്ത്ര്യത്തെ അധിക്ഷേപിക്കുന്നു. ആത്മീയമായ സ്വാതന്ത്ര്യമെന്നത് മനുഷ്യവംശത്തിന്റെ ഏറ്റവും വലിയ ഭാരമാണ്. പക്ഷേ, ആ ഭാരം നാം ചുമക്കുക തന്നെ വേണം. എന്തിന്റെ പേരിലായാലും അതിന് കുറവ് വരുത്താൻ ശ്രമിക്കുന്നത് ദൈവത്തെ ധിക്കരിക്കുന്നതിന് സമാനമാണ്

എന്നതാണ് ഡോസ്റ്റൊയെവ്കിയുടെ നിലപാട്.

ഐവാന്റെ കവിതയിലെ മതദ്രോഹവിചാരകനെ അയാളുടെ കുറ്റപ്പെടുത്തലുകൾ മുഴുവൻ കേട്ടശേഷം ക്രിസ്തു ചുംബിക്കുകയാണ് ചെയ്തത്. തന്റെ വിശ്വാസത്തിന്റെ അടിസ്ഥാനപ്രമാണങ്ങളെക്കുറിച്ച് സംശയം ജനിപ്പിക്കുന്ന ഒരു ദീർഘകവിത തന്നെ കേൾപ്പിച്ച ഐവാന് അല്യോഷ നൽകുന്ന മറുപടിയും അതുപോലൊരു ചുംബനം തന്നെ. ഇത് ഡോസ്റ്റോയെവ്സ്കിയുടെ ഉള്ളിൽ നടന്നുകൊണ്ടിരുന്ന ആശയ സമരത്തിന്റെ വെളിപ്പെടൽ കൂടിയാണ്. ഹൃദയത്തിന്റെ ഒരു പകുതി കൊണ്ട് അദ്ദേഹം യുക്തിയുടെ പക്ഷത്താണ്. മറുപകുതി കൊണ്ട് വിശ്വാസത്തിന്റെ പക്ഷത്തും. വിശ്വാസത്തിന്റെ പക്ഷം ആശയതലത്തിൽ ദരിദ്രവും ദുർബലവുമാണ്. പക്ഷേ, അതിന്റെ പരാജയം ചിത്രീകരിക്കുന്നതിൽ അദ്ദേഹത്തിന് അതിയായ വേദനയുണ്ട്. ഡോസ്റ്റോയെവ്സികിയുടെ ഈ ധർമസങ്കടം തീർത്തും വ്യക്തിപരം മാത്രമായ ഒന്നല്ലെന്നതിൽ സംശയമില്ല. അത് പത്തൊമ്പതാം നൂറ്റാണ്ടിന്റെ രണ്ടാം പകുതിയിൽ റഷ്യയിലെ ബുദ്ധിജീവികളും ചിന്താശേഷിയുള്ള മുഴുവൻ മനുഷ്യരും അനുഭവിച്ചതു തന്നെയാണ്. ഒരു കാലഘട്ടത്തിൽ ഒരു ഭൂവിഭാഗത്തിലെ അല്ലെങ്കിൽ രാജ്യത്തിലെ ജനത അനുഭവിക്കുന്ന ഏറ്റവും വലിയ ധർമസങ്കടങ്ങളുടെ, ആത്മീയ സംഘർഷങ്ങളുടെ, ഏറ്റവും മനോഹരവും മർമസ്പർശിയുമായ വെളിപ്പെടൽ സംഭവിക്കുന്നത് അസാധാരണമായ സർഗശേഷിയുള്ള ഒരെഴുത്തുകാരനിലൂടെയാണ്. കാരമസോവ് സഹോദരന്മാരിലെ 'മഹാനായ മതദ്രോഹവിചാരകൻ' എന്ന അധ്യായത്തിൽ അതാണ് സംഭവിച്ചത്. നോവലിൽ മറ്റ് പലേടത്തുമായി ഈ സംഘർഷം പല രൂപത്തിൽ ആവിഷ്കൃതമായിട്ടുണ്ടെങ്കിലും ഇവിടെയാണ് അത് അതിന്റെ പരകോടിയിൽ നേരിട്ടുതന്നെ അവതരിച്ചിരിക്കുന്നത്.

അപ്രതീക്ഷിത നിരീക്ഷണങ്ങൾ, സംഭവങ്ങൾ

സാധാരണമായ ജീവിതാനുഭവങ്ങളിലും ഹൃദയവികാരങ്ങളിലും ഉൾച്ചേർന്നിരിക്കുന്നതും നാം തിരിച്ചറിയാതെ പോകുന്നതുമായ വലിയ സത്യങ്ങൾ വളരെ സാധാരണമെന്ന പോലെ വെളിപ്പെടുത്തപ്പെട്ടിരിക്കുന്ന അനേകം സന്ദർഭങ്ങൾ 'കാരമസോവ് സഹോദരന്മാരി'ലുണ്ട്. ഫാദർ സോസിമ മിസിസ് ഹൊക്ലാക്കോവിനോട് പറയുന്ന ഈ വാക്കുകൾ നോക്കുക: "കാൽപനികമായ പ്രണയം കാലതാമസം കൂടാതെ ഫലം കൊയ്യാൻ കൊതിക്കുന്നു. അത് സകലരും

കാൺകെത്തന്നെ വേണമെന്ന വെമ്പൽ കൊള്ളുകയും ചെയ്യുന്നു. വാസ്തവത്തിൽ, അഗ്നിപരീക്ഷ ഹ്രസ്വവും പെട്ടെന്ന് കഴിയുന്നതുമാണെങ്കിൽ ജീവിതം തന്നെ ഹോമിച്ചുകളയാവുന്ന ഒരു മാനത്തിൽ അത് എത്തിച്ചേരും. ഒരു നാടകവേദിയിൽ കാണികൾ കണ്ട് കയ്യടിക്കെ നടക്കുന്ന ഒരു പ്രകടനം പോലിരിക്കും അത്. സജീവമായ പ്രണയം മറിച്ച് വലിയ അധ്വാനവും സഹനശേഷിയും ആവശ്യപ്പെടുന്നതാണ്. ചിലരെ സംബന്ധിച്ചിടത്തോളം അത് ഒരു പക്ഷേ, ഒരു ശാസ്ത്രം പോലുമാണ്." (പുസ്തകം 2 -അധ്യായം 4 അവിശ്വാസിയായ ഒരു സ്ത്രീ.) പ്രണയത്തെക്കുറിച്ച് ഈ വാക്കുകളിൽ സംഗ്രഹീത രൂപത്തിൽ അവതരിപ്പിക്കപ്പെട്ടതിനോട് സാദൃശ്യം കൽപിക്കാവുന്ന ഒരാശയം മലയാളത്തിൽ അവതരിപ്പിച്ചിട്ടുള്ളത് മഹാകവി കുമാരനാശാനാണ്.

കാൽപനികമായ എന്തും പ്രണയവും മനുഷ്യസ്നേഹവും മറ്റെന്തും പ്രകടനപരതയിൽ അഭിരമിക്കുന്നതാണ്. ജീവിതനിരീക്ഷണത്തിന്റെ സമതലത്തിൽ നിൽക്കുന്നവർക്കും ഇത് ബോധ്യപ്പെടാതിരിക്കില്ല. പക്ഷേ, ഈ ബോധ്യത്തെ അംഗീകരിക്കാൻ മനസ്സിനെ അനുവദിക്കാതിരിക്കുക എന്നതാണ് പൊതുവെ എല്ലാവരും സ്വീകരിച്ചുവരുന്ന രീതി. അതുകൊണ്ട് കാൽപനികപ്രണയത്തിനും ബാഹ്യപ്രണയത്തിനപ്പുറം ചെല്ലാത്ത മനുഷ്യസ്നേഹത്തിനുമൊന്നും വിലയിടിവ് സംഭവിക്കുന്നില്ല. ഏത് കഥയിലും കവിതയിലും ഇവയുടെ മനോഹരസാന്നിധ്യമുണ്ടായാൽ ആളുകൾ രോമാഞ്ചം കൊള്ളും. ആവേശപൂർവം അതിനെ വാഴ്ത്തിപ്പറയും. കാൽപനിക പ്രണയത്തിന് ഉടൻ ലാഭം കൊതിക്കുന്ന അസുഖകരമായ ഒരു മറുപുറമുണ്ടെന്ന വാസ്തവം പക്ഷേ, ഡോസ്റ്റോയെവ്സ്കിക്ക് പറയാതിരിക്കാനാവുന്നില്ല.

ഇനി ഒരു സംഭവത്തിലേക്ക് വരാം. ഐവാൻ പറഞ്ഞതായി പിയാത്രോ അലക്സാന്ദ്രോവിച്ച് പറഞ്ഞത് ഉറപ്പിച്ചെടുക്കുന്നതിനായി ദിമിത്രി ചോദിക്കുന്നു : "ഞാൻ കേട്ടത് ശരി തന്നെയല്ലേ എന്ന് ഉറപ്പിക്കാൻ വേണ്ടി ചോദിക്കുകയാണ്. കുറ്റകൃത്യം ഏത് നിരീശ്വരവാദിയുടെ അവസ്ഥയുടെയും അനുവദനീയം മാത്രമല്ല, അങ്ങേയറ്റം അത്യാവശ്യവും യുക്തിസഹവും ഏറ്റവും അഭിമാനകരവുമായ ഫലമാണ്. ഇതു തന്നെയല്ലേ താങ്കൾ പറഞ്ഞത് ?"

'ആ വാക്കുകൾ തന്നെ' ഫാദർ പൈസി പറഞ്ഞു'

'അത് ഞാൻ ഓർമിക്കും' ദിമിത്രി പറഞ്ഞു.

(പുസ്തകം-രണ്ട്, അധ്യായം ആറ്- ഇങ്ങനെയൊരു മനുഷ്യൻ എന്തിന് ജീവിക്കുന്നു?)

കാരമസോവ് സഹോദരന്മാരുടെ ഇതിവൃത്തം ഒരു കുറ്റാന്വേഷണകഥയുടെ ഛായ കൂടിയുള്ളതാണ്. ഫയദോർ പാവ്‌ലോവിച്ചിനെ കൊന്നത് ദിമിത്രിയാണെന്ന് ഊഹിക്കാൻ പ്രേരിപ്പിക്കുന്നതിനുള്ള സാഹചര്യത്തെളിവുകൾ പിന്നീട് രൂപപ്പെടുന്നുണ്ട്. അതേ സമയം സ്മെർഡിയാക്കാവോണ് കുറ്റം ചെയ്തെന്ന് വായനക്കാർക്ക് കൃത്യമായി ബോധ്യപ്പെടുന്നുമുണ്ട്. എന്നാൽ ഇവർ രണ്ടുപേരുമല്ലാത്ത ഒരാൾ ഈ കുറ്റകൃത്യം ചെയ്യാനുള്ള സാധ്യതയുണ്ട് എന്നൊരു തോന്നൽ നേരത്തേ വായനക്കാരിലുണ്ടാക്കിയാൽ ഇതിവൃത്തം കൂടുതൽ ഉദ്വേഗജനകമാകും. കൊലപാതകിയാവാൻ സാധ്യതയുള്ള മൂന്നാമത്തെ ആൾ ഐവാൻ ആണെന്ന സൂചന കൊടുത്താൽ വായനക്കാർക്ക് അത് കൂടുതൽ വിശ്വാസ്യമായിത്തോന്നും. എന്തായാലും ഫയദോർ പാവ്‌ലോവിച്ചിന്റെ മക്കളിലൊരാൾ തന്നെയാണ് അത് ചെയ്യാൻ സാധ്യത. കാരണം അദ്ദേഹവും മക്കളും തമ്മിലുള്ള ബന്ധം ആദ്യമേ തന്നെ അത്തരത്തിലുള്ളതാണ്. ഫയദോറിന്റെ ഏത് മകനിലും പിതൃഹത്യക്കുള്ള ആഗ്രഹം പ്രവർത്തിക്കാം. പക്ഷേ, അല്യോഷയിൽ അങ്ങനെയൊന്നിനുള്ള സാധ്യത അംഗീകരിച്ചുകൊടുക്കാൻ വായനക്കാർക്ക് കഴിയാത്ത വിധത്തിൽ അയാളെ ആദ്യമേ തന്നെ പാവവും പരിശുദ്ധനുമായി അവതരിപ്പിച്ചു കഴിഞ്ഞു. പിന്നെയുള്ള മൂന്നു പേരിൽ ആരെയും ഒഴിവാക്കാതിരിക്കുന്നതാണ് ബുദ്ധി എന്നതുകൊണ്ടു തന്നെയാണ് ഐവാനെയും ആ കുറ്റകൃത്യത്തോട് അത് യാഥാർത്ഥ്യമായിത്തീരുന്നതിന് വളരെ മുമ്പേ തന്നെ ഡോസ്റ്റോയെവ്സ്കി ചേർത്തുവെക്കുന്നത്. 'ദൈവം ഇല്ലാത്ത ലോകത്തിൽ എന്തും അനുവദനീയമാണെ'ന്ന് അയാളെക്കൊണ്ടു തന്നെ ആഖ്യാതാവ് പറയിപ്പിക്കുന്നത് അതിനുവേണ്ടിത്തന്നെ.

ഇനി മറ്റൊരു സന്ദർഭം നോക്കുക:

ഫയദോർ പാവ്‌ലോവിച്ച് ഫാദർസോസിമോവുമായുള്ള കൂടിക്കാഴ്ചക്കിടയിൽ ദിമിത്രിയുമായി വാഗ്വാദത്തിലേർപ്പെടുന്നു. അതിന്റെ അന്ത്യഘട്ടത്തിൽ അദ്ദേഹം പുരോഹിതന്മാരെയും അധിക്ഷേപിക്കുന്നു.'ഇത് അസഹ്യമാണ്, അസഹ്യമാണ്' എന്ന് എല്ലാവരും വിളിച്ചു പറയുന്നു.തുടർന്ന് ഫാദർ സോസിമാ തന്റെ ഇരിപ്പിടത്തിൽ നിന്ന് എഴുന്നേൽക്കുന്നു. അദ്ദേഹം ദിമിത്രിയുടെ അടുത്തുചെന്ന് മുട്ട് കുത്തി നിൽക്കുന്നു.ക്ഷീണം കൊണ്ട് അങ്ങനെ സംഭവിച്ചു പോയതാണെന്നാണ് അല്യോഷ ആദ്യം വിചാരിക്കുന്നത്. പക്ഷേ, ആ ധാരണ തെറ്റായിരുന്നു. ഫാദർ സോസിമ ദിമിത്രിക്കു മുന്നിൽ തന്റെ നെറ്റി നിലത്ത് മുട്ടിച്ചുകൊണ്ട് നിന്നു. അത് ബോധപൂർവം നടത്തിയ വളരെ വ്യക്തമായ ഒരു നീക്കമായിരുന്നു. ഒരു വിളർത്ത ചിരിയുമായി ഫാദർ

എഴുന്നേറ്റപ്പോൾ അല്യോഷ അദ്ദേഹത്തെ ഒന്നു താങ്ങാൻ പോലും മറന്നുപോയി. ഫാദർ സോസിമയുടെ നീക്കത്തിൽ അത്രയേറെ അമ്പരന്നു പോയിരുന്നു അല്യോഷ.

ഈ സംഭവത്തെപ്പറ്റി തന്റെ സുഹൃത്തായ സെമിനാരി വിദ്യാർത്ഥി രകിടിൻ അല്യോഷയോട് പറയുന്നത് ഇങ്ങനെയാണ്: 'ഒരു സംശയവുമില്ല. ഈ വയസ്സന്റെ മൂക്കിന് നല്ല ഘ്രാണശേഷിയുണ്ട്. അദ്ദേഹം ഒരു കുറ്റകൃത്യത്തിന്റെ മണം പിടിച്ചിരിക്കുന്നു. നിങ്ങളുടെ വീട്ടിൽ നിന്ന് അതിന്റെ ദുർഗന്ധംവമിക്കുന്നുണ്ട്.' തുടർന്ന് രകിടിൻ ഇത്രയും കൂടി പറയുന്നു: 'ആ പാതകം നിന്റെ കുടുംബത്തിനകത്ത് തന്നെയാണ് നടക്കുക. നിന്റെ സഹോദരനും സമ്പന്നനായ അച്ഛനുമിടയിൽ.'

ഫാദർ സോസിമ ദിമിത്രിയാണ് അച്ഛന്റെ കൊലപാതകിയായിത്തീരാൻ പോവുന്നത് എന്ന സൂചന നൽകിക്കഴിഞ്ഞു എന്നാണ് റകിടിൻ കരുതുന്നത്. വാസ്തവത്തിൽ, സമീപഭാവിയിൽത്തന്നെ വലിയ പീഡനങ്ങൾക്ക് വിധേയനാവാൻ പോവുന്ന ഒരു മനുഷ്യജീവിയുടെ മുന്നിൽ മുട്ടുകുത്തി നിൽക്കുകയാണ് അദ്ദേഹം ചെയ്തത് എന്ന് നോവലിന്റെ അവസാനഘട്ടമെത്തുമ്പോഴാണ് വായനക്കാർക്കും മനസ്സിലാവുക. ഫാദർ സോസിമയുടെ പ്രവൃത്തിയിലെ സൂചനയെ രകിടിനെപ്പോലെ തന്നെയാണ് ആദ്യം അവരും വായിച്ചെടുക്കുക. ഇത് അവരിൽ ഉദ്വേഗം വളർത്തുന്നതിന് ഒരു പരിധി വരെ സഹായിക്കുകയും ചെയ്യും. പക്ഷേ, ഡോസ്റ്റോയെവ്സ്കി സാധാരണ എഴുത്തുകാരുടെ ഗണത്തിൽ പെടുന്ന ഒരാളല്ലാത്തതുകൊണ്ട് അദ്ദേഹം ഇത് അങ്ങനെ തന്നെ ആസൂത്രണം ചെയ്തതാണ് എന്ന് കരുതാനാവില്ല. അത്തരം ചെറിയ ആഖ്യാനതന്ത്രങ്ങളുടെ പുറകെ പോകാൻ പറ്റുന്ന ഒരു മനസ്സല്ലല്ലോ അദ്ദേഹത്തിന്റേത്. ഡോസ്റ്റോയെവ്സ്കിയുടെ ഏത് കൃതിയുടെയും വായന അനന്യമായൊരനുഭവമാണ്. സാഹിത്യമെന്നത് എത്രമേൽ ശക്തമായി, അപ്രതിരോധ്യമായി, നമ്മുടെ ആത്മാവിലേക്ക് നേരിട്ട് പ്രവേശിക്കുന്നുവെന്നു കണ്ട് വായനക്കിടയിൽത്തന്നെ നാം ഞെട്ടിത്തരിച്ച് പോവും. താൻ പതിനെട്ടാം വയസ്സിൽ കാരമസോവ് സഹോദരന്മാർ ആദ്യമായി വായിച്ചുകൊണ്ടിരുന്നപ്പോഴത്തെ അനുഭവം ഓർഹൻ പാമുക് ഇങ്ങനെയാണ് രേഖപ്പെടുത്തിയിരിക്കുന്നത്:

" ഞാൻ വായിച്ചുകൊണ്ടിരിക്കുന്നത് എന്നെ അഗാധമായി ഉലച്ചുകളയുന്നതും എന്റെ ജീവിതത്തെ ആകമാനം മാറ്റിത്തീർക്കാൻ പോവുന്നതുമായ ഒരു നോവലാണെന്ന് വിളിച്ചുപറയണമെന്ന് എനിക്ക് തോന്നി."

മനുഷ്യജീവിതം എന്ന പ്രതിഭാസത്തെ ചൂഴ്ന്നു നിൽക്കുന്ന അപൂർണത

കളെപ്പറ്റി, വിപരീത ദിശകളിലേക്ക് ഒരേ ആവേഗത്തോടെയുള്ള മനുഷ്യമനസ്സിന്റെ പ്രയാണങ്ങളെപ്പറ്റി, വായനക്കാരെ ഇത്രമേൽ ആഴത്തിൽ ബോധ്യപ്പെടുത്തുന്ന മറ്റൊരു കൃതിയില്ല. ഗൗരവപൂർണ മായ വായനയിലേക്ക് പ്രവേശിച്ച തുടങ്ങുന്ന പ്രായത്തിൽ എല്ലാവരും ആദ്യം വായിക്കേണ്ടുന്ന ഒരു കൃതിയാണിത്. വിക്ടർ ഹ്യൂഗോവിന്റെ 'പാവങ്ങൾ'ക്ക് വായനക്കാരിൽ ആദർശപ്രേരിതമായ ഒരു ജീവിത ത്തിനു വേണ്ടിയുള്ള ആഗ്രഹം ജനിപ്പിക്കാനുള്ള അസാധാരണമായ കരുത്തുണ്ട്. ജീവിതത്തിലും മനുഷ്യന്റെ മനോവ്യാപാരങ്ങളിലും ഉൾച്ചേർ ന്നിരിക്കുന്ന വൈരുധ്യങ്ങളിലേക്കും വൈചിത്ര്യങ്ങളിലേക്കും കണ്ണ് തുറപ്പിക്കുന്ന 'കാരമസോവ് സഹോദരന്മാർ' മറ്റു പലതിനോടുമൊപ്പം ഈ ലോകത്തെ തികഞ്ഞ ഗൗരവബുദ്ധിയോടും കരുതലോടും കൂടി സമീപിക്കാനുള്ള പ്രേരണ കൂടി വായനക്കാരിൽ ഉണ്ടാക്കും. തുടർന്ന ങ്ങോട്ട് ലാഘവബുദ്ധിയോടെ ഒന്നിനെയും സമീപിച്ചുകൂടെന്ന അറിവ് ഈ കൃതി നൽകുക തന്നെ ചെയ്യും. 'എന്റെ ആദ്യ ഡോസ്റ്റോയെ വ്സ്കി വായന എനിക്ക് നിഷ്കളങ്കത നഷ്ടമായ നിമിഷത്തെയാണ് അടയാളപ്പെടുത്തിയതെന്ന് എല്ലായ്പോഴും തോന്നിയിട്ടുണ്ട്' എന്ന് പാമുക് പറയുന്നത് ഈ അർത്ഥത്തിലാണ്. (അദ്ദേഹം വായിച്ച ആദ്യ ഡോസ്റ്റോയെവ്സ്കി കൃതി കാരമസോവ് സഹോദരന്മാരാണ്).

നോവലിലെ നായകകഥാപാത്രം അല്യോഷയാണെന്ന് ആമുഖം മുതൽക്കേ പറഞ്ഞുവെക്കുന്നുണ്ടെങ്കിലും സരളഹൃദയനായ അയാളുടെ നേർവിപരീതധ്രുവത്തിലുള്ള ദിമിത്രിയും ഐവാനുമാണ് കഥാപാ ത്രങ്ങളെന്ന നിലയിൽ കൂടുതൽ ചൈതന്യം നേടിയിരിക്കുന്നതായി വായനക്കാർക്ക് അനുഭവപ്പെടുക. എന്തുകൊണ്ട് ഇങ്ങനെ സംഭവിച്ചു എന്ന ചോദ്യത്തിനുള്ള ഉത്തരം വളരെ ലളിതമാണ്. ജീവിതത്തിൽ ഉൾച്ചേർന്നിരിക്കുന്ന വൈരുധ്യങ്ങളെയും സങ്കീർണതകളെയും കുറിച്ച് സംസാരിക്കാൻ ഉദ്ദേശിക്കുന്ന ഒരെഴുത്തുകാരൻ ഒരു ശുദ്ധഹൃദയനെ തന്റെ നോവലിലെ നായകനാക്കണമെന്ന് ആഗ്രഹിച്ചാൽ തന്നെയും അതിന് കഴിയില്ല. അയാളുടെ അബോധം അതിന് അനുവദിക്കുക യില്ല. ഡോസ്റ്റോയെവ്സ്കിയെപ്പോലെ മനഃശാസ്ത്രത്തിന്റെ മറുകര കണ്ടിട്ടുള്ള ഒരാൾ താൻ എത്രയൊക്കെ ശ്രമിച്ചാലും വായനക്കാരുടെ മനസ്സിലേക്ക് അല്യോഷയെ പിൻതള്ളി ദിമിത്രിയും ഐവാനും കയറി വരുമെന്ന കാര്യം മുൻകൂട്ടി കണ്ടിരിക്കുമെന്ന കാര്യം തീർച്ചയാണ്. തന്റെ ബോധമനസ്സ് നന്മയോടുള്ള കൃത്യമായ പക്ഷപാതിത്വം സൂക്ഷിക്കെ ത്തന്നെ തന്നിലെ എഴുത്തുകാരൻ അബോധമായി തിന്മയുടെ പക്ഷ ത്താണ് ചേർന്നു നിന്നത്. അല്ലെങ്കിൽ തിന്മ അതിന്റെ സർവശക്തിയും

വെളിപ്പെടുത്തുന്ന മുഹൂർത്തങ്ങളെയാണ് തന്റെ എഴുത്ത് ഏറെയും പിന്തുടർന്നത് എന്ന വാസ്തവം ഡോസ്റ്റോയെവ്സ്കി തീർച്ചയായും തിരിച്ചറിഞ്ഞിരിക്കും.അത് പക്ഷേ, അദ്ദേഹത്തെ അമ്പരപ്പിച്ചിരിക്കാനിടയില്ല. മനുഷ്യമനസ്സിലെ വൈവിധ്യങ്ങളുടെ ആഖ്യാതാവായി 'കാരമസോവി'ൽ സ്വയം മാറ്റിത്തീർത്ത നിലയ്ക്ക് ഈയൊരു വിപര്യയം സ്വാഭാവികം മാത്രമാണെന്ന് അദ്ദേഹം മനസ്സിലാക്കിയിരിക്കും. എഴുത്തിൽ താൻ സത്യസന്ധനായിരിക്കുന്നിടത്തോളം അല്യോഷയ്ക്ക് ഈയൊരു ഗതിയേ വരികയുള്ളൂ എന്ന് അദ്ദേഹം ഏറെക്കുറെ നിർവികാരനായി സ്വയം ബോധ്യപ്പെടുത്തിയിരിക്കും.

മനുഷ്യമനസ്സിലെ നിഗൂഢവ്യാപാരങ്ങളെയും വൈരുദ്ധ്യങ്ങളെയും നല്ലതിനേക്കാൾ മോശമായ അവിചാരിത സാധ്യതകളെയും ആവാഹിച്ചു വെച്ചിരിക്കുന്ന ഈ മഹാഗ്രന്ഥത്തിന്റെ വായന ഉദ്വേഗവും ആശങ്കയും അന്തഃകരണത്തെ വിക്ഷുബ്ധമാക്കുന്ന അനേകം വൈകാരിക വിക്ഷോഭങ്ങളും അനുഭവിപ്പിച്ച ശേഷം നമ്മെ കൊണ്ടു ചെന്നെത്തിക്കുന്നത് മനുഷ്യനന്മയിലുള്ള വിശ്വാസത്തിന്റെ സ്വച്ഛവും അനന്തവിശാലവുമായ ആകാശത്തിനു ചുവട്ടിലാണ്. മാറിത്തീർന്ന മനുഷ്യരായി മറ്റൊന്നും ഉരിയിടാനാവാതെ അവിടെ സ്തബ്ധരായി നിൽക്കെ കോളിയയോടും മറ്റ് കുട്ടികളോടുമൊപ്പം നമുക്കും ഉത്സാഹത്തിമിർപ്പോടെ വിളിച്ചു പറയാം:

'കാരമസോവ് വിജയിക്കട്ടെ!'

ഒരു കവിതയും ചില വിചാരങ്ങളും

ബംഗാളി കവിയായ രണജിത് ദാസിന്റെ 'The Story of a Mad Woman' എന്ന ശീർഷകത്തിൽ ഇംഗ്ലീഷിലേക്ക് പരിഭാഷപ്പെടുത്തപ്പെട്ട കവിതയുടെ വിവർത്തനമാണ് താഴെ ചേർക്കുന്നത്:

ഒരു ഭ്രാന്തിയുടെ കഥ

മനഃശാസ്ത്രകാരനായ കാൾ യൂങ് ഒരു മനോരോഗാശുപത്രിയിൽ വെച്ച് താൻ കണ്ടു മുട്ടിയ വിചിത്രപ്രകൃതിയായ ഒരു സ്ത്രീയെപ്പറ്റി എഴുതിയിട്ടുണ്ട്. ഈ രോഗിണി അന്തമറ്റ മോഹനിദ്രയിലെന്ന പോലെ ക്രമം തെറ്റാതെ, സ്ഥിരമായി, അക്ഷീണം, തന്റെ കൈകൾ കൊണ്ട് ചില ആംഗ്യങ്ങൾ കാണിക്കുമായിരുന്നു. ഗ്രാമത്തിലെ ചെരിപ്പുകുത്തികൾ ചെരിപ്പ് നന്നാക്കുമ്പോഴത്തെ ചലനങ്ങളുമായി അവയ്ക്ക് സാദൃശ്യമുണ്ടെന്ന് യൂങ് നിരീക്ഷിച്ചു. അമ്പതു കൊല്ലം ആശുപത്രിയിൽ കഴിഞ്ഞ ശേഷം ആ സ്ത്രീ മരിച്ചു. പിന്നെ, അവളുടെ മൂത്ത സഹോദരൻ അവൾ ഗ്രാമത്തിലെ ഒരു ചെരിപ്പുകുത്തിയുമായി പ്രണയത്തിലായിരുന്നുവെന്ന കാര്യം യൂങ്ങിനോട് പറഞ്ഞു. അവൾക്ക് കിറുക്കാണെന്ന് പറഞ്ഞ് ചെരിപ്പുകുത്തി പ്രണയം നിരസിക്കുകയാണുണ്ടായത്. അതിനുശേഷമാണ് അവൾക്ക് പൂർണമായും സമനില തെറ്റിയത്. പിന്നീട്, തന്റെ കാമുകനോടുള്ള അടുപ്പം അനുഭവിക്കാനായി ജോലി സമയത്തുള്ള അയാളുടെ ചലനങ്ങൾ അവൾ എല്ലാ നേരവും ഉണ്ടാക്കിത്തുടങ്ങി. ഇത് മരണം വരെ, തന്റെ ജീവിതത്തിലെ അവശേഷിച്ച നീണ്ട അമ്പത് വർഷക്കാലവും അവൾ ചെയ്തുകൊണ്ടേയിരുന്നു.

ഈ കഥ അറിഞ്ഞതിൽപ്പിന്നെ ചെരിപ്പ നന്നാക്കുന്ന ഒരാളെ കാണുമ്പോഴെല്ലാം ഞാൻ സ്വയം നിയന്ത്രിക്കാനാവാത്ത വിധം റോഡിൽ നിന്നുപോവും. അന്നേരം ആ ചെരിപ്പുകുത്തിയുടെ ചലനങ്ങളിൽ തന്റെ കാമുകന്റെ കയ്യിൽ ആഹ്ലാദോന്മത്തയായി നൃത്തം ചെയ്യുന്ന ആ

സ്ത്രീയുടെ അകക്കാഴ്ച എനിക്ക് സ്വന്തമാവുകയും ചെയ്യും.

* * *

തിരിയെ ലഭിക്കാത്ത സ്നേഹം ഒരു വ്യക്തിയെ എത്ര ആഴത്തിൽ മുറിവേൽപ്പിക്കുമെന്നും ആ സ്നേഹം ലഭ്യമാക്കുന്നതിനുവേണ്ടി അയാൾ /അവൾ എത്ര ഭ്രാന്തമായി ആഗ്രഹിക്കുമെന്നും ആ ആഗ്രഹം താൻ ആരിൽ നിന്നാണോ സ്നേഹം ആഗ്രഹിച്ചത് ആ വ്യക്തി ചെയ്യുന്ന പ്രവൃത്തിയുടെ രൂപമാർജിക്കുമെന്നുമൊക്കെ കാണിച്ചു തരുന്ന കവിതയാണിത്.

നാമോരോരുത്തരും ഉൾപ്പെടെ മനുഷ്യരെല്ലാം പല പ്രകൃതക്കാരാണ്. സ്നേഹം എത്ര നിർദ്ദയമായി നിരസിക്കപ്പെട്ടാലും ഒന്നും സംഭവിക്കാത്തതുപോലെ ജീവിച്ചുപോവാൻ കഴിയുന്ന എത്രയോ പേരുണ്ടാവും. എന്നാൽ ജന്മനാ മൃദുല ഹൃദയരായിരിക്കുകയും വളർച്ചയുടെ പിന്നീടുള്ള ഘട്ടങ്ങളിലും ഈ ലോകത്ത് ജീവിച്ചുപോവാനാവശ്യമായ ഹൃദയകാഠിന്യം ചെറിയ അളവിൽപ്പോലും ആർജിക്കാൻ കഴിയാത്തവരായി തുടരുകയും ചെയ്യുന്ന വ്യക്തികൾ ആഗ്രഹിക്കുന്ന അളവിലുള്ള സ്നേഹം തങ്ങൾക്ക് കിട്ടാതെ വന്നാൽ അപ്പാടെ തകർന്നുപോവും. അങ്ങനെ തകർന്നുപോവാനിടയുള്ള വ്യക്തികളെ രക്ഷിച്ചെടുക്കാനുള്ള കൂട്ടായ്മകൾ ഏത് സമൂഹത്തിന്റെയും ആവശ്യമാണ്. ഇങ്ങനെയൊരാലോചനയിലേക്ക് ഈ കവിത വഴിതുറക്കുക എന്നത് ഒരു വിദൂരസാധ്യത മാത്രമാണ്. ഇക്കാര്യം അറിയാമായിരുന്നിട്ടും, ആ സാധ്യത യാഥാർത്ഥ്യമായിത്തീർന്നെങ്കിൽ എന്ന ആഗ്രഹചിന്തയാൽ എന്നെ വികാരാധീനനാക്കിയ കവിതയാണിത്.

യൂങ് ആഖ്യാനം ചെയ്ത അനുഭവത്തിന്റെ തുടർച്ചയായി രണ്ട് വാക്യങ്ങൾ എഴുതിച്ചേർക്കുക മാത്രമാണ് രണജിത് ദാസ് ചെയ്തിരിക്കുന്നത്. നമ്മുടെ കവികളിൽ ആരും തന്നെ ഇമ്മട്ടിലൊന്ന് ചെയ്തു കണ്ടിട്ടില്ല.

പല കാരണങ്ങൾ കൊണ്ടാണ് അത് സംഭവിക്കാതിരുന്നത്. കവിത പ്രാഥമികമായി വക്രോക്തിയാണെന്ന് വിചാരിക്കുന്നവരാണ് ഇവിടെയുള്ള കവികളിൽ ഏറെപ്പേരും. ഒന്നും നേരെ ചൊവ്വേ പറയരുത് എന്ന കാര്യത്തിൽ അവർക്ക് കടുത്ത നിർബന്ധമുണ്ട്. അത് മാത്രവുമല്ല, കവിതയ്ക്ക് ഇതര സാഹിത്യരൂപങ്ങളിൽ നിന്ന് വ്യത്യസ്തമായി പ്രത്യേകമായ ഒരു വിശുദ്ധിയുണ്ടെന്നും അതുകൊണ്ട് മറ്റൊന്നിനോടും കൂട്ടിത്തൊട്ടുവിച്ച് അതിനെ അശുദ്ധമാക്കരുത് എന്നുമുള്ള ചിന്തയും അവർക്കുണ്ട്. വിശുദ്ധവും ഗദ്യത്തിലുള്ള ഏത് സാഹിത്യരൂപം കൈകാര്യം ചെയ്യുന്നവർക്കും സാധാരണ വായനക്കാർക്കും അപ്രാപ്യവുമായ ഒരു

മാധ്യമത്തിൽ വ്യാപരിക്കാൻ ശേഷിയുള്ളവർ എന്ന അഹന്ത അവരിൽ പലരെയും ഭരിക്കുന്നുമുണ്ട്. ഈ പറഞ്ഞ സംഗതികളെയെല്ലാം വലി യൊരളവോളം ഉപേക്ഷിച്ച കവി എന്നതാണ് രണജിത് ദാസിൽ എനിക്ക് ഏറ്റവും ശ്രദ്ധേയമായിത്തോന്നിയ കാര്യങ്ങളിലൊന്ന്.

വാഗ്ലീല അതായത് വാക്കുകൾ കൊണ്ടുള്ള അഭ്യാസം കയ്യൊഴി യാൻ നമ്മുടെ കവികൾ തയ്യാറാവുക തന്നെ വേണം. മനുഷ്യന്റെ ഏത് അനുഭവമേഖലയും ജീവിതത്തിലെ ഏത് യാഥാർത്ഥ്യവും ഏത് പുതിയ അറിവും കവിതയ്ക്ക് അന്യമല്ല എന്ന് സ്വന്തം രചനകളിലൂടെ അനുവാ ചകരെ ബോധ്യപ്പെടുത്താൻ അവർക്ക് കഴിയണം. ഈ നിലപാട് എഴുത്തിന്റെ സ്വാഭാവികരീതിയായിത്തീരണമെങ്കിൽ പല ശാഠ്യങ്ങളും തെറ്റിദ്ധാരണകളും നാട്യങ്ങളും അവർ ഉപേക്ഷിക്കുക തന്നെ വേണം.

നമ്മുടെ നാടോടിക്കവിതകളും ഗോത്രജനവിഭാഗങ്ങളിൽ നിന്ന് പണ്ടുപണ്ടേ ഉണ്ടായിക്കൊണ്ടിരുന്ന കവിതകളുമെല്ലാം കവിത എഴു താനുള്ള വാസനയും എഴുതുന്ന ഓരോ കവിതയ്ക്കും അനന്യതയുടെയും ജൈവികതയുടെയും സവിശേഷമായ കരുത്തു നൽകാനുള്ള ശേഷിയും വരേണ്യവിഭാഗത്തിൽ പെടുന്നവർക്ക് മാത്രം ലഭിക്കുന്ന ഒന്നല്ലെന്ന തിനുള്ള അനിഷേധ്യമായ തെളിവുകളാണ്. വരേണ്യവിഭാഗത്തിന് മാത്രമായി കവിതയെ റിസർവ് ചെയ്യാനുള്ള ശ്രമം ജാതിസമൂഹം രൂപം കൊണ്ട കാലം മുൽക്കേ ആരംഭിച്ചിരിക്കണം. കാലം മാറിയിട്ടും, ജാതിക്കെതിരായ സംഘടിത സ്വഭാവത്തിലുള്ള പ്രത്യക്ഷസമരത്തിനു നമ്മുടെ നാട്ടിൽ തന്നെ ഒന്നേകാൽ നൂറ്റാണ്ടിലധികം കാലത്തെ ചരി ത്രമുണ്ടായിട്ടും, കവിത പല അനുഭവമേഖലകൾക്കും ആശയങ്ങൾക്കും അയിത്തം കൽപിക്കാനുള്ള ശ്രമം നേരിട്ടും അല്ലാതെയും തുടർന്നുവരു ന്നതിന്റെ തെളിവുകൾ മലയാളിയുടെ ഏറ്റവും പുതിയ കാവ്യലോകത്തും സുലഭമായിരിക്കുന്ന സാഹചര്യമാണ് രണജിത് ദാസിന്റെ ഈ രചന കവിതയെക്കുറിച്ചുള്ള പുതിയ ചില തിരിച്ചറിവുകൾക്കു കൂടി സഹായക മാവുമല്ലോ എന്ന തോന്നലുണ്ടാക്കിയത്.

അനുഭവങ്ങളെയും അനുഭൂതികളെയും ആശയങ്ങളെയുമെല്ലാം ഏറ്റവും സംഗ്രഹീതമായി, സാന്ദ്രമായി, ആവിഷ്കരിക്കാൻ ഉതകുന്ന ഒരു മാധ്യമമാണ് കവിത. ഇത് ഈ സാഹിത്യരൂപത്തിന്റെ ഏറ്റവും വലിയ പ്രത്യേകതയാണ്. ജീവിതത്തെ ആഴത്തിലും പരപ്പിലും ആവി ഷ്കരിക്കാനും വ്യത്യസ്ത ജീവിത സമീപനങ്ങളെയും മനോഭാവങ്ങളെയും മനുഷ്യപ്രകൃതത്തിലെ വൈഭിന്ന്യങ്ങളെയും ഏറെക്കുറെ തുല്യപരി ഗണനയോടെ അവതരിപ്പിച്ച് ജീവിതത്തിന്റെ അനന്ത വൈചിത്ര്യം

ബോധ്യപ്പെടുത്താനുള്ള നോവലിന്റെ ശേഷിയോ ഒരു സംഭവത്തിലോ ജീവിതമുഹൂർത്തത്തിലോ അനുഭവശകലത്തിലോ ഊന്നി ഭാവസാന്ദ്രമായ ഒരു കൊച്ചുലോകം സൃഷ്ടിക്കാൻ ചെറുകഥയ്ക്കുള്ള വൈഭവമോ ഇതിനേക്കാൾ നിലവാരം കുറഞ്ഞതാണെന്ന തോന്നലുണ്ടാകുന്നത് ഒട്ടും തന്നെ അഭികാമ്യമല്ല. ജീവിതത്തെയും മനുഷ്യമനസ്സിനെയും കുറിച്ച് സാഹിത്യേതര മണ്ഡലങ്ങളിൽ നടക്കുന്ന അന്വേഷണങ്ങളെല്ലാം കവിതയേക്കാൾ എത്രയോ താഴെയാണെന്ന തോന്നലിലും അഭിമാനിക്കത്തക്കതായി ഒന്നുമില്ല. ഈ വസ്തുതകൾ അംഗീകരിക്കാൻ കടുത്ത വൈമനസ്യമുള്ള പലരും മലയാളത്തിലെ ഏറ്റവും പുതിയ തലമുറയിലെ കവികൾക്കിടയിലുണ്ട്.

4. നമ്മുടെ നോവലും കഥയും നാം തന്നെ എഴുതണം

പാറപ്പുറത്തിന്റെ 'പണിതീരാത്ത വീട്' എന്ന നോവൽ പുറത്തിറങ്ങിയത് 1964-ലാണ്. അക്കാലത്തെ വായനക്കാർ വളരെ ആവേശപൂർവം സ്വീകരിച്ച ഒരു നോവലാണത്. അരനൂറ്റാണ്ടിലധികം കഴിഞ്ഞിട്ടും 'പണിതീരാത്ത വീടി'ന്റെ വായന അൽപവും മടുപ്പുളവാക്കുന്നതായി എനിക്കനുഭവപ്പെട്ടില്ല. കാലപ്പഴക്കം എന്ന ആനുകൂല്യം നൽകിക്കൊണ്ടു തന്നെയാണ് വായന നിർവഹിച്ചത് എന്നതു കൊണ്ടു കൂടിയാവാം അത്.

അൽപവും വളച്ചുകെട്ടില്ലാതെ പറഞ്ഞു പോകുന്ന കഥ, പ്രസാദ പൂർണമായ പരിസരവിവരണങ്ങൾ, നല്ല വൈഭിന്ന്യം പുലർത്തുന്ന കഥാപാത്രങ്ങളും ജീവിതസന്ദർഭങ്ങളും ഇങ്ങനെ ഈ നോവലിന് അനുകൂലമായി പറയാവുന്ന കാര്യങ്ങൾ പലതാണ്. കഥയുടെ പശ്ചാത്തലം നൈനിത്താളാണ്. കാണാത്ത ഒരു നാടിനു നേർക്ക് തോന്നുന്ന ആഭിമുഖ്യം കൂടി വായനയ്ക്ക് ഊർജം പകരുന്ന ഒരു ഘടകമായി പ്രവർത്തിക്കുന്നുണ്ടാവാം. ഈ നോവൽ കയ്യിൽ കിട്ടിയ പഴയകാല വായനക്കാരുടെ കാര്യത്തിൽ ആ ഘടകത്തിന്റെ സ്വാധീനം തീർച്ചയായും വളരെ കൂടുതലായിരുന്നിരിക്കാം.

നോവലിലെ നായകൻ (ജോസ്) ഒരാദർശ കഥാപാത്രം തന്നെയാണ്. ഒരു കാലത്ത് കേരളീയ സമൂഹം വളരെയേറെ വിലമതിക്കുന്നതായി ഭാവിച്ചിരുന്ന സദാചാര സങ്കൽപങ്ങൾക്കുള്ളിൽ അച്ചടക്കത്തോടെ കഴിഞ്ഞ മാന്യനായൊരു യുവാവാണയാൾ. മിലിട്ടറി ഓഫീസിലെ തന്റെ ജോലി അയാൾ കൃത്യമായി ചെയ്യുന്ന, എല്ലാവരോടും വളരെ സ്നേഹത്തോടെ പെരുമാറുന്ന, തണുപ്പിന്റെ പര്യായം പോലുള്ള തടാകത്തിൽ വീണ് മരണത്തിന്റെ പായലുകളിൽ

കുരുങ്ങിയമരാൻ പോവുന്ന ഒരു സ്ത്രീയെ തന്റെ ജീവൻ പണയം വെച്ചും അയാൾ രക്ഷിക്കുന്നു. രാജ്യം വൈദേശികാക്രമണത്തിന്റെ ഭീഷണി നേരിടുന്നു എന്ന് വ്യക്തമായപ്പോൾ, തനിക്ക് നൈനിത്താളിൽ നിന്ന് മെച്ചപ്പെട്ട ശമ്പളവും താമസസൗകര്യവുമൊക്കെ ലഭിക്കുന്ന ഡൽഹിയിലേക്ക് സ്ഥലംമാറ്റം കിട്ടിയതിന്റെ ആഹ്ളാദത്തിലായിരുന്നിട്ടും എല്ലാം വേണ്ടെന്നുവെച്ച് പട്ടാളക്കാരന്റെ യൂനിഫോമിലേക്ക് മാറി രാജ്യസ്നേഹവും ആദർശധീരതയും പ്രകടമാക്കുന്നു അയാൾ. നായകനെപ്പറ്റി പറഞ്ഞ ഈ കാര്യങ്ങളൊന്നും പുതിയകാല വായനയിൽ കൃതിയുടെ സാഹിത്യമൂല്യം വർധിപ്പിക്കുന്ന സംഗതികളായി പരിഗണിക്കപ്പെട്ടുകയില്ല. ഇക്കാലത്തെ വായനക്കാർ 'പണിതീരാത്ത വീട്' ബുദ്ധിമുട്ടില്ലാതെ വായിച്ചുപോകാവുന്ന ഒരു ശരാശരി നോവലാണെന്നല്ലാതെ അതൊരു മഹത്തായ സാഹിത്യകൃതിയാണെന്ന് പറയില്ല. പഴയ കാലത്തെ മികച്ച വായനക്കാർക്കും അതിൽ കവിഞ്ഞ ഒരഭിപ്രായം ഉണ്ടായിരുന്നിരിക്കാൻ സാധ്യതയില്ല.

ഒരു നോവലെന്ന നിലയ്ക്ക് 'പണിതീരാത്ത വീടി'നുള്ള പരിമിതികളെ കുറിച്ച് തനിക്ക് കൃത്യമായ ധാരണയുണ്ടെന്ന് 'പടിപ്പുര' എന്ന ശീർഷകത്തിൽ എഴുതിയ ആമുഖലേഖനത്തിൽ പാറപ്പുറത്ത് വളച്ചുകെട്ടില്ലാതെ പറയുന്നുണ്ട്. ഇത് സംബന്ധിച്ച് അദ്ദേഹം നടത്തിയ പ്രസ്താവനകൾക്ക് ഒരെഴുത്തുകാരന് തന്റെ കൃതിയുടെ സാഹിതീയ മൂല്യത്തെക്കുറിച്ചുള്ള മതിപ്പില്ലായ്മ പ്രകടമാക്കുന്നവ എന്നതിൽ കവിഞ്ഞ പ്രാധാന്യമുണ്ട്. 'പടിപ്പുര'യിലെ വാക്യങ്ങളിൽ ഏറ്റവും പ്രസക്തമായി തോന്നിയവ മാത്രം ഉദ്ധരിക്കാം: "ഒരു ടോൾസ്റ്റോയിയേ ജനിച്ചിട്ടുള്ളൂ. ഒരു 'യുദ്ധവും സമാധാന'വുമേ രചിക്കപ്പെട്ടിട്ടുള്ളൂ. 'യുദ്ധവും സമാധാനവും' എന്ന താജ്മഹലിന്റെ കണക്ക് പഠിച്ചുവെച്ചുകൊണ്ട് മറ്റൊന്ന് പണിയാൻ കഴിയില്ല. നമുക്ക് പണിയാൻ വേണ്ട കല്ലും മരവും ഈ രാജ്യത്ത് അന്വേഷിച്ചു കണ്ടെത്തേണ്ടിയിരിക്കുന്നു. നമ്മുടെ ജീവിതത്തിന്റെ ചൈതന്യമാകുന്ന കുമ്മായക്കൂട്ടുകൊണ്ട് ആ കല്ലുകൾ പണിയേണ്ടിയിരിക്കുന്നു."

ഇത്രയും വായിച്ചപ്പോൾ പുതിയകാല നോവലിസ്റ്റുകളെയും അവരുടെ രചനകളെയും പറ്റി പതിവായി കേട്ടുവരുന്ന ചില പരാതികൾ പെട്ടെന്ന് മനസ്സിലേക്ക് വന്നു:

"ഹോ, ഈ പുതിയ കക്ഷികളുടെ എഴുത്ത് അല്പവും ജൈവമല്ല. അവർ എവിടെ നിന്നൊക്കെയോ വിവരശേഖരണം നടത്തി നെട്ടനെടുങ്കൻ കഥകൾ പടച്ചുവിടും. എഴുത്തിൽ എഴുതുന്നയാളുടെ മനസ്സുണ്ടാവണം. അത് ഇങ്ങനെയുള്ള കൃതികളിൽ മഷിയിട്ടു നോക്കിയാലും

കാണില്ല. ഇക്കൂട്ടർ എഴുതിവിടുന്ന ജീവിതം നമ്മുടെ നാട്ടിലെ ജീവിതമല്ല. ഇവിടത്തെ മനുഷ്യരും ജീവിതപ്രശ്നങ്ങളുമൊന്നുമല്ല അവയിൽ ഇടം നേടുന്നത്. ഭാഷയിലെ മികച്ച നോവലുകളൊന്നും വായിച്ചു പരിചയമില്ലാത്ത ചെറുപ്പക്കാരുടെ ഏതൊക്കെയോ കൗതുകങ്ങളെയാണ് അവ അഭിസംബോധന ചെയ്യുന്നത്. അവർക്കു പിന്നെ അതൊക്കെ മതിയല്ലോ" പുതിയ മലയാള നോവലുകളെയും കഥകളെയും പറ്റി ഒരു ചെറിയ വിഭാഗം വായനക്കാരിൽ നിന്ന് ഉയർന്നു വരുന്ന ഇത്തരം പരാതികൾ ഭാവുകത്വത്തിന്റെ ശോച്യാവസ്ഥയെ അടയാളപ്പെടുത്തുന്നവയാണെന്ന് ഞാൻ കരുതുന്നില്ല. പരാതിക്കാർ പറയുന്ന കാര്യങ്ങളുടെ അകത്തളങ്ങളിലും പരിസരങ്ങളിലും വിശദമായൊരു പരിശോധന നടത്തിയാൽ നമ്മുടെ നോവൽസാഹിത്യം ഇന്ന് അഭിമുഖീകരിക്കുന്ന പല പ്രശ്നങ്ങളെയും അരികെ നിന്ന് കാണാനാവുമെന്നതാണ് വാസ്തവം.

വിപുലമായ ജനപ്രീതി നേടുന്ന പല മലയാളനോവലുകളിലെയും ഇതിവൃത്തം കേരളത്തിന് പുറത്തേക്ക് പോകുന്നത് കാണാം. അപരിചിത ഭൂവിഭാഗങ്ങൾ കഥയുടെ പശ്ചാത്തലമായി വരുന്നതിനെ മലയാളികൾ എല്ലായ്പ്പോഴും ഇഷ്ടപ്പെട്ടിരുന്നു. എം.ടിയുടെ 'മഞ്ഞി'നെ ആകർഷകമാക്കുന്നതിൽ വിമലയുടെ ജീവിതകഥ അരങ്ങേറുന്ന നൈനിത്താളും ചെറുതല്ലാത്ത ഒരു പങ്കു വഹിക്കുന്നുണ്ട്. ഒരേ ഹിൽസ്റ്റേഷനിലെ മഞ്ഞണിഞ്ഞ മലകളും തടാകവും പശ്ചാത്തലമായി വരുന്ന രണ്ട് മലയാളനോവലുകൾ 1964-ൽത്തന്നെ പ്രസിദ്ധീകൃതമായി എന്നത് തിരിഞ്ഞു നോക്കുമ്പോൾ ഏറെ കൗതുകകരമായി അനുഭവപ്പെടുന്നുണ്ട്.

തങ്ങൾക്ക് ചിരപരിചിതമായ ഇടങ്ങളിലൂടെ തന്നെ കഥാപാത്രങ്ങൾ സഞ്ചരിക്കുന്നതും അവരുടെ അനുഭവലോകം ഏറെക്കുറെ തങ്ങളുടേതു തന്നെയായിരിക്കുന്നതും വായനക്കാർക്ക് ഇഷ്ടപ്പെടുകയില്ല. പുതിയ സ്ഥലങ്ങൾ കാണാനും പുതിയ അനുഭവങ്ങൾ സ്വന്തമാക്കാനുമാണല്ലോ എല്ലാവരും ആഗ്രഹിക്കുക. വായനയുടെ ലോകത്തിലും ഇതേ ആഗ്രഹം തന്നെയാണ് പ്രവർത്തിക്കുക. ഈ വസ്തുത നമ്മുടെ നോവലിസ്റ്റുകൾ നേരത്തേ തന്നെ മനസ്സിലാക്കിയിരുന്നു. ആഗോളവൽക്കരണം ഒരു യാഥാർത്ഥ്യമായിത്തീർന്നതോടെ കഥാപാത്രങ്ങൾ ഭൂമിയുടെ പല കോണുകളിലേക്ക് സഞ്ചരിക്കണമെന്ന് വായനക്കാരിൽ പലരും ആഗ്രഹിച്ചു തുടങ്ങിയതിലും വളരെ വേഗത്തിൽ അത് ഏതാണ്ടൊരു നിർബന്ധം തന്നെയായിത്തീർന്നതിലും അത്ഭുതമില്ല. മലയാളി ജനസംഖ്യയുടെ 15 ശതമാനത്തിലധികം വരുന്ന ആളുകൾ പല വിദേശരാജ്യങ്ങളിലും ഇന്ത്യയിലെ വിവിധ സംസ്ഥാനങ്ങളിലുമായി ജീവിക്കുകയും പലരും വിദ്യാഭ്യാസാവശ്യങ്ങൾക്കും വ്യാപാരാവശ്യ

ങ്ങൾക്കും വിനോദയാത്രയ്ക്കുമൊക്കെയായി വിദേശത്ത് പോവുന്നത് സാധാരണമായിത്തീരുകയും ചെയ്തിരിക്കുന്ന സാഹചര്യത്തിൽ ഇത് തികച്ചും സ്വാഭാവികമാണ്. ഈ യാഥാർത്ഥ്യം മനസ്സിലാക്കി അതിനു പാകത്തിലുള്ള ഇതിവൃത്തം രൂപപ്പെടുത്തിയെടുക്കുന്നതിൽ ശ്രദ്ധ വെക്കുന്ന എഴുത്തുകാരുടെ എണ്ണം കഴിഞ്ഞ ഏതാനും ദശകങ്ങളായി കൂടിക്കൂടി വരുന്നുണ്ട്. അവരെ സംബന്ധിച്ചിടത്തോളം എഴുത്ത് ആത്മ വിഷ്കാരമോ തീക്ഷ്ണമായ സാമൂഹ്യയാഥാർത്ഥ്യങ്ങളിലേക്ക് ജനമന സ്സിനെ ഉണർത്താനുള്ള ഗംഭീരമായ യത്നമോ ഒന്നുമല്ല. പുസ്തകത്തിന് വൻതോതിൽ വിൽപനയുണ്ടാവുക എന്നതിലപ്പുറം അവർ ഒന്നും മുന്നിൽ കാണുന്നുണ്ടാവില്ല.

വിപണിയിലെ വിജയം ഉറപ്പുവരുത്താനായി ബോധപൂർവം കെട്ടിച്ചമയ്ക്കുന്ന ഇതിവൃത്തത്തോട് എഴുതുന്നയാൾക്ക് ഹൃദയബന്ധ മുണ്ടാവില്ല. ഒരു പണി വളരെ സമർത്ഥമായി ചെയ്യുന്നതുപോലെയാണ് അയാൾ/അവൾ എഴുത്ത് നിർവഹിക്കുന്നുണ്ടാവുക. വിപണിയെ മുന്നിൽക്കണ്ടുകൊണ്ടുള്ള ആസൂത്രണം മേൽക്കൈ നേടുന്ന ഇത്തരം എഴുത്തിന്റെ അകംപൊള്ളയായ അവസ്ഥ സാധാരണ വായനക്കാർ തിരിച്ചറിയണമെന്നില്ല. ഏറെക്കുറെ അരാഷ്ട്രീയരായി, സാമൂഹ്യബോധ വും വിവേചനശേഷിയും വലിയൊരളവോളം കൈവിട്ട്, വിപണി ഉൽപാദിപ്പിക്കുന്ന പല താൽപര്യങ്ങൾക്കും വഴങ്ങിക്കൊടുക്കുക ശീല മാക്കിയവരായതുകൊണ്ട് ഇങ്ങനെയുള്ള കാര്യങ്ങളിലെല്ലാം അവർ ഉദാസീനരായിരിക്കും. പക്ഷേ, നല്ല സാഹിത്യപരിചയമുള്ള മികച്ച വായനക്കാർ കൃതിയുടെ ആത്മാവിലെ ശൂന്യത പെട്ടെന്ന് തിരിച്ചറിയുക തന്നെ ചെയ്യും. അമ്മട്ടിലുള്ള കൃതികൾ അവർക്ക് 'സെക്കൻറ്ഹാൻഡ്' എഴുത്തിൽ നിന്ന് ഉണ്ടായവയായേ അനുഭവപ്പെടൂ. മലയാളത്തിലെ ഏറ്റവും പുതിയ നോവലുകളിൽ പലതിനെക്കുറിച്ചും അവർ പരാതി പറയുന്നതിന്റെ കാരണം മറ്റൊന്നല്ല.

'പണിതീരാത്ത വീട്ടി'ലെ നായകൻ ജോലിചെയ്യുന്ന ഓഫീസ് നൈനിത്താളിലാണ്. അയാൾ വാടകയ്ക്ക് താമസസ്ഥലങ്ങൾ കണ്ടെ ത്തുന്നതും മറ്റൊരിടത്തല്ല. അയാളുടെ ചുറ്റിനടപ്പുകളെയും സായാഹ്ന സഞ്ചാരങ്ങളെയും മനോഹരമാക്കുന്നതും അയാളുടെ മനസ്സിൽ കവിത വിരിയിക്കുന്നതും നൈനിത്താളിലെ സുന്ദരമായ പ്രകൃതിദൃശ്യങ്ങൾ തന്നെ. തന്റെയും ചുറ്റിലുമുള്ള മനുഷ്യരുടെയും വേദനകളിൽ നിന്ന് അയാളെ രക്ഷിച്ചെടുക്കുന്നത് മഞ്ഞുമൂടിയ മലമുടികളും മരങ്ങളും അന്ത രീക്ഷത്തിന്റെ ഭാവമാറ്റങ്ങളുമൊക്കെയാണ്. ഒരു പട്ടാളക്കാരനായി ജോലി ചെയ്തിരുന്ന പാറപ്പുറത്തിന് ഈ പ്രദേശം അതിപരിചിത

മായിരുന്നിരിക്കണം. അതുകൊണ്ടാണ് 'പണിതീരാത്ത വീട്ടി'ൽ അദ്ദേഹം ചിത്രീകരിച്ചിരിക്കുന്ന ഭൂവിഭാഗത്തിന്റെ ഭംഗികൾ ഏതാണ്ട് നേരിൽ കണ്ട് ആസ്വദിക്കുന്നതുപോലുള്ള അനുഭവം വായനക്കാർക്ക് കൈവരുന്നത്. എം.ടിയുടെ 'മഞ്ഞ്' ഒരു പക്ഷേ, നൈനിത്താൾ നേരിട്ട് കണ്ടപ്പോൾ ഉണ്ടായ ആഹ്ലാദത്തിനും അത്രയും തന്നെ ശക്തമായ ഏകാന്തവിഷാദത്തിനും ആവിഷ്കാരം നൽകാൻ പറ്റുന്ന ഒരു നായികയെ സങ്കൽപിച്ചതിൽ നിന്ന് ഉണ്ടായതാവാം. അല്ലെങ്കിൽ, വിമലയെപ്പോലുള്ള ഒരു സ്ത്രീയെ ആദ്യം ഭാവന ചെയ്തശേഷം അവളുടെ ജീവിതകഥയ്ക്ക് പശ്ചാത്തലമാവാൻ പറ്റുന്ന ഒരു മനോഹര ഭൂവിഭാഗത്തി ലേക്ക് അദ്ദേഹം എത്തിച്ചേർന്നതിൽ നിന്നാവാം നോവൽ ഉണ്ടായത്. രണ്ടായാലും, ഇനി മൂന്നാമതൊരു വഴിയിലൂടെയായാലും തന്റെ നായിക ജീവിക്കുന്ന പ്രദേശത്തോടും അത് നൽകുന്ന മാനസികാനുഭവങ്ങളോടും പൂർണമായ കൂറ് പുലർത്തിക്കൊണ്ടാണ് എം.ടി 'മഞ്ഞ്' എഴുതിയിരിക്കു ന്നത്. മലയാളത്തിലെ ഒരു തലമുറയിലെ വായനക്കാർ ഈ കൃതിയെ നെഞ്ചേറ്റിയതിന്റെ കാരണം അതുതന്നെയാണ്. പുതിയ കാലത്തെ ഒട്ടുമിക്ക നോവലുകളും സമാനമായ അനുഭവങ്ങൾ നൽകുന്നില്ല എന്ന പരാതിയെ അടിസ്ഥാനരഹിതമെന്ന് തള്ളിക്കളയാനാവില്ല. ഈ വസ്തുതയ്ക്ക് ഏറെപ്പേരിൽ നിന്ന് അംഗീകാരം ലഭിക്കണമെന്നില്ല. പക്ഷേ, പിന്തുണയ്ക്കുന്നവരുടെ അംഗബലം കുറവാണെന്നതുകൊണ്ട് ഒരു വസ്തുത വസ്തുതയല്ലാതാവില്ലല്ലോ.

'താജ്മഹലിന്റെ കണക്കു പഠിച്ചുവെച്ചുകൊണ്ട് മറ്റൊന്നു പണിയാൻ നമുക്ക് കഴിയില്ല. നമുക്ക് പണിയാൻ വേണ്ട കല്ലും മരവും ഈ രാജ്യത്ത് അന്വേഷിച്ചു കണ്ടെത്തേണ്ടിയിരിക്കുന്നു. നമ്മുടെ ജീവിതത്തിന്റെ ചൈതന്യമാകുന്ന കുമ്മായക്കൂട്ടുകൊണ്ട് ആ കല്ലുകൾ പണിയേണ്ടിയി രിക്കുന്നു' എന്ന് 1964-ൽ പാറപ്പുറത്ത് പറഞ്ഞപ്പോൾ ആ വാക്കുകൾക്കു ണ്ടായിരുന്ന അർത്ഥത്തിന്റെ വ്യാപ്തി ഇന്ന് അവയിലൂടെ കടന്നുപോ വുന്ന ഒരാൾക്ക് അനുഭവപ്പെടുന്നതിന്റെ എത്രയോ ചെറിയ അളവിൽ മാത്രമായിരിക്കാനേ സാധ്യതയുള്ളൂ. നമുക്ക് പണിയാൻ വേണ്ട കല്ലുകൾ നെറ്റിൽ നിന്നോ, വായിച്ച വിദേശപുസ്തകങ്ങളിൽ നിന്നോ കണ്ടെത്തുകയും വിപണിയുടെ താല്പര്യമാകുന്ന കുമ്മായക്കൂട്ടുകൊണ്ട് അവയെ തമ്മിൽ ചേർത്ത് ഉറപ്പിക്കുകയും ചെയ്യുന്ന രീതി പാറപ്പുറ ത്തിന്റെ തലമുറയിലെ എഴുത്തുകാർക്ക് അപരിചിതമായിരുന്നല്ലോ. അവരിൽ എം.ടിയെപ്പോലെ പലരും വിദേശസാഹിത്യവുമായി നല്ല പരിചയമുള്ളവരായിരുന്നു. പക്ഷേ, 'കോപ്പി- പെയ്സ്റ്റ്' രീതി അവരുടെ ആലോചനയിലേ വന്നിരുന്നില്ല.

വിദേശനോവലുകൾ അവ എത്ര മഹത്തായയാലും എഴുതപ്പെട്ടിരിക്കുന്നത് അതാത് നാടുകളിലെ ചരിത്രയാഥാർത്ഥ്യങ്ങളെയും ജീവിതത്തെയും ജീവിതദർശനങ്ങളെയും ഉൾക്കൊണ്ടുകൊണ്ടു തന്നെയാണ്. പാരമ്പര്യത്തോട് കലഹിച്ച് പുതിയൊരു ലോകവീക്ഷണവും ജീവിതസമീപനവും അവതരിപ്പിച്ചിരിക്കുന്ന കൃതികളിൽ പോലും അവ ഉണ്ടായ നാടുകളുടെ നാനാതരം മുദ്രകൾ വളരെ വ്യക്തമായിക്കാണാം. ആ കൃതികൾ വായിച്ചാസ്വദിക്കുമ്പോൾ മറ്റൊരു നാടിനെ, മറ്റൊരു ജനതയെ അറിയുന്നതിന്റെ ആനന്ദം കൂടി നാം അനുഭവിക്കുന്നുണ്ട്. ഒരു മലയാളി എഴുതുന്ന നോവലിൽ മലയാളി മനസ്സിന്റെയും മലയാള ഭാഷയുടെയും സവിശേഷതകളുടെ ഏറ്റവും സർഗാത്മകമായ അടയാളപ്പെടുത്തലുകൾ ഉണ്ടായിരിക്കുക തന്നെ വേണം. അതല്ലാതെ ന്യൂയോർക്കിലെയോ പാരീസിലെയോ മെക്സിക്കോ സിറ്റിയിലെയോ ഷാങ്ഹായിയിലെയോ ജീവിതത്തിന്റെയും ഭാഷയുടെയും താളമല്ല അതിൽ ഉൾച്ചേരേണ്ടത്. കാലം മാറി, ലോകത്തിന്റെ എല്ലാ കോണുകളിലേക്കും ബഹുരാഷ്ട്ര മുതലാളിത്തത്തിന്റെ താൽപര്യങ്ങൾ അതിക്രമിച്ചു കടന്ന് ജനജീവിതത്തിന്റെ സമസ്ത തലങ്ങളെയും മാറ്റിമറിച്ചിരിക്കുന്നു, വിവരസാങ്കേതിക വിദ്യയ്ക്ക് കഴിഞ്ഞ ഏതാനും ദശകങ്ങൾക്കുള്ളിലുണ്ടായ വിസ്മയകരമായ വികാസം ലോകജനതയെ മുഴുവൻ ഒരു കുടക്കീഴിൽ കൊണ്ടുവന്നിരിക്കുന്നു എന്നൊക്കെ സ്ഥാപിക്കാൻ സഹായിക്കുന്ന തെളിവുകൾക്ക് പഞ്ഞമില്ലെങ്കിലും കേരളത്തിലെ ഒരു സാധാരണ തൊഴിലാളിയുടെയും പഞ്ചാബിലെ ഒരു കൃഷിക്കാരന്റെയും കൊൽക്കത്തയിലെ ഒരു റിക്ഷാക്കാരന്റെയും മനോലോകമായിരിക്കില്ല അത്തരം തൊഴിലുകളിൽത്തന്നെ ഏർപ്പെട്ടുകൊണ്ടിരിക്കുന്ന ഒരു റഷ്യക്കാരന്റേതും ലാറ്റിനമേരിക്കക്കാരന്റേതും ജപ്പാൻകാരന്റേതും. ഈ വസ്തുത മറന്നുകൊണ്ടുള്ള എഴുത്ത് കൃത്രിമത്വത്തിലേക്ക് ചായാനുള്ള സാധ്യത വളരെ കൂടുതലാണ്. വായനക്കാരെ ഭ്രമിപ്പിക്കുക മുഖ്യലക്ഷ്യമായിട്ടുള്ള എഴുത്ത് നമ്മുടെ ഭാവുകത്വത്തിന്റെ മലിനീകരണത്തിന് കാരണമാവുകയേ ഉള്ളൂ. ഈ വസ്തുതകളെല്ലാം നമ്മുടെ പഴയ കാല നോവലിസ്റ്റുകളും കഥാകാരന്മാരും സഹജാവബോധം കൊണ്ടുതന്നെ അറിഞ്ഞിരുന്നു. ആധുനികന്മാരുടെ കാലം തൊട്ടാണ് മാറ്റങ്ങൾ വന്നു തുടങ്ങിയത്. ആധുനികന്മാർ കൃത്രിമമായി ദാർശനികത ഭാവിക്കുകയും വിഖ്യാതമായ ചില വിദേശകൃതികളെ പ്രമേയതലത്തിലോ അവയുടെ ബാഹ്യരൂപത്തിന്റെ തലത്തിലോ നേരിട്ടോ പരോക്ഷമായോ അനുകരിക്കുകയുമാണ് ചെയ്തത്. ബോധപൂർവമായി തങ്ങളുടെ കൃതികൾക്ക് ദുർഗ്രഹതയോ അസംബന്ധപരതയോ അന്തഃസാരശൂന്യമായ

ലാഘവമോ ദാർശനികനാട്യമോ നൽകുന്നതിൽ അവർക്ക് കുറ്റബോധമോ ലജ്ജയോ ഒന്നും അനുഭവപ്പെട്ടതേയില്ല.

നമ്മുടെ സാഹിത്യത്തിന്റെ 'അപഥസഞ്ചാരം' ആരംഭിച്ചത് ആധുനികതയുടെ കാലം തൊട്ടാണ്. ആധുനികോത്തരകാലത്ത് ആ സഞ്ചാരം പതിന്മടങ്ങ് ഉത്സാഹപൂർണവും നിർലജ്ജവുമായി. ആഗോളവൽക്കരണകാലത്ത് സർവംഗ്രാഹകമായ ശേഷി കൈവരിച്ചിരിക്കുന്ന വിപണി വ്യക്തിജീവിതത്തിന്റെയും സാമൂഹ്യജീവിതത്തിന്റെയും സമസ്തതലങ്ങളിൽ നിന്നും ആത്മസമർപ്പണം എന്ന ആശയത്തെ ഓരങ്ങളിലേക്ക് തള്ളിമാറ്റിക്കൊണ്ടിരിക്കുന്ന അവസ്ഥയിൽ ഇത് തീർത്തും സ്വാഭാവികമാണ്.

5. ബ്രൂഗലിന്റെ രണ്ട് കുരങ്ങന്മാർ

ബെൽജിയത്തിലെ ആൻറ് വെർപ് (Antwerp) എന്ന തുറമുഖ നഗരത്തിൽ ദീർഘകാലം ജീവിച്ച വിഖ്യാത ചിത്രകാരനായ പീറ്റർ ബ്രൂഗൽ ദി എൽഡറുടെ (1525- 1569) 'രണ്ട് കുരങ്ങന്മാർ' എന്ന ചിത്രം കേന്ദ്രസ്ഥാനത്തു വരുന്ന ഒരു കവിതയാണ് പോളിഷ് കവയിത്രിയായ വിസ്ലാവ ഷിംബോർസ്കയുടെ 'Two Monkeys by Brueghel' (trans. from the Polish : Magnus Kryski)

ബ്രൂഗൽ 1562ൽ ചെയ്ത ഈ പെയിൻറിംഗിൽ ആർച്ച് രൂപത്തിലുള്ള ഒരു ജാലകത്തിന്റെ വീതിയേറിയ പടിയിൽ കാലിൽ ചങ്ങലയിട്ടപ്പെട്ട അവസ്ഥയിലുള്ള രണ്ട് കുരങ്ങന്മാരാണുള്ളത്. ആർച്ചിലൂടെ ആൻറ് വെർപ് നഗരത്തിന്റെ ഒരു ദൃശ്യവും നമുക്ക് കിട്ടും. പായ്ക്കപ്പലുകൾ, തീരത്തെ കെട്ടിടങ്ങൾ, ഉയരെ പറക്കുന്ന രണ്ടു പക്ഷികൾ ഇത്രയുമാണ് നേർത്ത മഞ്ഞിന്റെ ആവരണത്തിനിടയിലൂടെ നമുക്ക് കാണാനാവുന്നത്. പരസ്പരം തിരിഞ്ഞിരിക്കുന്ന കുരങ്ങന്മാരിൽ ഒന്ന് കുനിഞ്ഞുകൂടിയാണിരിക്കുന്നത്. അവനിൽ മടിയും നിരാശയും കടുത്ത വിരക്തിയും പ്രകടമാണ്. മറ്റവൻ മലർക്കെ തുറന്ന കണ്ണും അൽപം തുറന്ന വായുമായി ആരെയോ നോക്കിയാണ് ഇരിക്കുന്നത്. നിസ്സഹായതയുടെയും അധൈര്യത്തിന്റെയും ഇടയിലായി പതുങ്ങി നിൽക്കുന്ന ക്രോധം കൂടി അവന്റെ മുഖത്തുനിന്ന് വായിച്ചെടുക്കാം. ജാലകത്തിനപ്പുറത്ത് കാണപ്പെടുന്ന ഉൾക്കടലിന്റെയും തീരത്തെ നഗരത്തിന്റെയും ആകാശത്തിന്റെയും ദൃശ്യത്തിൽ നേരിയ ശോകച്ഛായയുണ്ടെങ്കിലും അത് ചലനത്തിന്റെയും സ്വാതന്ത്ര്യത്തിന്റെയും ലോകമാണെന്നതുകൊണ്ട് കുരങ്ങന്മാരുടെ ദൃശ്യത്തിന്റെ നേർവിപരീതമായിത്തീരുന്നു.

ഇത്രയും ചിത്രത്തെക്കുറിച്ച്. ഇനി വിസ്ലാവ ഷിംബോർസ്കയുടെ കവിതയിലേക്ക് വരാം.

തന്റെ ബിരുദ പരീക്ഷയെക്കുറിച്ചുള്ള സ്വപ്നത്തിലാണ് കവിതയിലെ ആഖ്യാതാവ് ബ്രൂഗലിന്റെ ഈ കുരങ്ങന്മാരെ കാണുന്നത്. അവർക്കു പിന്നിൽ വിറകൊള്ളുന്ന ആകാശവും വെള്ളം തെറിപ്പിച്ച് കളിക്കുന്ന കടലുമുണ്ട്.

'മനുഷ്യവംശത്തിന്റെ ചരിത്ര'മാണ് പരീക്ഷയുടെ വിഷയം. ആഖ്യാതാവ് വിക്കുന്നു, പരുങ്ങുന്നു. ഒരു കുരങ്ങൻ തന്നെ തുറിച്ചുനോക്കുകയും പരിഹാസപൂർണമായ പുച്ഛത്തോടെ ശ്രദ്ധിക്കുകയും ചെയ്യുന്നത് അവൾ /അയാൾ കാണുന്നു. മറ്റവൻ ഏതോ കിനാവിൽ നേരം പോക്കുകയാണ്. പക്ഷേ, ഉത്തരമറിയായ്കയുടെ സൃഷ്ടിയായ നിശ്ശബ്ദത ഒരു ചോദ്യത്തെ വലയം ചെയ്തു വഴിമുടക്കെ അവൻ തന്റെ ചങ്ങലയുടെ ചെറിയൊരു കിലുക്കത്തിലൂടെ ആഖ്യാതാവിന് കരുത്ത് പകരുന്നു. (അയാളെ /അവളെ സംശയനിവാരണത്തിലേക്കും ഉത്തരത്തിലേക്കും നയിച്ച് പരാജയഭീതിയിൽ നിന്നും ആശങ്കയിൽ നിന്നും രക്ഷിക്കുന്നു എന്ന് വിസ്തരിച്ചു പറയാം.)

മുന്നോട്ടുള്ള പാത ഏതെന്നറിയാതെ, എങ്ങോട്ടു തിരിയണമെന്നു തീർപ്പാക്കാനാവാതെ, ആരുടെ സഹായം തേടുമെന്നറിയാതെ ജനങ്ങൾ പകച്ചു നിന്ന പല സന്ദർഭങ്ങളും മനുഷ്യചരിത്രത്തിൽ ഉണ്ടായിട്ടുണ്ട്. പിടികിട്ടായ്കയുടെ കുരുക്ക് അഴിച്ചെടുക്കാനുള്ള വിദ്യ ചരിത്രത്തിൽ നിന്നു തന്നെയാണ് അവർ പഠിക്കേണ്ടത്. ആ ഒരു ബോധ്യത്തിലേക്ക് പലപ്പോഴും അവർ ഉണർന്നെന്നു വരില്ല. എങ്കിലും ഏതെങ്കിലും തരത്തിൽ, മിക്കവാറും കലയുടെയും പുതിയ ദർശനങ്ങളുടെയും ഇടപെടലിലൂടെ തന്നെ, തങ്ങൾ അകപ്പെട്ടിട്ടുള്ള ഇരുൾക്കുഴിയിൽ നിന്ന് പുറത്തേക്കുള്ള വഴി അവർ കണ്ടെത്തുക തന്നെ ചെയ്യും. സർഗാത്മകാവിഷ്കാരങ്ങൾ മറ്റു പലതിനോടുമൊപ്പം വലിയ ചില ഓർമപ്പെടുത്തലുകൾ കൂടി ജനതകൾക്കു നൽകും. ഇക്കാര്യം സംശയരഹിതമായി അറിയാവുന്നതുകൊണ്ടു തന്നെയാണ് നമ്മുടെ കാലത്ത് ലോകത്തിന്റെ വിവിധഭാഗങ്ങളിലെ ഭരണാധികാരികൾ സാഹിത്യപഠനത്തെ നിരുത്സാഹപ്പെടുത്തുന്നത്, സാഹിത്യ ബോധനത്തെ വികലമാക്കാനുള്ള ചെറുതും വലുതുമായ തന്ത്രങ്ങൾ പ്രയോഗിച്ചുകൊണ്ടിരിക്കുന്നത്.

ചരിത്രം തന്നെ ബന്ധിതമാവുന്ന, സാമൂഹ്യസ്മരണകളുടെ പൂർണ നിയന്ത്രണം തങ്ങളുടെ കയ്യിലാണെന്നു ഭാവിച്ച് അധികാരികൾ പെരുമാറുന്ന, ചില ചരിത്രഘട്ടങ്ങൾ ഉണ്ടായിട്ടുണ്ട്. പോയകാലത്തിന്റെ നന്മകളെ കുറിച്ചുള്ള വിചാരങ്ങളും തിന്മകളുടെ വിചാരണയും അത്തരം ഘട്ടങ്ങളിൽ ബഹുജനങ്ങൾക്ക് സാധ്യമല്ലാതാവും. ആ വഴിക്കുള്ള എല്ലാ

ശ്രമങ്ങളും തടയപ്പെട്ടും. അങ്ങനെ സംഭവിക്കുമ്പോൾ മാനസിക ജീവിതത്തിൽ വലിയ സ്തംഭനങ്ങളുണ്ടാവും. അരക്ഷിതത്വം അതിരറ്റ ഭീതിയായി എല്ലാവരെയും വലയം ചെയ്തു തുടങ്ങും. ഓർമകളിൽ നിന്ന് ഊർജം നേടുക തന്നെയാണ് അപ്പോഴും പരിഹാരമാർഗം. ഒരു തരത്തിലും കീഴടക്കാനാവില്ലെന്ന് കരുതപ്പെട്ടിരുന്ന സ്വേച്ഛാധിപതികളെ നിഷ്കരുണം വിചാരണ ചെയ്യുകയും തുത്തെറിയുകയും ചെയ്ത സംഭവങ്ങൾ മനുഷ്യവംശത്തിന്റെ ചരിത്രത്തിലുണ്ട്. അവയുടെ ഓർമ തന്നെയാണ് അവസാനമായി രക്ഷയുടെ വഴി തുറക്കുക. 'അധികാരത്തിനെതിരായ മനുഷ്യന്റെ പോരാട്ടം മറവിക്കെതിരായ ഓർമയുടെ പോരാട്ടമാണ്' എന്ന മിലാൻ കുന്തേരയുടെ വാക്യം ഇവിടെ ഓർമിക്കാം.

ബ്രൂഗൽ ജീവിച്ചിരുന്ന കാലത്ത് ആഫ്രിക്കൻ വനങ്ങളിൽ നിന്ന് പിടിക്കപ്പെട്ട കുരങ്ങന്മാരാണ് യൂറോപ്യൻ മാർക്കറ്റിൽ എത്തിയിരുന്നത്. സമ്പന്നരും അല്ലാത്തവരുമെല്ലാം അവയെ സ്വന്തമാക്കിയിരുന്നു. സമ്പന്നരുടെ വീടുകളിൽ കൗതുകവസ്തുക്കൾക്കു വേണ്ടി പ്രത്യേകം ഒരുക്കിവെച്ചിരുന്ന മുറികളിൽ അവയുടെ ചിത്രങ്ങൾ സാധാരണമായിരുന്നു. പതിനാറാം നൂറ്റാണ്ടിൽ Antwerpൽ കേന്ദ്രീകരിച്ചിരുന്ന വിഖ്യാതരായ പല ചിത്രകാരന്മാരുടെയും ഇഷ്ടവിഷയമായിരുന്നു കുരങ്ങന്മാർ. തങ്ങൾ ആദരിക്കുന്ന ചിത്രകാരന്മാരുടെ താൽപര്യം നഗരനിവാസികൾ പൊതുവെ പങ്കുവെക്കുകയും ചെയ്തു.

ഷിംബോർസ്കയുടെ കവിതയിലെ കുരങ്ങന്മാർ ഈ ചരിത്രവസ്തുതയുടെ നേർസൂചനകൾ നൽകുന്ന ഒന്നല്ലെങ്കിലും അവ ചരിത്രത്തിലേക്കു തന്നെയാണ് വിരൽ ചൂണ്ടുന്നത്. കുരങ്ങന്മാർ മനുഷ്യവംശത്തിന്റെ തന്നെ പൂർവികരാണ്. സന്ദിഗ്ധ ഘട്ടങ്ങളിൽ ആദിപിതാക്കളുടെയും മാതാക്കളുടെയുമെല്ലാം സഹായം അഭ്യർത്ഥിക്കുന്നവരാണ് മനുഷ്യർ. പൂർവികാരാധന ഫോക് ലോറിന്റെ ഒരു ഭാഗമാണ്. തൊണ്ടച്ചനും മുത്തപ്പനും മുന്നിലും കാരണവക്കോലത്തിനു മുന്നിലും അമ്മഭഗവതിമാർക്കു മുന്നിലും കൈകൂപ്പി നിന്ന് വിഷമസന്ധികളിൽ നിന്ന് തങ്ങളെ രക്ഷിക്കണമെന്ന് കരഞ്ഞു പ്രാർത്ഥിക്കുന്നവരെ വടക്കേ മലബാറിലെ തെയ്യപ്പറമ്പുകളിൽ ഇപ്പോഴും കാണാം. ഈ ആരാധനാ മൂർത്തികളുടെയെല്ലാം കാലത്തിന് എത്രയോ മുമ്പ് ആരംഭിച്ചതാണ് നമ്മളും കുരങ്ങനും തമ്മിലുള്ള ബന്ധം. ചങ്ങലക്കിടപ്പെട്ട അവസ്ഥയിലാണെങ്കിലും ഈ പൂർവികന്മാർ എങ്ങോട്ട് പോകണം, എന്ത് ചെയ്യണം, പറയണം എന്നൊന്നുമറിയാതെ മനുഷ്യൻ കുഴങ്ങി നിൽക്കുന്ന പ്രതിസന്ധിഘട്ടങ്ങളിൽ പരിഹാരമാർഗങ്ങൾ നിർദ്ദേശിക്കുന്നതായി സങ്കൽപിക്കുന്ന ഒരു കവിത വായിക്കുമ്പോൾ ഓർമകളുടെയും മനുഷ്യവംശത്തിന്റെയാകെ

സാഹോദര്യത്തെക്കുറിച്ചുള്ള മഹാജ്ഞാനത്തിന്റെയും അഗാധത യിലേക്കാണ് നാം സഞ്ചരിച്ചു തുടങ്ങുന്നത്. ഷിംബോർസ്കയുടെ ഈ കൊച്ചുകവിത അതിശക്തവും അതീവസുന്ദരവുമായി അനുഭവപ്പെടുന്നത് അതുകൊണ്ടാണ്.

6. സബർമതി സ്മരണ

പത്തു വർഷം മുമ്പാണ് ഞാനും ഭാര്യയും എന്റെ സഹോദരി പ്രസന്നയും അവളുടെ മകൾ നിത്യയും കൂടി സബർമതിയിലെത്തിയത്. ഒരുപാടു കാലത്തെ ആഗ്രഹത്തിന്റെ സാക്ഷാത്കാരമായിരുന്നു അത്. ഞങ്ങൾ ചെല്ലുമ്പോൾ അവിടെ ആൾത്തിരക്കൊന്നുമുണ്ടായിരുന്നില്ല. വളരെ ശാന്തമായ അന്തരീക്ഷം. പക്ഷേ, മഹാത്മജിയുടെ ഈ ആശ്രമത്തിലേക്ക് കാലെടുത്തുവെച്ച നിമിഷം തൊട്ട് ഉള്ളിൽ എന്തെന്നില്ലാത്ത ഒരു കനം എനിക്കനുഭവപ്പെട്ടു. ചരിത്രത്തിന്റെ ഭാരവും ഒരു മഹാമനുഷ്യനെക്കുറിച്ചുള്ള നാനാവിചാരങ്ങളും പിന്നെ അവ്യാഖ്യേയമായ മറ്റെന്തൊക്കെയോ കൂടി ചേർന്നാകാം ആ കനം രൂപപ്പെട്ടത്.

സബർമതിയിൽ ഞങ്ങൾ കണ്ട എല്ലാവരും, അവരിൽ അഞ്ചാറ് പേർ വിദേശികളായിരുന്നു, സ്വന്തം കാൽവെപ്പിന്റെ ഒച്ചപോലും കേൾപ്പിക്കാതെയാണ് നടന്നിരുന്നത്. അനാവശ്യമായ ചെറിയ ഒരു ശബ്ദം കൊണ്ടുപോലും സബർമതിയുടെ ശാന്തതയ്ക്ക് ഭംഗമുണ്ടാക്കരുതെന്ന് ആരും നിർദ്ദേശിക്കാതെ തന്നെ എല്ലാവരും തീരുമാനിച്ചതു പോലെ. പലതരം മരങ്ങളും അവയിൽ പാറിക്കളിക്കുന്ന പക്ഷികളും ഏതാനും അണ്ണാന്മാരും മാത്രമാണ് ശബ്ദമുണ്ടാക്കിയിരുന്നത്. ആശ്രമാന്തരീക്ഷം നൽകുന്ന വിവരണാതീതമാംവിധം സാന്ദ്രമായ മനോനിലയുമായി ആ ശബ്ദങ്ങൾ നന്നായി പൊരുത്തപ്പെടുന്നതു പോലെ തോന്നി.

സബർമതിയിലെ കാഴ്ചകളുടെ വിവരണമല്ല ഞാൻ ഈ ചെറുകുറിപ്പ കൊണ്ട് ലക്ഷ്യമാക്കുന്നത്. സബർമതി തന്ന അനുഭവത്തിന്റെ ഒരു ചെറിയ ഭാഗമെങ്കിലും വായനക്കാരുമായി പങ്കുവെക്കാൻ കഴിയുക എന്നതിനപ്പുറം ഒന്നും ഞാൻ ആഗ്രഹിക്കുന്നില്ല. ഈ ആഗ്രഹം സഫലീകരിക്കാൻ മാത്രമാണ് ചില വസ്തുതകൾ ഒട്ടും കലർപ്പില്ലാതെ ഇവിടെ അവതരിപ്പിക്കുന്നത്.

ആശ്രമത്തിലെ ബുക്സ്റ്റാളിൽ ഇന്ത്യയിലെ വിവിധ ഭാഷകളി ലേക്കും ഇംഗ്ലീഷിലേക്കും പരിഭാഷപ്പെടുത്തപ്പെട്ട മഹാത്മജിയുടെ ആത്മകഥയും മറ്റു പുസ്തകങ്ങളുമുണ്ട്. അവയിലേക്ക് കണ്ണെത്തും മുമ്പ് ഗാന്ധിജിയുടെ ഐതിഹാസിക ജീവിതത്തിലെ മഹാസന്ദർഭങ്ങൾ പകർത്തിയ ഫോട്ടോഗ്രാഫുകളിലേക്കാവും നമ്മുടെ നോട്ടം ചെല്ലുക. ദണ്ഡിയാത്രയ്ക്കു പുറപ്പെടുന്ന മഹാത്മജിയെയും അനുയായികളെയും പകർത്തിയിരിക്കുന്ന വലിയ ഫോട്ടോഗ്രാഫ് തന്നെയാണ് അവയിൽ ഏറ്റവും ശ്രദ്ധേയമായി തോന്നിയത്. ലോക ചരിത്രത്തിലെത്തന്നെ സമാനതകളില്ലാത്ത ഒരു മഹാസംഭവത്തിന്റെ ദൃശ്യമാണത്. 1930 മാർച്ച് 12 നാണ് ഏതാനും അനുയായികളുമായി ഗാന്ധിജി ദണ്ഡിയിലേ ക്ക് പുറപ്പെട്ടത്. 385 കിലോമീറ്റർ നടന്ന് ഏപ്രിൽ 5 ന് അദ്ദേഹം ദണ്ഡി കടപ്പുറത്തെത്തുമ്പോൾ ഉപ്പുസത്യാഗ്രഹ ജാഥാംഗങ്ങളുടെ എണ്ണം ആയിരക്കണക്കായി മാറിക്കഴിഞ്ഞിരുന്നു. ഏപ്രിൽ 6 ന് രാവിലെ 8.30ന് ഗാന്ധിജി നിയമം ലംഘിച്ച് ഉപ്പ് കുറുക്കിയപ്പോൾ ഇന്ത്യയിലെ ബ്രിട്ടീഷ് ആധിപത്യത്തിന്റെ അടിത്തറയിളകുന്ന ശബ്ദം ജനകോടികൾ കേട്ടു.

മ്യൂസിയത്തിൽ ഗാന്ധിജിയുടെ കത്തുകളും ഗാന്ധിജിക്ക് വന്ന കത്തുകളും ഗാന്ധിജിയുമായി ബന്ധപ്പെട്ട ചില ഔദ്യോഗിക രേഖകളും പ്രദർശിപ്പിച്ചിട്ടുണ്ട്. ഇവയ്ക്കു പുറമെ ഗാന്ധിജി പലപ്പോഴായി പറഞ്ഞ വാക്യങ്ങളിൽ ഏറ്റവും ശ്രദ്ധേയമായ ചിലത് സാമാന്യം വലിപ്പത്തിൽ ഭംഗിയായി എഴുതിവെച്ച ബോർഡുകളുമുണ്ട്. ആ ബോർഡുകളിലൊ ന്നിലെ വാക്യത്തിന്റെ കാന്തികശക്തി എത്രയാണെന്ന് പറഞ്ഞറി യിക്കാനാവില്ല. "ഞാൻ നിങ്ങളുടെ ചെരിപ്പുകുത്തിയാണ്. നിങ്ങളുടെ പൊട്ടിപ്പോയ ചെരിപ്പുകൾ എന്റെ അരികിലേക്ക് കൊണ്ടുവരിക." (ഓർമയിൽ നിന്നെടുത്തുന്ന ഈ വാക്യത്തിൽ ചെറിയ എന്തെങ്കിലും പിഴവ് വന്നുപോയിട്ടുണ്ടെങ്കിൽ ക്ഷമിക്കണം.അർത്ഥവ്യത്യാസം വരില്ല എന്ന ഉറപ്പിലാണ് ഞാനിതെഴുതുന്നത്.) "മാമാ, ഇതെന്താണ്. ലോകത്തിൽ മറ്റാരാണ് ഇങ്ങനെ പറഞ്ഞിട്ടുണ്ടാവുക!"അത്ഭുതപരത ന്ത്രയായ നിത്യ പറഞ്ഞു.

ഗാന്ധിജിയുടെ കണ്ണിൽ ഏത് തൊഴിലും ഒരുപോലെ മാന്യമായിരു ന്നു. അതുകൊണ്ടാണ് യർവാദാ ജയിലിൽ വെച്ച് തന്റെ പൊട്ടിപ്പോയ ചെരിപ്പ് തുന്നിക്കിട്ടാൻ വഴി കാണാതെ വിഷമിച്ച സർദാർ പട്ടേലിനോട് "നല്ല കുറച്ച് തുകൽ എങ്ങനെയെങ്കിലും എന്റെ കയ്യിലെത്തിക്കാൻ പറ്റുമോ. ഞാൻ ചെരിപ്പ് തുന്നിത്തരാം. എനിക്കത് നന്നായി തുന്നാന റിയാം. സൗത്താഫ്രിക്കയിൽ വെച്ച് ഞാൻ ഒരുപാട് ചെരിപ്പ് തുന്നിയി രുന്നു" എന്ന് മടിയേതുമില്ലാതെ പറയാൻ മഹാത്മജിക്ക് കഴിഞ്ഞത്.

ഇന്ത്യയിലെ മുഴുവൻ രാഷ്ട്രീയപ്രവർത്തകരും നേതാക്കളും ഹൃദയത്തിൽ സൂക്ഷിക്കേണ്ടുന്ന വാക്കുകളാണവ.

സബർമതി ആശ്രമത്തിൽ ഗാന്ധിജിയുടെയും കസ്തൂർബാഗാന്ധിയുടെയും മുറികൾ പ്രത്യേകമായിത്തന്നെ ഉണ്ട്. കാണാൻ ഒന്നുമില്ലാത്ത, ശൂന്യമായ കരിങ്കൽത്തറ മാത്രമുള്ള കസ്തൂർബാഗാന്ധിയുടെ മുറിയിൽ കയറി നിന്ന് ഒരു വിദേശ വനിത വിങ്ങിവിങ്ങിക്കരയുന്നത് കണ്ടു. ആശ്രമത്തിൽ ഞാൻ കണ്ട ഏറ്റവും ഹൃദയസ്പർശിയായ ദൃശ്യമായിരുന്നു അത്. അമേരിക്കയിൽ നിന്നോ, ആസ്ട്രേലിയിൽ നിന്നോ, അല്ലെങ്കിൽ ഏതെങ്കിലും യൂറോപ്യൻ രാജ്യത്തിൽ നിന്നോ ആവാം ആ സ്ത്രീ വന്നത്. കസ്തൂർബാഗാന്ധിയുടെ മുറിയിലെത്തിയപ്പോൾ എന്തെന്തൊക്കെ ചിന്തകളും വികാരങ്ങളുമാവാം അവരുടെ ഹൃദയത്തെ മഥിച്ചിട്ടുണ്ടാവുക! ജാതി, മതം, സമ്പത്ത്, രാജ്യങ്ങളുടെ അതിർത്തി ഇവയെയെല്ലാം ഭേദിച്ച് മനുഷ്യരാശിയെ മുഴുവൻ സ്പർശിക്കുന്ന മഹാസ്നേഹത്തിന്റെ സന്ദേശം കസ്തൂർബാഗാന്ധി എന്ന പാവം സ്ത്രീയുടെ മുറിയിൽ നിശ്ശബ്ദയായി നിന്നപ്പോൾ അവരുടെ കാതുകളിൽ അലയടിച്ചിട്ടുണ്ടാവാം.

'എന്റെ ജീവിതമാണ് എന്റെ സന്ദേശം' എന്ന് ഗാന്ധിജി പറഞ്ഞു. കസ്തൂർബാഗാന്ധി ലോകത്തിന് നൽകിയ സന്ദേശമെന്തെന്നു പറയാൻ എന്റെ കയ്യിൽ വാക്കുകളില്ല. ആ മഹാജീവിതത്തിന്റെ ഓർമയ്ക്കു മുന്നിൽ ആരാണ് വിതുമ്പിപ്പോവാത്തത്!.

7. സൗകര്യം സത്യമാവുമ്പോൾ

"സത്യം തന്നെ സൗന്ദര്യം
സൗന്ദര്യം തന്നെ സൗകര്യം, അതായത്
സൗകര്യം തന്നെ സത്യം".

കെ.ആർ.ടോണിയുടെ 'തത്ത്വമസി' എന്ന കവിതയിലെ ഈ വരികൾ ഇക്കാലത്തെ കേരളീയ ജീവിതത്തിലെ പല വ്യവഹാരങ്ങളെക്കുറിച്ചുമുള്ള ആലോചനകൾക്ക് മുഖവുരയായിത്തീരാൻ യോഗ്യതയുള്ളവയാണ്.

നമ്മുടെ പല ബുദ്ധിജീവികളും സാമൂഹ്യവിശകലന വിദഗ്ധരും ചില രാഷ്ട്രീയ നേതാക്കളും ഇപ്പോഴും വലിയ വലിയ കാര്യങ്ങൾ പറഞ്ഞുകൊണ്ടേയിരിക്കുന്നുണ്ട്. പക്ഷേ, അവരുടെ പറച്ചിലിനെ വെറും പറച്ചിൽ മാത്രമാക്കിത്തീർക്കുന്ന സംഭവങ്ങളാണ് ചുറ്റിലും കാണുന്നത്. സാമ്പത്തിക മേഖലയിലായാലും സാഹിത്യം, വിദ്യാഭ്യാസം തുടങ്ങിയ മേഖലകളിലായാലും ഏത് പരിഷ്കരണ പ്രവർത്തനമുണ്ടാവുമ്പോഴും അതിന്റെ യഥാർത്ഥ ഉദ്ദേശ്യം സംശയകരമായിത്തീരുന്ന അവസ്ഥയാണ് കഴിഞ്ഞ മൂന്ന് ദശകത്തിലധികമായി നാം കണ്ടുവരുന്നത്.

ആഗോളവൽക്കരണത്തിന്റെ വിപരീതഫലങ്ങളെപ്പറ്റി ഇപ്പോൾ മിക്കവാറും ആരും തന്നെ പറയാറില്ല. സോഷ്യലിസ്റ്റ് സമ്പദ് വ്യവസ്ഥ നിലവിൽ വരുത്താനായി ലോകത്തിന്റെ പല കോണുകളിലായി നടന്ന പരീക്ഷണങ്ങളെല്ലാം പരാജയപ്പെട്ട നിലയ്ക്ക് ഇനി മുതലാളിത്തമല്ലാതെ മറ്റൊരു ഗതിയില്ലെന്നും അതുകൊണ്ട് ബഹുരാഷ്ട്രമുതലാളിത്തത്തിന്റെ താൽപര്യങ്ങളുടെ വിജയത്തിന് ഇണങ്ങും വിധം എല്ലാ രാജ്യങ്ങളിലെയും സമ്പദ്ഘടനയെയും സാംസ്കാരിക പ്രവർത്തനങ്ങളെയും പരുവപ്പെടുത്തിയെടുക്കുന്നതിൽ യാതൊരപാകതയുമില്ലെന്നും പരസ്യമായി പറയുന്നതിന് മടി കാണിക്കാത്തവരായി ഈ പ്രബുദ്ധ

കേരളത്തിൽത്തന്നെ വളരെയേറെപ്പേരുണ്ട്. അവർ മുന്നോട്ടു വെക്കുന്ന വാദങ്ങളിൽ ശരി എന്നു പറയാവുന്നതായി ഒന്നും തന്നെ ഇല്ല എന്ന അഭിപ്രായം എനിക്കില്ല. പക്ഷേ, അവരുടെ നിലപാട് സ്വീകരിച്ച് മുന്നോട്ടുപോവുന്ന ഒരു സമൂഹം തികച്ചും അരാഷ്ട്രീയമായിത്തീരുമെന്നും അത് എളുപ്പത്തിലൊന്നും പരിഹരിക്കാനാവാത്ത അനേകം പ്രശ്നങ്ങൾ നമ്മുടെ സാമൂഹ്യജീവിതത്തിന്റെ വിവിധ തലങ്ങളിൽ സൃഷ്ടിച്ചുകൊണ്ടേ യിരിക്കുമെന്നും ഉള്ള വസ്തുത സമ്മതിച്ചുതരാൻ അവർ തയ്യാറാവണം.

സാംസ്കാരിക രംഗത്തെ ബഹുരാഷ്ട്ര മുതലാളിത്തത്തിന്റെ താൽപ ര്യങ്ങളുടെ സംരക്ഷണം ലക്ഷ്യമാക്കിയുള്ള സിദ്ധാന്തങ്ങൾക്കും അപഗ്രഥന സങ്കേതങ്ങൾക്കും വലുതായ ആദരം കൽപിക്കുന്ന ഒരു ബുദ്ധിജീവി സമൂഹം കേരളത്തിൽ രൂപപ്പെട്ടു കഴിഞ്ഞിട്ടുണ്ട്. അവരെ സംബന്ധിച്ചിടത്തോളം ഏത് സാഹിത്യരചനയായാലും രാഷ്ട്രീയ സംഭവമായാലും സാസ്കാരിക പ്രശ്നമായാലും അതിന്റെ വിശകലന സാധ്യതകളാണ് അതിലെ സത്യമല്ല പ്രധാനം. വിശകലന സാധ്യ തകൾ എന്നത് അവരെ സംബന്ധിച്ചിടത്തോളം ഒരു സൗകര്യമാണ്. എതിർവാദങ്ങളുയർത്തി തർക്കിച്ചുകൊണ്ടേയിരിക്കാനുള്ള തങ്ങളുടെ ശേഷി പ്രകടിപ്പിക്കുന്നതിൽ അവർ സായൂജ്യമടയും. ഇന്നലെ തങ്ങൾ പറഞ്ഞത് തെറ്റാണെന്ന് ഇന്ന് ബോധ്യപ്പെടേണ്ടി വന്നാലും

"ശരിയായ് വരാം, തെറ്റായ് വരാം വ്യാഖ്യാനങ്ങൾ

വേറിട്ട് സത്യം മാത്രമായ് വസ്തുതയില്ല"

എന്ന് ടോണി തന്നെ മറ്റൊരു കവിതയിൽ പറഞ്ഞതുപോലെ പറഞ്ഞ് തൽക്കാലത്തേക്ക് മുഖം രക്ഷിക്കുന്നതിൽ ഒരു വിഷമവുമുണ്ടാ കില്ല അവർക്ക്. വൈദേശിക ദാർശനികരുടെയും മനഃശാസ്ത്രകാരന്മാരു ടെയും സാഹിത്യസൈദ്ധാന്തികരുടെയുമൊക്കെ എഴുത്തുകളിൽ നിന്ന് ഭാഗികമായി മാത്രം ഗ്രഹിച്ച കാര്യങ്ങൾ തങ്ങളുടെ വകയായുള്ള പല യുക്തികളും ചേർത്ത് ഉപയോഗിച്ചുപയോഗിച്ച് തല പഴയ ഒരു ഫോട്ടോ വിലേതെന്ന പോലെ വാലൻമുട്ടകൾ തിന്നുതീർത്ത അവസ്ഥയിലായ വരാണ് പലരും. തങ്ങൾ എന്താണ് പറയുന്നത് എന്നതിനെക്കുറിച്ച് അവർക്കു തന്നെ കൃത്യമായ ബോധ്യമുണ്ടാവില്ല.

"നിങ്ങൾ ആരാണ്, ആർക്കുവേണ്ടിയാണ് നിങ്ങൾ സംസാരി ക്കുന്നത്, നിങ്ങൾ പറയുന്നതിലെ യുക്തി എന്താണ്" എന്നിങ്ങനെ അവരുടെ ഉള്ളിൽ നിന്നു തന്നെ ചോദ്യങ്ങളുയരുകയാണെങ്കിൽ 'എന്നെ ത്തന്നെ ഞാൻ ഊഹിക്കേണ്ടിയിരിക്കുന്നു' (ഊഹം-കെ.ആർ.ടോണി) എന്നേ അവർക്ക് മറുപടി പറയാനാവൂ. സ്വന്തം ജോലിസ്ഥലത്തു നിന്നും

താൻ ബന്ധപ്പെടുന്ന വ്യക്തികളിൽ നിന്നും സ്ഥാപനങ്ങളിൽ നിന്നും പലവിധ സാമൂഹ്യസംവിധാനങ്ങളുടെയും നിയന്ത്രണം കയ്യാളുന്നവരിൽ നിന്നും ഉണ്ടാവുന്ന അനുഭവങ്ങളുടെയും തന്റെ കണ്ണിലും കാതിലും വന്നു വീഴുന്ന പലതിന്റെയും ശരിയായ അർത്ഥത്തെയും ഉന്നത്തെയും കുറിച്ച് സംശയം ജനിക്കുന്ന അവസ്ഥയിലേക്ക് വ്യക്തികൾ തുടരെത്തുടരെ വലിച്ചെറിയപ്പെടുക എന്നത് സമകാലലോകത്തിൽ സ്ഥിരമായി സംഭവിച്ചുകൊണ്ടിരിക്കുന്ന ഒന്നാണ്. പല വസ്തുക്കൾക്കും മാർക്കറ്റിൽ ഒറിജിനലിനും ഡ്യൂപ്ലിക്കേറ്റിനും ഏതാണ്ട് തുല്യപദവിയാണുള്ളതെന്ന് അനുഭവത്തിലൂടെ നാമെല്ലാം മനസ്സിലാക്കുന്നുണ്ട്. ഒറിജിനൽ മാറ്റിവെച്ച് ഡ്യൂപ്ലിക്കേറ്റിനെ കൈക്കൊള്ളുന്നത് പല തട്ടിലുള്ള വ്യാപാരികൾക്കും ഇടനിലക്കാർക്കും ലാഭകരമാണ്. ഈ നാട്ടുനടപ്പിന് വഴങ്ങിക്കൊടുക്കുകയല്ലാതെ ആവശ്യക്കാർക്ക് മറ്റു നിവൃത്തിയുണ്ടാവില്ല. ഇത് തിരുത്തൽ സാധ്യമല്ലാത്ത ഒരു വസ്തുതയാണെന്ന് എല്ലാവരും അംഗീകരിച്ചിരിക്കുന്നു. ആശയങ്ങളുടെയും നിലപാടുകളുടെയും കാര്യത്തിലും ഇതു തന്നെ സംഭവിച്ചുകൊണ്ടിരിക്കുന്നു.

യാഥാർത്ഥ്യത്തിന്റെ സ്ഥാനം പ്രതീതിയാഥാർത്ഥം കയ്യടക്കുക എന്നത് പോസ്റ്റ് മോഡേൺ അവസ്ഥയുടെ ലക്ഷണങ്ങളിലൊന്നായി ചൂണ്ടിക്കാണിക്കപ്പെട്ടിട്ടുള്ളതാണ്. മാങ്ങയുടെ സ്ഥാനം 'മാങ്കോ ഫ്രൂട്ടി' കയ്യടക്കുന്ന അനുഭവം പി.പി.രാമചന്ദ്രന്റെ 'മാമ്പഴക്കാല'ത്തിൽ നാം കണ്ടതാണ്. പ്രതീതിയാഥാർത്ഥ്യങ്ങളുടെ ലോകത്തെ സ്നേഹിക്കാൻ പരിശീലനം ലഭിച്ചു കഴിഞ്ഞവർക്ക് പിന്നെ യാഥാർത്ഥ്യത്തിലേക്ക് തിരിച്ചു വരിക ഏറെ പ്രയാസകരമായിരിക്കും. മലയാളത്തിലെ എഴുത്തുകാരിലും നിരൂപകരിലും വായനക്കാരിലും കുറേയധികം പേർ ഈ അവസ്ഥയിലാണ്. സാഹിത്യവും കലയും രാഷ്ട്രീയവുമായൊക്കെ നാമമാത്രമായ ബന്ധം പുലർത്തുന്ന വലിയൊരു വിഭാഗം യുവജനങ്ങളുടെ അവസ്ഥയും വ്യത്യസ്തമല്ല.

അവരെല്ലാം തങ്ങൾ അകപ്പെട്ടുപോയിരിക്കുന്ന അവസ്ഥയുടെ ആരാധകരാണിന്ന്. അതിന്റെ പ്രകീർത്തനമാണ് അവരുടെ മുഖ്യവ്യവഹാരം. അവരെ മാത്രം കുറ്റം പറഞ്ഞിട്ട് കാര്യമില്ല. പല ജീവിതമേഖലകളിലും തനിരൂപത്തിലും മറ്റു ചിലതിൽ അല്പം മാത്രം പ്രച്ഛന്നമായ രൂപത്തിലും അവർ കണ്ടുമുട്ടുന്നത് പ്രതീതികളുടെ അല്ലെങ്കിൽ ഏകദേശ പകർപ്പുകളുടെ ആഘോഷമാണ്. കെ.ആർ.ടോണിയുടെ 'ഡ്രാക്കുളയും കുട്ടിച്ചാത്തനും' (കോട്ടയം പുഷ്പനാഥിന് പ്രണാമം) എന്ന കവിതയിൽ ഡിറ്റക്ടീവ് മാർക്സിനെ ഡ്രാക്കുള കാസലിലേക്ക് കൊണ്ടുപോവാം എന്നു പറഞ്ഞ് ഒരു ടാക്സി ഡ്രൈവർ 'ഹോട്ടൽ ഡ്രാക്കുള കാസലി'ന്റെ മുന്നിൽ

എത്തിക്കുന്നു. പിറ്റേ ദിവസം 'കാസിൽ ബ്രൗൺ' എന്നറിയപ്പെടുന്ന യഥാർത്ഥ ഡ്രാക്കുളക്കോട്ടയിലേക്ക് എന്നു പറഞ്ഞ് മറ്റൊരു ടാക്സി ഡ്രൈവർ അയാളെ കൊണ്ടു പോവുന്നത് യഥാർത്ഥം എന്ന് വിശ്വസിക്കപ്പെടുന്ന വ്യാജ ഡ്രാക്കുളക്കോട്ടയിലേക്കാണ്. യഥാർത്ഥത്തിലുള്ള യഥാർത്ഥ ഡ്രാക്കുളക്കോട്ട 'ആർഗസ് കോട്ട'യാണെന്നാണ് പിന്നെ അയാൾ പറഞ്ഞു കേൾക്കുന്നത്.

കവിത അവസാനിക്കുന്നത് ഇങ്ങനെയാണ്: "ഇതേ സമയം ആയിരക്കണക്കിന് മൈലുകൾക്കിപ്പുറത്ത് ഇങ്ങു കേരളത്തിലും സമാനമായ സംഭവങ്ങൾ അരങ്ങേറുന്നുണ്ടായിരുന്നു. തൃശ്ശൂരിലെ പെരിങ്ങോട്ടുകരയിൽ ബസ്സിറങ്ങിയ ആറുച്ചാമി കുട്ടിച്ചാത്തന്റെ അമ്പലം അന്വേഷിച്ചു. മുപ്പത് ചാത്തനമ്പലങ്ങളാണ് അവിടെ ഉണ്ടായിരുന്നത്. മുപ്പതിന്റെയും പ്രതിനിധികൾ അദ്ദേഹത്തെ പിടികൂടി തങ്ങളുടേതാണ് യഥാർത്ഥ ചാത്തൻ എന്നു പറഞ്ഞു! ആറുച്ചാമി മുപ്പതായി ശകലീകരിക്കപ്പെട്ടു! സമാനമായ സംഭവങ്ങൾ ലോകത്തു മുഴുവൻ റിപ്പോർട്ട് ചെയ്യപ്പെടുന്നു!"

ഈ സ്ഥിതി വിശേഷം ആരുടെ ലാഭം ലക്ഷ്യമാക്കി സൃഷ്ടിക്കപ്പെട്ടതാണ്, ഇതിനെ നിലനിർത്തുന്നതിന് യുക്തികൾ നിരത്തുന്നത് ന്യായമാണോ എന്നതിനെപ്പറ്റിയൊക്കെ ആലോചിക്കാനുള്ള ബാധ്യത ഏറ്റെടുക്കാനൊന്നും തങ്ങളെ കിട്ടില്ല എന്ന മനോഭാവമാണ് ബുദ്ധിജീവികളിലും പണ്ഡിതന്മാരിലും പുതുതലമുറയിലെ വായനക്കാരിലും മഹാഭൂരിപക്ഷവും സ്വീകരിച്ചു കാണുന്നത്. അന്നന്ന് കാണുന്നതിനെ, അത് കബളിപ്പിക്കലാണെങ്കിൽ അതിനെ, കൊണ്ടാടുന്നതിലപ്പുറമുള്ള ഒന്നും അവരുടെ ഭാഗത്തു നിന്ന് പ്രതീക്ഷിക്കാനാവില്ല.

പലതായി അവതരിപ്പിക്കപ്പെടുന്ന യാഥാർത്ഥ്യങ്ങളെ, വ്യാഖ്യാനങ്ങളാൽ വിഴുങ്ങപ്പെടുന്ന വാസ്തവങ്ങളെ ആവർത്തിച്ചാവർത്തിച്ച് അഭിമുഖീകരിക്കുന്നതിൽ ആനന്ദം കണ്ടെത്തുകയും അതിലൂടെ പലതായി ശകലീകരിക്കപ്പെടുകയും ചെയ്യുന്ന വ്യക്തികളെ ഒരു തരം മറവി രോഗം ബാധിക്കും. സ്വന്തം കാര്യങ്ങൾ നടത്തിക്കൊണ്ടുപോവുന്നതിലോ കൂടുതൽ ലാഭമുണ്ടാക്കാൻ ഉതകുന്ന പ്രവൃത്തികളിൽ ഏർപ്പെടുന്നതിലോ ഒന്നുമാവില്ല മറവിയുടെ ബാധ. ജനജീവിതത്തെ പൊതുവായി ബാധിക്കുന്നതും രാഷ്ട്രീയ കക്ഷികളും വർഗീയ ശക്തികളും മറ്റു പല നിക്ഷിപ്ത താൽപര്യക്കാരും ചേർന്ന് അതിസമർത്ഥമായി ഓരത്തേക്ക് തള്ളിമാറ്റുകയോ രൂപാന്തരണം വരുത്തുകയോ ചെയ്യുന്നതും എന്നാൽ സാമൂഹ്യനൈതികതയെ തുരങ്കം വെക്കുന്നതുമായ പ്രശ്നങ്ങൾ മറക്കുന്നതിലാണ് അവർ മിടുക്ക് കാണിക്കുക.

“അല്പം വൈകിപ്പോയി

എങ്കിലും എഴുതാതിരിക്കാനാവില്ല

മാറാടിനെപ്പറ്റി”

എന്ന് ആരംഭിക്കുന്ന ‘മാറാട്’ എന്ന കവിത ടോണി അവസാനിപ്പിക്കുന്നത് ഇങ്ങനെയാണ്:

“എന്തായാലും

മാറാട് മറക്കാൻ വയ്യാത്ത അനുഭവമായി

മറക്കാൻ പാടില്ലാത്ത അനുഭവം

മാറാട് എവിടെയാണ്

-ഞാൻ മറന്നുപോയി.”

എന്നു പറഞ്ഞുകൊണ്ടാണ്.

8.
ആഗോളവത്കരണവും ആധുനികോത്തരതയും

ആഗോളവത്കരണം സമീപകാലത്തെങ്ങും ആരംഭിച്ച ഒരു പ്രക്രിയയല്ലെന്ന് സ്ഥാപിക്കാൻ പലരും ശ്രമിക്കുന്നതു കാണാം. പുരാതനകാലം മുതൽക്കേ ലോകത്തിന്റെ വിവിധ ഭാഗങ്ങളിലെ ജനങ്ങൾ വസ്തുക്കളും ആശയങ്ങളും കൈമാറിയിരുന്നു, കുടിയേറ്റങ്ങൾ സംഭവിച്ചിരുന്നു, വിശ്വാസങ്ങളും ആചാരാനുഷ്ഠാനങ്ങളും ലോകത്തിന്റെ പല കോണുകളിൽ നിന്ന് പല കോണുകളിലേക്കും സഞ്ചരിച്ചിരുന്നു എന്നിങ്ങനെയുള്ള കാര്യങ്ങൾ ചൂണ്ടിക്കാണിച്ചാണ് അവർ അത് പറയുക. ഇന്ന് നാം ആഗോളവത്കരണം എന്നതു കൊണ്ട് അർത്ഥമാക്കുന്നത് മറ്റൊന്നാണ് എന്ന കാര്യം അവർ അറിയാതിരിക്കാൻ ഇടയില്ല. ഈ ആഗോളവത്കരണത്തെ ന്യായീകരിക്കാനുള്ള പരോക്ഷ ശ്രമമാണ് അവർ നടത്തുന്നത്. അറിഞ്ഞുകൊണ്ടു നടത്തുന്ന ഒരു ബൗദ്ധികാഭ്യാസമാണെന്നതു കൊണ്ട് അവരെ കാര്യങ്ങൾ പറഞ്ഞു മനസ്സിലാക്കിക്കുക അസാധ്യം തന്നെയാണ്. അവരെ അവരുടെ വഴിക്കു വിട്ട് നമുക്ക് കാര്യത്തിലേക്ക് വരാം. ആഗോളവത്കരണം അടിസ്ഥാനപരമായി ഒരു സാമ്പത്തിക പ്രക്രിയയാണ്. മൂലധനത്തിന്റെ രാജ്യാതിർത്തികൾ ഭേദിച്ചുള്ള വ്യാപനമാണ് അതിന്റെ ചാലകശക്തി. ബഹുരാഷ്ട്രകുത്തകകൾ എന്ന് വിളിക്കപ്പെടുന്ന ഏതാനും ചിലർ ലോകത്തിലെ സമ്പത്തിൽ ഏറിയ പങ്കും കയ്യടക്കുകയും ആ സമ്പത്തിന്റെ വർദ്ധനവ് ലക്ഷ്യമാക്കിയുള്ള നാനാതരം വ്യവഹാരങ്ങൾക്കായി ലോകത്തെ മുഴുവൻ പ്രയോജനപ്പെടുത്തുകയും ചെയ്യുന്നു. സാമ്പത്തിക ഉദാരവത്കരണം എന്ന നയം ലോകത്തിലെ എല്ലാ രാജ്യങ്ങളെയും കൊണ്ട് അംഗീകരിപ്പിച്ചാണ് ബഹുരാഷ്ട്ര സാമ്പത്തിക ഭീമന്മാർ ഇത്

സാധിക്കുന്നത്.

ആധുനികോത്തരം എന്ന് പറയാവുന്ന ജീവിതാവസ്ഥയുടെ പല തലങ്ങളിൽ ഊന്നിനിന്നുകൊണ്ട് പല ദാർശനികരും രൂപപ്പെടുത്തിയ ആശയലോകവും സാഹിത്യത്തിലും ചിത്രകലയിലും വാസ്തുവിദ്യയിലുമെല്ലാം ആധുനികതയെ പുറംതള്ളി കടന്നു വന്ന പുതിയ പ്രവണതയുമെല്ലാമായ ആധുനികോത്തരത ആഗോളവത്കരണത്തിന്റെ ഉല്പന്നമാണെന്ന് പറയാനാവില്ല. പക്ഷേ, ആഗോളവത്കരണത്തിന് ഗതിവേഗമേറാൻ തുടങ്ങിയതോടെയാണ് അത് ലോകത്തിന്റെ എല്ലാ കോണുകളിലുമുള്ള എല്ലാ സാംസ്കാരിക വ്യവഹാരങ്ങളിലേക്കും കടന്നു ചെന്നത് എന്നതിൽ സംശയമില്ല.

ബൃഹദാഖ്യാനങ്ങളിലുള്ള അവിശ്വാസം, പ്രതീതിയാഥാർഥ്യം യാഥാർഥ്യത്തെ പുറന്തള്ളിക്കഴിഞ്ഞ ഒരു ലോകത്താണ് മനുഷ്യരാശി ജീവിക്കുന്നത് എന്ന നിരീക്ഷണം, യുക്തിചിന്തയിലൂടെയും വസ്തുനിഷ്ഠമായ അന്വേഷണങ്ങളിലൂടെയും സത്യത്തിൽ എത്തിച്ചേരാമെന്ന ധാരണയുടെ നിരാകരണം, യഥാർത്ഥ ചരിത്രം എന്ന ഒന്നില്ല എല്ലാ ചരിത്രവും നിർമിതികൾ മാത്രമാണെന്ന വാദം, കലയിലും സാഹിത്യത്തിലും യാഥാർഥ്യത്തിന്റെ ആവിഷ്കാരമല്ല ആവിഷ്കരിക്കപ്പെട്ടിരിക്കുന്നതിനെ സംശയിക്കുന്നതായും അതിന്റെ ആപേക്ഷികതയിൽ ഊന്നുന്നതായും ആസ്വാദകരെ ബോധ്യപ്പെടുത്തിക്കൊണ്ടേയിരിക്കുന്ന ആഖ്യാനതന്ത്രത്തിന്റെ പ്രയോഗമാണാവശ്യം എന്ന നിലപാട് ഇവയെയെല്ലാം സൂചിപ്പിക്കുന്നതാണ് ആധുനികോത്തരത എന്ന പരികല്പന.

ആധുനികോത്തരതയുടെ ദർശനത്തെ പിന്തുണക്കുന്ന ഘടനാവാദാനന്തര സിദ്ധാന്തങ്ങളും അവയെ ആധാരമാക്കി വികസിച്ച അപഗ്രഥന സങ്കേതങ്ങളും മനുഷ്യന്റെ ഏത് അറിവിനും അനുഭവത്തിനും ഉറപ്പുള്ള ഒരു സത്ത അവകാശപ്പെടാനാവില്ലെന്നും (anti-essentialam) അടിസ്ഥാനപരം എന്ന് നാം പറയുന്നതൊന്നും അങ്ങനെയാവണമെന്നില്ലെന്നും (anti-foundationalism) എല്ലാം അപേക്ഷികമാണെന്നും ആവർത്തിച്ചുറപ്പിക്കാൻ ശ്രമിക്കുകയും എന്തിനും ഏതിനും നാം കല്പിക്കുന്ന അർഥം വഴുതിമാറിക്കൊണ്ടിരിക്കാമെന്ന വാദം പല രൂപത്തിൽ അവതരിപ്പിക്കുകയും അർത്ഥത്തിന്റെ അനിശ്ചിതത്വത്തെയും ബഹുത്വത്തെയും പല രൂപത്തിൽ ആഘോഷിക്കുകയുമാണ് ചെയ്യുന്നത്.

എതിർവാദങ്ങൾ

1990 കളുടെ ആരംഭം മുതൽ മലയാളികളുടെ ബൗദ്ധിക ചർച്ചകളുടെ പ്രധാനപ്പെട്ട ഒരു ഭാഗമാണ് ആധുനികോത്തരത. ആധുനികോത്തരത

എന്ന അവസ്ഥ നമ്മുടെ നാട്ടിൽ ഇല്ലാത്ത ഒന്നാണെന്ന് സ്ഥാപി ക്കാനാണ് ഇവിടത്തെ സാഹിത്യനിരൂപകരിലും ബുദ്ധിജീവികളിലും ഭൂരിഭാഗവും ആദ്യകാലത്തു ശ്രമിച്ചത്. കേരളസമൂഹം ഒരു ആധുനിക സമൂഹം പോലുമായിട്ടില്ല. ജാതിയും മതവും നാനാതരം അന്ധവിശ്വാ സങ്ങളും മാനസിക ജീവിതത്തിൽ വലിയ ഇടപെടലുകൾ നടത്തുന്ന, സാങ്കേതിക വളർച്ചയുടെ ഏറ്റവും നൂതനമായ ഫലങ്ങളുമായൊന്നും പരിചയപ്പെട്ടിട്ടില്ലാത്ത, സാമ്പത്തികമായ അരക്ഷിതത്വവും മറ്റനേകം ഇല്ലായ്മകളും ജീവിതത്തിന്റെ ഭാഗമായിട്ടുള്ള, ഒരു ജനതയാണ് നാം. നമ്മുടെ ഭൗതികസാഹചര്യങ്ങളും ബൗദ്ധികസാഹചര്യങ്ങളും ആധുനി കോത്തരതയിൽ നിന്നും ബഹുദൂരം അകലെയാണ് എന്നൊക്കെയാണ് അവർ പറഞ്ഞിരുന്നത്. അവരുടെ വാദങ്ങൾ ഒന്നൊന്നായി നമുക്ക് പരിശോധിക്കാം.

1. യൂറോപ്പിലെയും അമേരിക്കയിലെയും സാഹചര്യങ്ങളിൽ നിന്നാ ണ് ആധുനികോത്തരത രൂപം കൊണ്ടത്. നമ്മുടെ ജനജീവിതത്തിന്റെ വസ്തുനിഷ്ഠ സാഹചര്യങ്ങൾ തികച്ചും വ്യത്യസ്തമാണ്. വ്യവസായാനന്തര സമൂഹം, യാഥാർഥ്യങ്ങളെല്ലാം സംശയാസ്പദമായിത്തീരുകയും പ്രതീതി യാഥാർത്ഥ്യങ്ങൾ വ്യക്തികളുടെ മാനസിക ജീവിതത്തിൽ മേൽക്കൈ നേടുകയും ചെയ്യുന്ന അവസ്ഥ, ക്രമരഹിതത്വത്തെ ക്രമമായി പരിഗ ണിക്കുന്ന മനോനില എന്നിവയെല്ലാം നമ്മെ സംബന്ധിച്ചിടത്തോളം കേട്ടുകേൾവികൾ മാത്രമാണ്. അതുകൊണ്ട് മുൻപ് ആധുനികതയെ പ്പറ്റി പറഞ്ഞതു തന്നെ ആധുനികോത്തരതയെപ്പറ്റിയും പറയാം: ഇത് അനാവശ്യമായ ഒരിറക്കുമതിച്ചരക്കാണ്. മാത്രവുമല്ല, വസ്തുനിഷ്ഠ സാഹചര്യങ്ങൾ അനുകൂലമല്ലാത്തതിനാൽ ഈ ഇറക്കുമതിച്ചരക്കിനെ നമ്മുടെ സമൂഹവും സാഹിത്യവും യഥാർത്ഥത്തിൽ ഇതേ വരെ സ്വീക രിച്ചിട്ടുമില്ല. ഈ വാദം മൂന്ന് ദശകം മുൻപ് പല കോണുകളിൽ നിന്നായി ഉയർന്നു വരികയും ഒരു ദശകത്തോളം അത് ശക്തമായി നിലനിൽ ക്കുകയും ചെയ്തു. വി.സി.ശ്രീജന്റെ ആധുനികോത്തരം : വിമർശനവും വികലനവും എന്ന പുസ്തകം ഈ വാദം പരിക്ഷീണമാവാൻ തുടങ്ങുന്ന ഘട്ടത്തിലാണ് പ്രസിദ്ധീകൃതമായത് (1999).

2. സ്ഥൂലരാഷ്ട്രീയത്തിനു പകരം സൂക്ഷ്മരാഷ്ട്രീയത്തെ ഉയർത്തിക്കാട്ടു കയും രാഷ്ട്രീയത്തിലെയും സംസ്കാരത്തിലെയും പരമ്പരാഗത പരികല്പ നകളെയും പ്രയോഗങ്ങളെയും ലീലയായി കാണുകയും ചെയ്യുന്നതാണ് വൈദേശിക ആധുനികോത്തരതയുടെ രീതി. ഇവിടെയുള്ള ആരും ഈ രീതി അവലംബിക്കുന്നില്ല. ബൃഹദാഖ്യാനങ്ങളിലുള്ള അവിശ്വാസം എന്ന നിലപാടിനെയും നാം അംഗീകരിച്ചിട്ടില്ല. പിന്നെയെങ്ങനെയാണ്

നമ്മുടെ സമൂഹവും സാഹിത്യവും ആധുനികോത്തരതയിലേക്ക് പ്രവേശിക്കുക. ഇതാണ് രണ്ടാമത്തെ വാദം.

3. ഇനി മൂന്നാമത്തെ വാദത്തിലേക്ക് വരാം: ശുദ്ധ(ഉദാത്ത)കലയും ജനപ്രിയകലയും തമ്മിലുള്ള വ്യത്യാസത്തെ യൂറോപ്യൻ അമേരിക്കൻ ആധുനികോത്തരത കാര്യമായി പരിഗണിക്കുന്നില്ല. ജനപ്രിയ സാഹിത്യത്തെയും ഗൗരവപൂർണമായ നിരൂപണത്തിന് വിധേയമാക്കുകയും ജനപ്രിയ സാഹിത്യം ജനജീവിതത്തെയും ജനങ്ങളെ നയിക്കുന്ന ആശയലോകങ്ങളെയും കുറിച്ച് നൽകുന്ന വിവരങ്ങളെ സംസ്കാരപഠനത്തിൽ പ്രയോജനപ്പെടുത്തുകയും ചെയ്യുക എന്നതാണ് വിദേശികളുടെ രീതി. ജനപ്രിയ സാഹിത്യത്തിന് അങ്ങനെയൊരു പരിഗണന നമ്മുടെ നാട്ടിൽ ലഭിച്ചു വരുന്നില്ല.

ലോകം ചെറുതാവുമ്പോൾ

ഈ വാദങ്ങൾ എത്രത്തോളം സാധുവാണ്, അവ നമ്മുടെ അനുഭവങ്ങളുമായി എത്രത്തോളം പൊരുത്തപ്പെടുന്നുണ്ട് എന്നാണ് ഇനി പരിശോധിക്കേണ്ടത്.

കേരളത്തിലും ഇന്ത്യയിലാകമാനം തന്നെയും നിലനിൽക്കുന്ന വസ്തുനിഷ്ഠ സാഹചര്യം യൂറോപ്പിലേതും അമേരിക്കയിലേതുമായി താരതമ്യമില്ലാത്തതാണ് എന്നതിൽ സംശയമില്ല. പക്ഷേ, പഴയ കാലത്തേതിൽ നിന്ന് തീർത്തും വ്യത്യസ്തമായി ലോകമെമ്പാടുമുള്ള ജനങ്ങൾ വൻതോതിൽ പരസ്പരം ബന്ധപ്പെട്ടുകൊണ്ടേയിരിക്കുന്നുണ്ട്. വിവര സാങ്കേതികകവിദ്യയുടെ അത്ഭുതകരമായ വളർച്ച സൃഷ്ടിച്ച സൗകര്യങ്ങളും വർധിച്ച യാത്രാസൗകര്യങ്ങളുമെല്ലാം പ്രയോജനപ്പെടുത്തിയാണ് അവർ ഇത് സാധിക്കുന്നത്. തൊഴിൽ തേടിയും ഉന്നത വിദ്യാഭ്യാസത്തിനുവേണ്ടിയും വിദേശരാജ്യങ്ങളിലേക്ക് പോകുന്ന മലയാളികളുടെ എണ്ണത്തിൽ കഴിഞ്ഞ രണ്ട് ദശകക്കാലത്തിനിടയിൽ ഉണ്ടായ വർദ്ധനവ് തന്നെ എത്രയോ വലുതാണ്.

ആഗോളഗ്രാമം എന്നത് ഇന്ന് കേവലമൊരു ആലങ്കാരിക പ്രയോഗമല്ല . ലോകത്തിന്റെ ഏത് കോണിൽ നിർമിക്കപ്പെടുന്ന വസ്തുക്കളും ആശയങ്ങളും വളരെ വേഗത്തിൽ എല്ലായിടത്തും എത്തിച്ചേരുന്നതിലൂടെ മാത്രമല്ല അനേകം സൗന്ദര്യ സങ്കല്പങ്ങളുടെയും വൈകാരികാനുഭവങ്ങളുടെയും വ്യാപനത്തിലൂടെയും പങ്കുവെപ്പിലൂടെയും അത് വലിയൊരളവോളം യാഥാർത്ഥ്യമായിത്തീർന്നിരിക്കയാണ്. ഉയർന്ന സാമ്പത്തികശേഷിയും ദീർഘകാലമായി ആഗോളതലത്തിൽതന്നെ

സാംസ്കാരികരംഗത്ത് ആധിപത്യം പുലർത്തിയ പാരമ്പര്യവുമുള്ള യൂറോപ്പിലും അമേരിക്കയിലും ആധുനികോത്തരം എന്ന അവസ്ഥ രൂപ പ്പെട്ടു കഴിഞ്ഞാൽ വസ്തുനിഷ്ഠസാഹചര്യങ്ങൾ ഒട്ടും അനുകൂലമല്ലാത്ത ഇടങ്ങളും ഏറിയും കുറഞ്ഞും അതിന്റെ സ്വാധീനത്തിന് വഴിപ്പെടും. നാം ഇഷ്ടപ്പെട്ടാലും ഇല്ലെങ്കിലും പല തലങ്ങളിലും ഏകതാനത സൃഷ്ടിക്കപ്പെ ടുക തന്നെ ചെയ്യും. നമ്മുടെ എഴുത്തുകാർ ശരീരം കൊണ്ട് കേരളത്തിലും മനസ്സുകൊണ്ട് യൂറോപ്പിലും ജീവിക്കുന്ന അവസ്ഥ ആധുനികതയുടെ കാലത്തു തന്നെ നാം കണ്ടതാണ്. ആധുനികോത്തരതയുടെ കാലത്ത് കുറേക്കൂടി ന്യായീകരണം സാധ്യമാവുന്നവിധത്തിൽ അത് ആവർത്തി ക്കുന്നുവെന്നു മാത്രം.

നമ്മുടെ നാട്ടിലെ ഏറ്റവും ദരിദ്രരായ ജനങ്ങൾക്ക് ശരീരം കൊണ്ടും മനസ്സുകൊണ്ടും ആധുനികോത്തര ജീവിതത്തിലേക്ക് പ്രവേശിക്കാനാവു ന്നില്ലല്ലോ,അവരെ പൂർണമായും വിസ്മരിച്ചുകൊണ്ടല്ലേ ആധുനികോ ത്തര ജീവിതാവസ്ഥയിലെ പല അനുഭവങ്ങളും നാം പങ്കുവെക്കുന്നുണ്ട് എന്നു പറയുന്നത് എന്ന ചോദ്യം ന്യായമായും ഉയർന്നുവരാം. പല കാരണങ്ങളാൽ പ്രാന്തവത്കൃതരായ ജനങ്ങളും പ്രത്യക്ഷത്തിൽ അങ്ങനെയല്ലാതുള്ളവരിലെ സാമ്പത്തികമായി ഏറെ പിന്നോക്കം നിൽക്കുന്നവരും ഏറെക്കുറെ ആധുനികപൂർവജീവിതാവസ്ഥയിൽ ത്തന്നെയാണ്. പക്ഷേ,പലതരം കബളിപ്പിക്കലിലൂടെ തങ്ങളും ഏറ്റവും പുതിയ ജീവിതത്തിന്റെ സുഖങ്ങൾ പലതും അനുഭവിക്കുന്നുണ്ട് എന്ന പ്രതീതിയിലേക്ക് അവരിൽ പലരും ഇടയ്ക്കിടെ നയിക്കപ്പെടുന്നുണ്ട്. മൊബൈൽ ഫോൺ പോലുള്ള ചില വസ്തുക്കൾ അവരിൽ കുറച്ചു പേർ ക്കെങ്കിലും സ്വന്തമാക്കാനാവുന്നുമുണ്ട്. അതൊന്നുമില്ലെങ്കിൽത്തന്നെ പല ആവശ്യങ്ങൾക്കായി തങ്ങൾ നിരന്തരം ബന്ധപ്പെട്ടുകൊണ്ടിരി ക്കുന്നവർ വ്യാപരിക്കുന്ന ലോകത്തിന്റെ സ്വാധീനം ചെറിയ അളവി ലാണെങ്കിൽത്തന്നെയും അവരിൽ ഉണ്ടാവാതിരിക്കില്ല.

മറ്റു ചില വസ്തുതകൾ

ബൃഹദാഖ്യാനങ്ങളിലുള്ള അവിശ്വാസം എന്ന ആധുനികോത്തര രുടെ നിലപാട് പൊതുസമ്മതിയുള്ള ഒന്നല്ല. ആ അവിശ്വാസം നമ്മുടെ ബൗദ്ധിക വ്യവഹാരങ്ങളുടെ വിവിധ മേഖലകളിലും രാഷ്ട്രീയത്തിലു മെല്ലാം അതേപടി പ്രയോഗിക്കുകയാണെങ്കിൽ തികഞ്ഞ ആശയക്കുഴ പ്പമായിരിക്കും ഫലം. അതേ സമയം ഏത് സിദ്ധാന്തമായാലും അതിന്റെ പ്രയോഗം വ്യത്യസ്തരാജ്യങ്ങളിൽ,ദേശങ്ങളിൽ വ്യത്യസ്ത രീതിയിലാണ്

സാധിക്കേണ്ടത് എന്ന തിരിച്ചറിവ് ലോകമെമ്പാടും ഉണ്ടായിക്കഴിഞ്ഞിട്ടുണ്ട്. ഒരു വ്യക്തിയുടെ പ്രശ്നങ്ങൾ മനസ്സിലാക്കുന്നതിനും ആ പ്രശ്നങ്ങൾക്ക് പരിഹാരം തേടുന്നതിനും ഉപയോഗിക്കുന്ന പരികല്പനകളും അപഗ്രഥനരീതിയും മറ്റൊരു വ്യക്തിയുടെ കാര്യത്തിൽ തികച്ചും അപ്രസക്തമായേക്കാം എന്ന ബോധ്യവും പൊതുവെ ഉണ്ടായിക്കഴിഞ്ഞിരിക്കുന്നു. ചരിത്രം ഉൾപ്പെടെ നമ്മുടെ ജ്ഞാനമേഖലകളിലെല്ലാമുള്ള നിർമിതിയുടെയും പാഠപരതയുടെയും അംശങ്ങളെക്കുറിച്ച് മുമ്പ് നാം വലുതായി ആലോചിച്ചിരുന്നില്ല. എന്നാൽ ചരിത്രത്തിൽ നിന്നും മറ്റു പല വിഷയങ്ങളിൽ നിന്നും അവയുടെ നിർമാണം നിർവഹിക്കുന്ന ആളുകൾ പലതും ഒഴിവാക്കുന്നുണ്ടെന്നും ഇങ്ങനെ ഒഴിവാക്കപ്പെടുന്ന വസ്തുതകൾ കണ്ടെത്തിയാൽ അല്ലെങ്കിൽ ഓരോ ആഖ്യാനത്തിലും നിലനിൽക്കുന്ന വിടവുകളിലേക്ക് നോക്കിയാൽ ആഖ്യാനത്തെത്തന്നെ നമുക്ക് മറ്റൊരു രീതിയിൽ ഗ്രഹിക്കാനാവുമെന്നതും ഇന്നിപ്പോൾ എല്ലാവർക്കും സ്വീകാര്യമായിക്കഴിഞ്ഞ നിലപാടാണ്. ചരിത്രം ഉദാഹരണമായെടുത്താൽ കീഴാള പക്ഷത്തോ സ്ത്രീപക്ഷത്തോ നിന്നുകൊണ്ട് എഴുതപ്പെടുന്ന ചരിത്രം അംഗീകൃത ചരിത്രത്തിൽ നിന്ന് വളരെ വ്യത്യസ്തമായിരിക്കുമെന്നതിലും അവയ്ക്കു സ്വന്തം നിലയിൽ കൂടുതൽ ആധികാരികത അവകാശപ്പെടാനാവുമെന്നതിലും ഇക്കാലത്ത് ആരും സംശയം പ്രകടിപ്പിക്കില്ല. ഒരു രാജ്യത്തെ ജനങ്ങളെ രാഷ്ട്രീയവും സാംസ്കാരികവുമൊക്കെയായ പാരതന്ത്ര്യത്തിൽ നിന്ന് മോചിപ്പിക്കാൻ വേണ്ടി നടത്തുന്ന വിപ്ലവം ആ രാജ്യത്തിന്റെ പ്രത്യേക സാഹചര്യം പരിഗണിച്ചുകൊണ്ടു തന്നെയായിരിക്കണമെന്ന് ഇപ്പോൾ എല്ലാവർക്കും അറിയാം. റഷ്യൻ വിപ്ലവത്തിന്റെ മാർഗ്ഗമല്ല ചൈനീസ് വിപ്ലവത്തിന് സ്വീകരിക്കപ്പെട്ടത്. മറ്റൊരു രാജ്യത്ത് മറ്റൊരു പാതയായിരിക്കും സ്വീകരിക്കേണ്ടി വരിക. റഷ്യൻ വിപ്ലവവുമായോ ചൈനീസ് വിപ്ലവവുമായോ താരതമ്യം ചെയ്താൽ ആ പാത വിപ്ലവപാതയേ ആയിരിക്കണമെന്നുമില്ല .നിലവിൽ ലോകത്ത് പല രാജ്യങ്ങളിൽ കമ്മ്യൂണിസ്റ്റ് ദർശനത്തിന്റെ പ്രയോഗം, സാമ്പത്തിക രംഗത്തും സാംസ്കാരിക മേഖലയിലുമെല്ലാം പല രീതിയിലാണ് സംഭവിച്ചു കൊണ്ടിരിക്കുന്നതെന്ന് എല്ലാവർക്കും അറിയാം. ചൈനയിലെ കമ്മ്യൂണിസവും ക്യൂബയിലെ കമ്മ്യൂണിസവും ഒന്നല്ല. വടക്കൻ കൊറിയയെയും വിയറ്റ്നാമിനെയും ഒരേ അർത്ഥത്തിൽ കമ്മ്യൂണിസ്റ്റ് രാഷ്ട്രങ്ങൾ എന്ന് പറയാനാവില്ല. വിവിധ രാജ്യങ്ങളിലെ കമ്മ്യൂണിസ്റ്റ് പാർട്ടികൾ പല കാര്യങ്ങളിലും വ്യത്യസ്ത നിലപാടുകൾ സ്വീകരിക്കുന്നവരാണ്. തങ്ങൾ 'ഓർത്തഡോക്സ് മാർക്സിസം' എന്ന് വിളിച്ചതിൽനിന്ന് അകന്നുമാറിയുള്ള

നിലപാടുകളിലേക്ക് പല യൂറോപ്യൻ കമ്മ്യൂണിസ്റ്റ പാർട്ടികളും അര നൂറ്റാണ്ടിലധികം മുൻപേ ചുവടുമാറ്റം നടത്തിയിരുന്നു. ഇതൊന്നും ഇനി മറച്ചുവെക്കാനാവില്ല. മറച്ചു വെക്കേണ്ട കാര്യവുമില്ല.

ഇനി മറ്റു ചില കാര്യങ്ങളിലേക്ക് വരാം. മനുഷ്യമനസ്സിനെ അറിയുന്നതിനുള്ള ഏറ്റവും ഫലപ്രദമായ മാർഗം ഫ്രോയിഡിയൻ മനഃശാസ്ത്രമാണെന്നു പണ്ട് പറഞ്ഞ അത്രയും ഉറപ്പോടെ ഇന്ന് പറയാനാവില്ല. ഒരു ചികിത്സാരീതി എന്ന നിലയിൽ സൈക്കോ അനാലിസിസിനുള്ള സാധ്യതകളെപ്പറ്റിയും പഴയ അളവിലുള്ള മതിപ്പ് ഇന്നില്ല. ബോധമനസ്സ്, അബോധം എന്നിവയെ കുറിച്ചുള്ള ധാരണകളിൽ പല തിരുത്തലുകളും കൂട്ടിച്ചേർക്കലുകളും വന്നു കഴിഞ്ഞു.

സാഹിത്യപഠനത്തിലും നിരൂപണത്തിലും ആധുനികോത്തരകാലത്ത് വലിയ മാറ്റങ്ങൾ സംഭവിച്ചിട്ടുണ്ട്. ഘടനവാദവും ഘടനാവാദാനന്തര സാഹിത്യ സിദ്ധാന്തങ്ങളും അപഗ്രഥന സങ്കേതങ്ങളും സാഹിത്യകൃതികളിൽ നിന്ന് അർത്ഥവും സൗന്ദര്യവും തിരയുന്ന രീതികളിൽ വലിയ മാറ്റം സംഭവിപ്പിച്ചിട്ടുണ്ട്. കൃതിക്കുള്ളിലെ വൈരുധ്യങ്ങളിലും വിടവുകളിലും ഊന്നിക്കൊണ്ട് പഠനവും നിരൂപണവും നിർവഹിക്കുമ്പോൾ നാം എത്തിച്ചേരുന്നത് പഴയ നിരൂപണ പദ്ധതികൾ പിൻപറ്റുന്നവർക്കു സങ്കല്പിക്കാനാവാത്ത ഇടങ്ങളിലായിരിക്കും. (അപനിർമാണത്തെയും മറ്റു പല അതിനൂതന മാർഗങ്ങളെയും അവലംബിച്ചുള്ള വായനകൾ നിരർത്ഥമായ ബൗദ്ധികാഭ്യാസങ്ങളിൽ ഒടുങ്ങിപ്പോവാനുള്ള സാധ്യതയും ഉണ്ട് എന്ന കാര്യം മറന്നു കൊണ്ടല്ല ഇത് പറയുന്നത്.)

ആധുനികോത്തരകാലത്ത് കരുത്താർജ്ജിച്ച ദളിത്പക്ഷ വായനയും സ്ത്രീപക്ഷവായനയും പഴയകാല വായന പൂർണമായും അവഗണിച്ച ഇടങ്ങളിലേക്കാണ് നമ്മെ കൊണ്ടുപോവുന്നത്. പഴയ സാഹിത്യ വായനകൾ എത്ര അപൂർണ്ണമായിരുന്നു എന്ന തിരിച്ചറിവാണ് അവ നമുക്ക് നൽകുന്നത്. മുൻകാലങ്ങളിൽ സാഹിത്യത്തിൽ സാരമായ പരിഗണന ലഭിക്കാതിരുന്ന ട്രാൻസ്ജെണ്ടർ ജീവിതം, അഭയാർത്ഥി ജീവിതം എന്നിവയും പുതിയ ഉണർവ് കൈവന്നിരിക്കുന്ന പാരിസ്ഥിതിക അവബോധത്താൽ പ്രചോദിതമാവുന്ന എഴുത്തും ആധുനികോത്തര സാഹിത്യത്തിലെ മുഖ്യസാന്നിധ്യങ്ങളാണ്.

ശുദ്ധകലയ്ക്കും ജനപ്രിയകലയ്ക്കും തുല്യപരിഗണന ലഭിക്കുന്ന അവസ്ഥ യൂറോപ്പിലും അമേരിക്കയിലും ആധുനികോത്തരതയുടെ കാലത്ത് സൃഷ്ടിക്കപ്പെട്ടിട്ടുണ്ട്, മലയാളത്തിൽ അങ്ങനെ സംഭവിച്ചിട്ടില്ല എന്ന വാദവും പൂർണാർത്ഥത്തിൽ ശരിയല്ല. വ്യത്യാസം നിലനിൽക്കു

ന്നുണ്ടെങ്കിലും ജനപ്രിയത്വം ഉറപ്പാക്കുന്ന ഘടകങ്ങൾ തങ്ങളുടെ കൃതികളിൽ ഉൾചേർക്കാൻ പഴയ ആധുനികർ മുതൽ ഏറ്റവും പുതിയ എഴുത്തുകാർവരെയുള്ളവരിൽ ഭൂരിപക്ഷം പേരും മനസ്സുവെക്കുന്നുണ്ടെന്ന് എളുപ്പത്തിൽ തിരിച്ചറിയാവുന്നതേയുള്ളൂ. സാഹിത്യത്തിന്റെ രചന ദീർഘമായ മനനവും ഏറെ കരുതലും ആവശ്യപ്പെടുന്ന ഒന്നാണെന്നോ അത് എഴുതുന്നയാളിൽ നിന്ന് തപസ്യയുടെതിന് തുല്യമായ ഏകാന്തതയും ഏകാഗ്രതയും ആവശ്യപ്പെടുന്നുണ്ട് എന്നോ ഇപ്പോൾ ആരും പറയാറില്ല. വ്യാവസായിക ഉല്പന്നത്തിന്റെ സ്വഭാവം തന്നെയേ ഒരു സർഗാത്മകരചനയ്ക്കും ആവശ്യമുള്ളൂ എന്ന് കരുതുന്ന എഴുത്തുകാരുടെ മാത്രമല്ല വായനക്കാരുടെയും എണ്ണം കൂടിക്കൂടി വരികയാണ്.

മുകളിൽ പറഞ്ഞ വസ്തുതകളെല്ലാം കണക്കിലെടുത്താൽ ബൃഹദാഖ്യാനങ്ങളിലുള്ള അവിശ്വാസം ആധുനികോത്തരർ എന്ന് പറയപ്പെടുന്നവർക്കിടയിൽ മാത്രം പങ്കുവെക്കപ്പെടുന്ന ഒന്നല്ല എന്ന് സമ്മതിക്കേണ്ടി വരിക തന്നെ ചെയ്യും.

മറുപുറം

ആധുനികോത്തരത കരുത്താർജ്ജിച്ചത് ആഗോളവത്കരണ കാലത്താണെന്ന് ആരംഭത്തിലേ പറഞ്ഞു. ആധുനികോത്തരതയുടെ സംഭാവനയായ ജീവിതദർശനത്തിലും കലാസാഹിത്യ ദർശനത്തിലും ഉൾച്ചേർന്നിരിക്കുന്ന ചില പ്രശ്നങ്ങളുടെ പരിശോധന ഒഴിവാക്കിയാൽ ഈ ലേഖനം തീർത്തും അപൂർണമായിരിക്കും. ആ കുറവ് പരിഹരിച്ചു കൊണ്ടു തന്നെ അവസാനിപ്പിക്കാം.

ആധുനികോത്തരത നമ്മുടെ കാലത്തെ നാനാജീവിതവ്യവഹാരങ്ങളിൽ സംഭവിച്ച കഴിഞ്ഞ മാറ്റങ്ങളെ മനസ്സിലാക്കാനുള്ള വലിയ ശ്രമങ്ങൾ നടത്തിയിട്ടുണ്ടെന്നതിൽ സംശയമില്ല. ഈ പുതിയ ദർശനത്തിന്റെ വക്താക്കൾ അവതരിപ്പിച്ചിട്ടുള്ള പല ആശയങ്ങളോടും നമുക്ക് കലഹിക്കാം. പക്ഷേ, അവയുടെ പൂർണ നിരാകരണം നമ്മെ ചരിത്രത്തിന് പുറം തിരിഞ്ഞു നിൽക്കുന്നവരാക്കുകയേ ഉള്ളൂ. എന്നാൽ ആധുനികോത്തരതയുടെ വിമർശനം അനിവാര്യമാക്കിത്തീർക്കുന്ന ചില സംഗതികളുണ്ട്.

ആഗോളവത്കരണം സൃഷ്ടിച്ച പ്രശ്നങ്ങളെ കുറിച്ച് , വിവിധ മേഖലകളിൽ ബഹുരാഷ്ട്ര മുതലാളിത്തം സാധിച്ചിരിക്കുന്ന ജനവിരുദ്ധമായ അട്ടിമറികളെക്കുറിച്ച്, ആധുനികോത്തരതയുടെ ദർശനികരും ആധുനികോത്തരരായ പല എഴുത്തുകാരും മിക്കവാറും മൗനം പാലിക്കുന്നു എന്നതാണ് അവയിൽ പ്രധാനം. ഈ മൗനത്തിന് ന്യായീകരണമായി

തങ്ങൾ ഒരു ജീവിതാവസ്ഥയുടെ വിശദീകരണം സാധിക്കുക മാത്രമാണ് ചെയ്യുന്നത്, ഒരു ദർശനം അവതരിപ്പിക്കുകയല്ല എന്നു ഭാവിക്കുകയാണ് അവർ ചെയ്യാറുള്ളത്.

ആഗോളവത്കരണത്തെ യാഥാർത്ഥ്യമാക്കിത്തീർത്ത ശക്തികൾ ലോകം മുഴുക്കെയുള്ള ജനജീവിതത്തിൽ വലിയ ഇടപെടലുകൾ സാധിക്കുന്നുണ്ട്. മിക്ക രാജ്യങ്ങളിലെയും ഭരണകൂടങ്ങളെക്കൊണ്ട് തങ്ങൾക്കനുകൂലമായ തീരുമാനങ്ങൾ കൈക്കൊള്ളിക്കുന്നതിൽ അവർ വലിയ തോതിൽ വിജയം കൈവരിച്ചിട്ടുണ്ട്. എല്ലാ വ്യവഹാരങ്ങളുടെയും കേന്ദ്രസ്ഥാനത്തേക്ക് വിപണിയെ കൊണ്ടുവരിക, കലയും സാഹിത്യവും വിദ്യാഭ്യാസവും ഉൾപ്പെടെ എല്ലാറ്റിനെയും വിപണിയോട് വലിച്ചു ടുപ്പിക്കുക, എന്ന ലക്ഷ്യത്തിലേക്കുള്ള യാത്രയിൽ അവർ ഏറെ ദൂരം മുന്നോട്ട് പോയ്ക്കഴിഞ്ഞു. മനുഷ്യരാശി നാളിതുവരെയായി പഠന മനനങ്ങളിലൂടെയും അനുഭവങ്ങളിലൂടെയും നിരീക്ഷണങ്ങളിലൂടെയും ആർജിച്ച അറിവ് പുതിയ തലമുറയ്ക്ക് കൈമാറലല്ല 'നൈപുണി വികസന'മായിരിക്കണം വിദ്യാഭ്യാസത്തിലൂടെ സാധിക്കേണ്ടത് എന്ന ആശയത്തിന് നമ്മുടെ നാട്ടിലെ അധ്യാപകർക്കിടയിലും വൻതോതിലുള്ള സ്വീകാര്യത കൈവന്നതും സാഹിത്യത്തെ വിപണിക്കനുസരിച്ച് പാകപ്പെടുത്തുന്ന തരം എഴുത്തിനു നേരെ നമ്മുടെ വായനക്കാരിൽ മഹാഭൂരിപക്ഷത്തിനും അല്പം പോലും പരാതിയില്ലാതായിത്തീർന്നതും ഇതിന് തെളിവാണ്.

ബഹുരാഷ്ട്രഭീമന്മാരുടെ ഇടപെടലുകൾ രാഷ്ട്രീയം, കല, സാഹിത്യം എന്നിവയെ മാത്രമല്ല സാധാരണ ജനങ്ങളുടെ ദൈനംദിന ജീവിതത്തെത്തന്നെ നാനാതരത്തിൽ പ്രതികൂലമായി ബാധിക്കുന്നുണ്ട്. പുറമെ കാണുന്ന ആഘോഷപരതയ്ക്കടിയിൽ ജനകോടികളുടെ ജീവിതം കടുത്ത ദുരിതങ്ങളിലേക്ക് വലിച്ചെറിയപ്പെട്ടുകൊണ്ടേയിരിക്കുന്നുണ്ട്. ഇത്തരത്തിലുള്ള ഇരുണ്ട വാസ്തവങ്ങളെല്ലാം മറച്ചുവെച്ചുകൊണ്ട് വളരെ ലാഘവത്തോടെ ജീവിതത്തെ സമീപിക്കുകയും ലോകം സത്യാനന്തര യുഗത്തിലേക്ക് പ്രവേശിച്ചു കഴിഞ്ഞു, അതൊരു സ്വാഭാവിക പരിണാമം മാത്രമാണ്, എന്നതു പോലുള്ള ആശയങ്ങൾ അവതരിപ്പിക്കുന്നതിലും എല്ലാ സർഗാത്മക വ്യവഹാരങ്ങളും ലീലയുടെ സ്വഭാവം കൈക്കൊണ്ടു കഴിഞ്ഞു എന്ന് പ്രഖ്യാപിക്കുന്നതിലും ആനന്ദിക്കുകയും ചെയ്യുന്നവരാണ് ആധുനികോത്തരരിൽ പലരും. സൂചകത്തിനടിയിൽ സൂചിതം വഴിമാറിക്കൊണ്ടേയിരിക്കും എന്ന് പറയുന്നത് ചില കാര്യങ്ങളെ സംബന്ധിച്ച് ശരിയാവാമെന്നതു കൊണ്ട് ആ ഒരാശയം സ്വീകരിച്ച് ഒരു മേഖലയിലും ഒരാശയത്തിനും വസ്തുതയ്ക്കും വിശ്വസനീയമായ ഒരർത്ഥവും

മൂല്യവും സാധ്യമല്ല എന്ന് ആവർത്തിച്ചുറപ്പിക്കുന്നതിൽ സംതൃപ്തി കണ്ടെത്തുന്നതിൽ സാരമായ കുഴപ്പമുണ്ട്.

ഈ പ്രശ്നങ്ങളെല്ലാം നിലനിൽക്കെത്തന്നെ നമ്മുടെ കാലത്തെ ജീവിതത്തിന്റെ പല തലങ്ങളെയും സൂക്ഷ്മമായി വിശദീകരിക്കുന്നതിലും നാം ഒരു സംശയത്തിനും ഇടയില്ലെന്ന ധാരണയിൽ കൊണ്ടാടിയ പല അപഗ്രഥനസങ്കേതങ്ങളുടെയും മൂല്യനിർണയ പദ്ധതികളുടെയും പരിമിതികൾ ബോധ്യപ്പെടുത്തുന്നതിലും ചില വിഷയങ്ങളുടെയും സമീപനരീതികളുടെയും സമഗ്രതയെക്കുറിച്ച് നാം സൂക്ഷിച്ചിരുന്ന ധാരണകളുടെ അപര്യാപ്തത ബോധ്യപ്പെടുത്തുന്നതിലും ആധുനികോത്തരത നൽകിയ സംഭാവനകളെ നിസ്സാരമെന്നു വിധിക്കാനാവില്ല. ഇതൊരു വൈരുധ്യമാണെന്നതിൽ അമ്പരക്കേണ്ട കാര്യമില്ല. മനുഷ്യന്റെ ചിന്താജീവിതത്തിന്റെ പുരോഗതി ഒറ്റയടിപ്പാതയിലൂടെയല്ല.

9. ഭ്രാന്തലോകത്തിനു നേരെ

സ്റ്റാലിൻ കാലഘട്ടത്തിന്റെ ദുരിതങ്ങളത്രയും അനുഭവിക്കുകയും 1941ൽ ആത്മഹത്യ ചെയ്യുകയും ചെയ്ത വിഖ്യാത റഷ്യൻ കവയിത്രി മറീന സ്വറ്റേവ (Marina Tsvetaeva) യുടെ Art in the Light of Conscience എന്ന പുസ്തകം ഏറ്റവും സംഘർഷഭരിതമായ ഒരു കാലത്ത് ഒരു കവിക്ക് തന്റെ സർഗാത്മകജീവിതത്തെ, അതിന്റെ ഊർജസ്രോതസ്സുകളെ എങ്ങനെ സംരക്ഷിച്ചു നിർത്താമെന്നതിനെക്കുറിച്ച് സാധ്യമാവുന്ന ആലോചനകളും കാവ്യരചനയും ആസ്വാദനവും മൂല്യനിർണയവുമായി ബന്ധപ്പെട്ട മറ്റു പ്രശ്നങ്ങളും വളരെ സത്യസന്ധമായും സുതാര്യമായും അവതരിപ്പിച്ചിരിക്കുന്ന എട്ട് ലേഖനങ്ങളുടെ ഒരു സമാഹാരമാണ്.

എഴുത്തുകാരന്റെ സാമൂഹ്യപ്രതിബന്ധത, സാഹിത്യത്തിന്റെ സാമൂഹ്യ പ്രയോജനം തുടങ്ങിയ ആശയങ്ങൾ അപ്രസക്തമായിത്തീരുന്നത് രണ്ട് സാഹചര്യങ്ങളിലാണ്. സാഹിത്യം വിപണിയിൽ എത്തിച്ചേരേണ്ടുന്ന ഉൽപന്നമാണ് എന്ന നിലപാട് എഴുത്തുകാരും പ്രസാധകരും സ്വീകരിക്കുകയും വായനക്കാർ ആ നിലപാടിന് ഉത്സാഹപൂർവം പിന്തുണ നൽകുകയും ചെയ്താൽ സാമൂഹ്യവിപ്ലവങ്ങളിൽ സാഹിത്യം മുന്നണിപ്പോരാളിയായിരിക്കുക എന്ന ആശയത്തിന് വലിയ അളവിൽ മൂല്യച്യുതി സംഭവിക്കും. ഗൗരവപൂർണമായ സാമൂഹ്യപ്രശ്നങ്ങളെ വളരെ ഉത്തരവാദിത്വബോധത്തോടെ അവതരിപ്പിക്കുന്ന സാഹിത്യം തീർത്തും വിരസമാണെന്ന വാദം ഒരുപാടുപേർ വാശിയോടെ ഉന്നയിക്കും. രാഷ്ട്രീയം ഉൾപ്പെടെ സാമൂഹ്യജീവിതത്തിന്റെ വ്യത്യസ്ത മേഖലകളിലെ സാഹിത്യത്തിന്റെ ഇടപെടൽ ഒട്ടും ഫലപ്രദമാവുന്നില്ല എന്ന് തുടരെത്തുടരെ ബോധ്യപ്പെടുകയാണെങ്കിലും സമാനമായ അവസ്ഥ രൂപപ്പെടും. ഇവ രണ്ടും സംഭവിച്ചുകൊണ്ടിരിക്കുന്ന സാഹചര്യം യാഥാർത്ഥ്യമായിത്തീർന്നാൽ വിപ്ലവകരമായ എഴുത്ത് എന്നതിന്

തീർത്തും സംശുദ്ധമായ, അരാഷ്ട്രീയമായ (രാഷ്ട്രീയ കക്ഷികൾ തമ്മിലുള്ള ദൈനംദിന പോരാട്ടങ്ങളിൽ താൽപര്യം പുലർത്താത്ത എന്ന അർത്ഥത്തിൽ) എഴുത്ത് എന്നായിത്തീരും അർത്ഥം. മലയാളസാഹിത്യം ഏറ്റവുമൊടുവിൽ എത്തിച്ചേർന്നിരിക്കുന്നത് ഈയൊരു വഴിത്തിരിവിലാണ്.

കേരളീയജീവിതത്തിന്റെ വർത്തമാനം സാഹിത്യം വഴിയായുള്ള സാമൂഹ്യരാഷ്ട്രീയ ഇടപെടലുകൾക്ക് നന്നേ ചെറിയ ഇടം മാത്രമേ അനുവദിക്കുന്നുള്ളൂ. വിമർശനവിധേയമാക്കേണ്ടുന്ന പലതും നമ്മുടെ സാമൂഹ്യജീവിതത്തിലും രാഷ്ട്രീയത്തിലും ഉണ്ട്. നീതിനിഷേധത്തിന്റെ തെളിവുകൾ സാമ്പത്തികപിന്നോക്കാവസ്ഥയിലുള്ളവരുടെയും നാനാതരത്തിൽ പ്രാന്തവൽകൃതരായവരുടെയും ജീവിതത്തിൽ എത്രയെങ്കിലുമുണ്ട്. പക്ഷേ,അവരുടെ പ്രശ്നങ്ങൾക്ക് നാമമാത്രമായ പരിഗണന മാത്രമേ കിട്ടാറുള്ളൂ. രാജ്യം ഭരിക്കുന്ന രാഷ്ട്രീയ കക്ഷി ബഹുരാഷ്ട്ര മുതലാളിത്തവുമായി നല്ല ചങ്ങാത്തത്തിലാണ്. ശക്തി വല്ലാതെ ചോർന്നു പോകുന്നു എന്നു തോന്നുന്ന ഘട്ടത്തിൽ വർഗീയത ആളിക്കത്തിക്കുകയും അല്ലാത്തപ്പോഴെല്ലാം തങ്ങളുടെ സാമ്പത്തികശേഷി ദീർഘകാലത്തേക്ക് ഭദ്രമാക്കാനുള്ള ശ്രമങ്ങളിൽ മാത്രം വ്യാപൃതരായിരിക്കുകയും ചെയ്യുന്നവരാണവർ. മറ്റു രാഷ്ട്രീയകക്ഷികളുടെ പ്രവർത്തനങ്ങൾ മുഖ്യമായും കേന്ദ്രീകരിക്കുന്നത് തിരഞ്ഞെടുപ്പ് വിജയത്തിന് ആവശ്യമായ മുന്നൊരുക്കങ്ങളിലാണ്. വിജയം ഉറപ്പാക്കണമെങ്കിൽ നിലവിൽ തങ്ങളോടൊപ്പമുള്ളവരെ തുടർന്നും കൂടെ നിർത്തണം. വോട്ടിംഗിന്റെ സമയത്തെങ്കിലും കൂടുതൽ പേരെ ഒപ്പം നിർത്താനാവശ്യമായ തന്ത്രങ്ങളെല്ലാം മെനയണം. രാഷ്ട്രീയ പ്രവർത്തനം എന്നതിന്റെ പ്രഥമവും പ്രധാനവുമായ അർത്ഥം ഇതായിത്തീർന്നിരിക്കുന്നു. ഈ വസ്തുതകളെല്ലാം അറിഞ്ഞുകൊണ്ടു തന്നെ രാഷ്ട്രീയബോധത്തെ ഗോത്രവീര്യത്തിന് സമാനമാക്കിത്തീർത്തവരാണ് മലയാളികളിൽ മഹാഭൂരിപക്ഷവും. സാഹിത്യം വളരെ ആർജവത്തോടെ രാഷ്ട്രീയ സാമൂഹ്യയാഥാർത്ഥ്യങ്ങൾ ചിത്രീകരിക്കണമെന്ന് അവർ ആഗ്രഹിക്കുന്നേയില്ല. ആലാപനസുഖമുള്ള വിപ്ലവകവിതകൾ അവർ പാടി രസിച്ചേക്കും. പക്ഷേ, കഥയിലോ കവിതയിലോ നോവലിലോ രാഷ്ട്രീയ വിമർശനം മുഖ്യപ്രമേയമായി വരികയാണെങ്കിൽ അത്തരം കൃതികളിലെ അനുഭവലോകത്തിൽ നിന്ന് അവർ സുരക്ഷിതമായ അകലം പാലിക്കുകയേ ഉള്ളൂ. കൊണ്ടാടാനായി ചില ലബ്ധപ്രതിഷ്ഠരും ആഖ്യാനത്തിലെ അഭ്യാസങ്ങൾ കൊണ്ട് അത്ഭുതമോ കൗതുകമോ കേവലമായ പാരായണസുഖമോ നൽകുന്ന കൃതികളും മാത്രമേ അവർക്കാവശ്യമുള്ളൂ. കൃതിയുടെ

രാഷ്ട്രീയവിവക്ഷകൾ എന്തൊക്കെയാണ്, ഭാഷയിലെ സാഹിത്യത്തിന്റെ ചരിത്രവുമായി ബന്ധപ്പെടുത്തിയുള്ള പരിശോധനയിൽ അതിന്റെ സ്ഥാനമെന്താണ്, തങ്ങളെ ധൈഷണികമായോ വൈകാരികമായോ അത് അൽപമായെങ്കിലും നവീകരിക്കുന്നുണ്ടോ, എന്നിങ്ങനെയുള്ള കാര്യങ്ങളൊന്നും അവരുടെ ആലോചനയിൽ വരില്ല. ഫാസിസത്തിനെതിരായ ചെറുത്തുനിൽപുകൾക്ക് സംഘടിത സ്വഭാവവും ശക്തിയും കൈവരാതിരിക്കുകയും മുതലാളിത്ത ജീവിതബോധം ജനമനസ്സിൽ ആധിപത്യം നേടുകയും ചെയ്തുകഴിഞ്ഞാൽ മറ്റൊന്ന് പ്രതീക്ഷിക്കുക സാധ്യമല്ല. വസ്തുത ഇതായിരിക്കെ സ്വന്തം എഴുത്തിനെ അവഗണനയ്ക്കു വിട്ടുകൊടുക്കില്ല എന്ന നിർബന്ധം സൂക്ഷിക്കുന്നവർക്ക് നിത്യസാധാരണമായ രാഷ്ട്രീയ കോലാഹലങ്ങളെയും വായനാസമൂഹത്തിന്റെ ചാപല്യങ്ങളെയും അവരിൽ മഹാഭൂരിപക്ഷത്തിന്റെ മൂല്യനിർണയനത്തെയും അപ്പാടെ അവഗണിച്ച് അവനവന്റെ മനഃസാക്ഷിയോട് നീതിപുലർത്തുകയേ വഴിയുള്ളൂ. ഈ വഴി തിരഞ്ഞെടുക്കാൻ മനസ്സില്ലാത്തവർക്ക്, താൻ തന്റെ കാലത്തെ രാഷ്ട്രീയ യാഥാർത്ഥ്യങ്ങളോട് അപ്പപ്പോൾ നീതിപൂർവം പ്രതികരിക്കുന്നു എന്ന് സ്വയം ബോധ്യപ്പെടുത്തുക നിർബന്ധമായി തോന്നുന്നവർക്ക്, എല്ലാ രാഷ്ട്രീയപ്പാർട്ടികളോടും നിരന്തരം കലഹിച്ചുകൊണ്ടേയിരിക്കാം. ആരോപണങ്ങൾ പലതും കേട്ടുതഴമ്പിച്ചവരായതുകൊണ്ട് രാഷ്ട്രീയപ്പാർട്ടികൾ അതൊന്നും ചെവിക്കൊള്ളില്ല. അനുയായികളെയും അതൊന്നും സ്പർശിക്കുകയില്ല. എങ്കിലും, താൻ ചെയ്യേണ്ടതുണ്ടെന്ന് തോന്നുന്ന കർമം അതിന്റെ ഫലത്തെക്കുറിച്ച് വേവലാതിപ്പെടാതെ ചെയ്തുകൊണ്ടേയിരിക്കണമെന്ന് തോന്നുന്നവർക്ക് അങ്ങനെ ചെയ്യാം. അത് അവരുടെ ഇഷ്ടം. ഇതിനുപകരം ദൈനംദിന രാഷ്ട്രീയസംഭവവികാസങ്ങളെ വലിയൊരളവോളം അവഗണിച്ചുകൊണ്ട്, രാഷ്ട്രീയത്തിലെ അടിയൊഴുക്കുകളെ കൃത്യമായി തിരിച്ചറിഞ്ഞ് അവ അനതി വിദൂരഭാവിയിൽ ജനജീവിതത്തിൽ വരുത്തിത്തീർത്തേക്കാവുന്ന വലിയ വിപത്തുകളെക്കുറിച്ച്, ഒരു കാലത്ത് നാം സ്വപ്നം കണ്ടതും അനേകം പേരുടെ മഹാത്യാഗങ്ങളിലൂടെ വളർത്തിയെടുത്തതുമായ എന്തൊക്കെ കടപുഴകിപ്പോകുമെന്നതിനെക്കുറിച്ച്, വായനക്കാരെ ആഴത്തിൽ ബോധ്യപ്പെടുത്തുന്ന രീതി കൈക്കൊള്ളുന്ന ആവിഷ്കാരങ്ങൾ സാധിക്കുകയാണെങ്കിൽ അതാവും ഒരുപാടുപേരുടെ മനോലോകത്തിൽ വലിയ ചലനങ്ങൾ ഉണ്ടാക്കുകയും സാഹിത്യത്തെ മുന്നോട്ടു കൊണ്ടുപോവുകയും ചെയ്യുക. പുരോഗമനാത്മകമായ സംഘടിത മുന്നേറ്റങ്ങൾക്ക് അവ പ്രേരണ നൽകുമോ എന്ന ചോദ്യത്തിന് നമ്മുടെ കാലത്ത് അത്തരം വലിയ ഫലങ്ങൾ സാഹിത്യസൃഷ്ടികളിൽ നിന്ന്

ഉടനുടൻ പ്രതീക്ഷിക്കരുത് എന്നേ പറയാനാവൂ. ഒരു പാട് കെട്ടുകാഴ്ച കൾക്കും കൺകെട്ടുവിദ്യകൾക്കും സ്വയം കീഴടങ്ങിക്കൊടുത്ത് വിശ കലനബുദ്ധിയോടും വിമർശനശേഷിയോടും വിട പറഞ്ഞ് ബൗദ്ധിക സത്യസന്ധത പാടെ ഉപേക്ഷിക്കുന്ന പതനത്തിൽ നിന്ന് കുറച്ചുപേരെ യെങ്കിലും രക്ഷിച്ചെടുക്കാൻ ഒരെഴുത്തുകാരന്/ എഴുത്തുകാരിക്ക് കഴിയു ന്നുവെങ്കിൽ അതു തന്നെ വലിയൊരു കാര്യമാണെന്ന് കരുതാനേ ഇന്ന് നമുക്ക് കഴിയൂ. ഏറെ ആലോചിച്ച് കൈക്കൊണ്ട ഒരു തീരുമാനത്തിന്റെ ഫലമായല്ലാതെ ഈ ധാരണയിൽ തീർത്തും സ്വാഭാവികമായിത്തന്നെ എത്തിച്ചേരുന്ന എഴുത്തുകാരിൽ നിന്നു തന്നെയാണ് ശക്തമായ എഴുത്ത് സംഭവിക്കുക.

"ജനലക്ഷങ്ങൾക്കു വേണ്ടിയല്ല, ഒരു പ്രത്യേക വ്യക്തിക്കുവേണ്ടി യല്ല, എനിക്കുവേണ്ടിയുമല്ല, കൃതിക്കുവേണ്ടിത്തന്നെയാണ് ഞാൻ എഴുതുന്നത്. കൃതി എന്നിലൂടെ സ്വയം എഴുതുകയാണ്." Poet on the Critic എന്ന ലേഖനത്തിലെ ഈ വാക്കുകളിലൂടെ സ്വെറ്റ്യേവ ആവി ഷ്കരിച്ചിരിക്കുന്ന ആശയം വളരെ പ്രധാനപ്പെട്ടതാണ്. എന്തിനും, ഏത് അധാർമികതയ്ക്കും സസന്തോഷം കീഴടങ്ങിക്കൊടുക്കുന്ന ഒരു ജനതയ്ക്കു വേണ്ടി, അവരുടെ സംതൃപ്തി ലക്ഷ്യമാക്കി ഒരെഴുത്തുകാരൻ/എഴുത്തു കാരി ഒന്നും എഴുതേണ്ടതില്ല. ഏതെങ്കിലും വ്യക്തിയെയോ അവനവ നെത്തന്നെയോ പ്രീതിപ്പെടുത്താനുള്ള എഴുത്തും ശരിയായ എഴുത്തല്ല. കൃതിയുടെ പൂർണതയിൽ മാത്രമായിരിക്കണം എഴുതുന്നയാളുടെ ശ്രദ്ധ. ആ പൂർണതയിൽ എത്തിച്ചേരണമെങ്കിൽ താൻ ജീവിക്കുന്ന സമൂഹ ത്തെക്കുറിച്ചും ആ സമൂഹത്തിൽ അധികാരം കയ്യാളുന്നവരുടെ ക്ഷുദ്രതാ ൽപര്യങ്ങളെക്കുറിച്ചുമെല്ലാം എഴുതുന്നയാൾക്ക് പൂർണമായ ബോധ്യമു ണ്ടായിരിക്കണം. ഒപ്പം,ഈ ബോധ്യത്തെ ജനപ്രിയമാക്കിത്തീർക്കലല്ല എഴുതുന്നതിനോട് സത്യസന്ധത പാലിക്കലാണ് തന്റെ കടമ എന്ന തിരിച്ചറിവ് മുറുകെ പിടിക്കുകയും വേണം. തന്നോടുള്ള കാലത്തിന്റെ കൽപന (demand of the time) എന്നത് മന:സാക്ഷിയുടെ ശാസന (command of the conscience) അനുസരിക്കലാണെന്ന് സ്വെറ്റ്യേവ പറയുന്നുണ്ട്.

I refuse എന്ന ശീർഷകത്തിൽ പിൽക്കാലത്ത് ഇംഗ്ലീഷിലേക്ക് പരിഭാഷപ്പെടുത്തപ്പെട്ട കവിതയിൽ സ്വെറ്റ്യേവ എഴുതി:

" കൂർത്ത കാതോ

ഒരു കവിയുടെ

ഭാവി കാണുന്ന കണ്ണുകളോ

എനിക്കാവശ്യമില്ല
നിങ്ങളുടെ ഈ ഭ്രാന്തലോകത്തിനു നേർക്ക്
അതിനെ അവഗണിക്കുക എന്ന
ഒരേയൊരു പ്രതികരണമേ എനിക്കുള്ളൂ."

10.
കോളനിയാനന്തരം എന്ന പ്രയോഗം കാലഹരണപ്പെട്ടിരിക്കുന്നു

കൊളോണിയൽ ആധിപത്യത്തിനു കീഴിൽ കഴിഞ്ഞിരുന്ന ജനങ്ങൾ സ്വതന്ത്രരാവുന്നതിനു മുമ്പും പിമ്പും തങ്ങളുടെ നാനാതരത്തിലുള്ള അസ്വാസ്ഥ്യവും രോഷവും അവരുടെ സർഗാത്മക രചനകളിലൂടെ ആവിഷ്കരിച്ചിരുന്നു. സാഹസികമായതുകൊണ്ടുതന്നെ സ്വാതന്ത്ര്യപൂർവ കാലഘട്ടത്തിൽ ഈ ആവിഷ്കാരത്തിന്റെ തോത് താര തമ്യേന കുറവായിരുന്നു. സ്വാതന്ത്ര്യാനന്തരം കുറേ കൂടുതൽ ആളുകൾ തങ്ങൾക്ക് അനുഭവിക്കേണ്ടി വന്ന വേദനകളെയും അപമാനങ്ങളെയും കുറിച്ച് സംസാരിക്കുന്ന അവസ്ഥയുണ്ടായി. കൊളോണിയൽ ശക്തികൾ പിൻവാങ്ങിയതിനു ശേഷവും അവരുടെ സാംസ്കാരികാധിപത്യത്തിന്റെ അവശിഷ്ടങ്ങളോട് തങ്ങളുടെ സഹജീവികളിൽ ഒട്ടേറെപ്പേർ വെച്ചു പുലർത്തുന്ന വിധേയത്വം അവർ തിരിച്ചറിഞ്ഞു. പൂർണാർത്ഥത്തിൽ ഒരു സ്വതന്ത്രജനതയായി മാറുന്നതിന് ഇനിയും ഒരുപാട് കടമ്പകൾ കടക്കേണ്ടിവരുമെന്ന അറിവും അത് തങ്ങൾ ആഗ്രഹിക്കുന്നത്ര എളുപ്പ ത്തിൽ സാധ്യമാവില്ലല്ലോ എന്ന ആശങ്കയും അവരെ വേട്ടയാടി. ഈ അനുഭവങ്ങളെയെല്ലാം കുറിച്ചുള്ള താത്വികാന്വേഷണങ്ങൾ, അനുഭവ ങ്ങളുടെ സർഗാത്മകാവിഷ്കാരങ്ങൾ, അവയെകുറിച്ചുള്ള പഠനങ്ങൾ, ഇവയെല്ലാം ഈ ഘട്ടത്തിൽ ധാരാളമായി ഉണ്ടായി. അങ്ങനെയുള്ള എഴുത്തുകളുടേത് മുൻകാല എഴുത്തുകളുടേതിൽനിന്ന് വ്യത്യസ്തമായ ഒരു ലോകമാണ്. അവയെ പ്രത്യേകമായി അടയാളപ്പെടുത്തുക തന്നെ വേണം. അങ്ങനെയാണ് കൊളോണിയൽ മേധാവിത്വത്തെ ക്കുറിച്ചുള്ള അസുഖകരമായ ഓർമകളെയും ആ മേധാവിത്വത്തിന്റെ എല്ലാ പിൽക്കാല സ്വാധീനങ്ങളോടുമുള്ള എതിർപ്പുകളെയും ചൂഴ്ന്നുള്ള ബൗദ്ധികാന്വേഷണങ്ങളെയും സർഗാത്മകാവിഷ്കാരങ്ങളെയുമെല്ലാം

സൂചിപ്പിക്കുന്നതിനുവേണ്ടി കോളനിയാനന്തര എഴുത്ത് (Post colonial Writing) എന്ന പ്രയോഗം നിലവിൽ വന്നത്.

എഡ്വേർഡ് സെയ്ദിന്റെ Orientalism എന്ന പുസ്തകം 1978 ൽ പുറത്തു വന്നതോടുകൂടിയാണ് ഈ പ്രയോഗത്തിന് വ്യാപകമായ അംഗീകാരം കൈവന്നത്. Orientalism പുറത്തിറങ്ങുന്നതിന് വളരെ മുമ്പേ തന്നെ കോളോണിയൽ അധിനിവേശം കോളനീകരിക്കപ്പെട്ട ജനങ്ങളുടെ ജീവിതത്തിന്റെ വിവിധതലങ്ങളിൽ എങ്ങനെയൊക്കെ ഇടപെടുന്നു, അവരുടെ മനോനിലയെ എങ്ങനെ സംഘർഷപൂർണമാക്കുന്നു, അവരെ എങ്ങനെ അപമാനവീകരിക്കുന്നു എന്നൊക്കെ വിശദീകരിക്കുന്ന ഫ്രാൻസ് ഫാനന്റെ Black skin ,White masks (1952) എന്ന പുസ്തകവും അതിന്റെ തുടർച്ചയും വിപുലനവും എന്നതിനപ്പുറം അപകോളനീകരണത്തിനു വേണ്ടിയുള്ള വിപ്ലവത്തിന്റെ പ്രശ്നങ്ങളും ഘട്ടങ്ങളും കൊളോണിയൽ മേധാവികളിൽ നിന്ന് സ്വതന്ത്രരായിതിനു ശേഷം ഉണ്ടാകാവുന്ന പ്രശ്നങ്ങളുമെല്ലാം വിശദീകരിക്കുന്ന അദ്ദേഹത്തിന്റെ തന്നെ The Wretched of the Earth (1961) എന്ന പുസ്തകവും പ്രസിദ്ധീകരിക്കപ്പെട്ടിരുന്നു.

കോളനീകരിക്കപ്പെട്ട ഒരു രാജ്യത്ത് ജീവിക്കെത്തന്നെ കോളനിവിരുദ്ധ മനോഭാവം തുറന്നുപ്രകടിപ്പിച്ചവരെ ഓർത്തുകൊണ്ടായിരിക്കണം കോളനിയാനന്തര സാഹിത്യത്തെക്കുറിച്ചുള്ള അന്വേഷണങ്ങളും പഠനങ്ങളും ആരംഭിക്കുന്നത്. കൊളോണിയൽ മേധാവികളോടുള്ള എതിർപ്പ് നേരിട്ട് അവരുടെ മുഖത്തു നോക്കി പ്രകടിപ്പിച്ച എഴുത്തിനോളം സാഹസികമല്ല സ്വാതന്ത്ര്യാനന്തര കാലത്ത് കൊളോണിയൽ ശക്തികളോടുള്ള രോഷം പ്രകടിപ്പിക്കുന്ന എഴുത്ത്. എങ്കിലും ഈ എഴുത്തും പ്രധാനപ്പെട്ടതു തന്നെ. ഏത് ഘട്ടത്തിലായാലും മാനസികമായി സ്വാതന്ത്ര്യം നേടിക്കഴിഞ്ഞ ഒരു ജനതയായി ജീവിക്കണമെന്ന് അത് ജനങ്ങളെ ഓർമിപ്പിക്കുന്നുണ്ട്. അതൊരു നിസ്സാര സംഗതിയല്ല. പക്ഷേ, ഈ ഓർമപ്പെടുത്തലിന്റെ ഫലങ്ങൾ പുതിയകാല സാഹിത്യത്തിൽ നന്നേ കുറഞ്ഞ അളവിലേ കാണാനുള്ളൂ എന്ന പ്രശ്നം ഇപ്പോൾ നമ്മുടെ മുന്നിലുണ്ട്. കോളനിയാനന്തര സാഹിത്യത്തെക്കുറിച്ചുള്ള പഠനങ്ങളും പോസ്റ്റ് കൊളോണിയലിസത്തെക്കുറിച്ചുള്ള താത്വികാന്വേഷണങ്ങളും ഈ പ്രശ്നത്തെ അഭിമുഖീകരിക്കുന്നതായി കണ്ടിട്ടില്ല. അത്തരത്തിലുള്ള അഭിമുഖീകരണങ്ങൾ സംഭവിച്ചിരുന്നെങ്കിൽ ഇനി 'കോളനിയാനന്തരം' എന്ന പ്രയോഗമല്ല നമുക്കാവശ്യം എന്ന തിരിച്ചറിവിലേക്ക് ഏതെങ്കിലും എഴുത്തുകാരൻ/എഴുത്തുകാരി എത്തിച്ചേരേണ്ടതായിരുന്നു.

നവകൊളോണിയലിസത്തിൻറെ ഇടപെടലുകൾ

ബഹുരാഷ്ട്രക്കുത്തകകൾ വികസനത്തിന്റെ കാര്യത്തിൽ വളരെ പിന്നോക്കം നിൽക്കുന്ന രാജ്യങ്ങളിലെയും വികസ്വര രാഷ്ട്രങ്ങളിലെയും ഭരണകൂടങ്ങളെ നിർണായകമായ അളവിൽ സ്വാധീനിച്ചും ഈ രാജ്യങ്ങളിലെ വിദ്യാഭ്യാസരംഗത്തും സാംസ്കാരികമേഖലയിലും നാനാതരത്തിലുള്ള ഇടപെടലുകൾ നടത്തിയും ഫലത്തിൽ പഴയ കൊളോണിയൽ മേധാവികളെപ്പോലെ അധിനിവേശത്തിന്റെയും ചൂഷണത്തിന്റെയും അടവുകളെല്ലാം പ്രയോഗിക്കുന്ന അവസ്ഥയാണ് നവകൊളോണിയലിസം. പഴയ കൊളോണിയലിസത്തിൽ നിന്ന് ഇതിനുള്ള മുഖ്യമായ ഒരന്തരം ഇത് ബ്രിട്ടീഷ് സാമ്രാജ്യത്വശക്തിയെപ്പോലുള്ള ഒരു ശക്തിയുടെ, അതിന്റെ ആസ്ഥാനമായ ഒരു രാജ്യത്തിന്റെ മാത്രം നിയന്ത്രണത്തിലല്ല സംഭവിക്കുന്നത് എന്നതാണ്. ബഹുരാഷ്ട്രക്കുത്തകകൾ ആ പ്രയോഗത്തിൽ നിന്നു തന്നെ വ്യക്തമാകുന്നതുപോലെ തങ്ങളുടെ ആധിപത്യശേഷി പല രാജ്യങ്ങളിലായി പ്രവർത്തിപ്പിക്കുന്നവരാണ്. ഓരോ രാജ്യത്തെയും ഏറ്റവും കൂടിയ സാമ്പത്തികശേഷിയുള്ള കുത്തകകളെ തങ്ങളുടെ താൽപര്യങ്ങൾ നടപ്പിലാക്കുന്നതിനായി അവർ കൂടെ കൂട്ടുകയും ക്രമേണ അവരിൽ ചിലർക്ക് കുത്തകകളുടെ ഗണത്തിലേക്ക് സ്ഥാനക്കയറ്റം കിട്ടുകയും ചെയ്യും. ഏത് രാജ്യത്തെ കുത്തകകളുടെ കാര്യത്തിലും ഇത് സംഭവിക്കാം.

രണ്ടാമത്തെ വ്യത്യാസം ഈ പുത്തൻ കൊളോണിയൽ മേധാവികൾ ആധിപത്യം സാധിക്കുന്നത് സൈനികശക്തി ഉപയോഗിച്ചും പല കുതന്ത്രങ്ങളുടെ പ്രയോഗത്തിലൂടെയും നേരിട്ട് അധികാരം കൈക്കലാക്കിയിട്ടല്ല എന്നതാണ്. അതാത് രാജ്യത്തെ ഭരണകൂടത്തെയും ഓരോ രാജ്യത്തും മേധാവിത്വം പുലർത്തുന്ന രാഷ്ട്രീയപ്പാർട്ടികളെയും സ്വാധീനിച്ചും സന്നദ്ധ സംഘടനകളെ പ്രയോജനപ്പെടുത്തിയും ബുദ്ധിജീവികളിലൊരു വിഭാഗത്തെ വശപ്പെടുത്തിയും ഒക്കെയാണ് അവർ ആധിപത്യം നേടിയെടുക്കുന്നത്. അവരുടെ അധീനതയിൽ വരുന്ന ജനങ്ങൾക്ക് തങ്ങൾ ചൂഷണം ചെയ്യപ്പെടുകയാണ് എന്ന തിരിച്ചറിവ് ഉണ്ടാകാതിരിക്കാനായി ജനജീവിതത്തെ കൂടുതൽ ചലനാത്മകവും പകിട്ടേറിയതുമാക്കാനുതകുന്ന ചില മാറ്റങ്ങൾ ഉണ്ടാക്കാൻ അവർ സദാ ശ്രദ്ധവെക്കുകയും ചെയ്യും.

മുകളിൽ പറഞ്ഞ കാര്യങ്ങളെല്ലാം കഴിഞ്ഞ രണ്ട് ദശകത്തിലേറെയായി നമ്മുടെ രാജ്യത്ത് സംഭവിച്ചു കൊണ്ടിരിക്കുന്നുണ്ട്. ചില മേഖലകളിൽ മാറ്റങ്ങൾ മന്ദഗതിയിലായതുകൊണ്ടും ആ മേഖലകളുടെ

നടത്തിപ്പുകാരിൽ വളരെയേറെപ്പേരെ കബളിപ്പിച്ച് കൂടെ നിർത്താനാവുന്നതുകൊണ്ടും കാര്യങ്ങൾ ശരിയാംവണ്ണം തിരിച്ചറിയാൻ കുറച്ചു താമസമെടുക്കുമെന്നു മാത്രം. വിദ്യാഭ്യാസവും സാഹിത്യവും അങ്ങനെയുള്ള മേഖലകളാണ്.

വിദ്യാഭ്യാസമേഖലയിലെ ഇടപെടലുകൾ

വിദ്യാഭ്യാസമേഖലയിൽ കഴിഞ്ഞ മൂന്ന് ദശകത്തിലേറെയായുള്ള കാലയളവിൽ സംഭവിപ്പിച്ച മാറ്റങ്ങളിൽ ഏറ്റവും പ്രധാനപ്പെട്ട ചിലത് മാത്രം ചൂണ്ടിക്കാണിക്കാം.

അധ്യാപകൻ വിദ്യാർത്ഥിയെ പഠിപ്പിക്കുക എന്ന അധികാരം പ്രയോഗിക്കുന്ന ആളായിത്തുടരുന്നതിനു പകരം വിദ്യാർത്ഥിയുടെ സഹായിയായി മാറണം എന്ന അനുശാസനമാണ് ആദ്യം നൽകപ്പെട്ടത്. സഹായി (facilitator) എന്ന വാക്കിനു പകരം ഉപദേശകൻ/മാർഗദർശി (mentor) എന്ന വാക്കാണ് രണ്ടാം ഘട്ടത്തിൽ ഉപയോഗിച്ചത്. ഈ ഉത്തരവനുസരിച്ച് അധ്യാപകൻ ഒരു ഘട്ടത്തിലും വിദ്യാർത്ഥിയെ ശാസിക്കുകയോ ശിക്ഷിക്കുകയോ വിദ്യാർത്ഥി വരുത്തുന്ന തെറ്റുകൾ ചൂണ്ടിക്കാണിച്ച് തിരുത്താൻ ശ്രമിക്കുകയോ ചെയ്യരുത്. സഹായി, മാർഗനിർദ്ദേശകൻ എന്നൊക്കെയുള്ള പ്രയോഗങ്ങൾ വഴി അധ്യാപകരെ വിദ്യാർത്ഥികളുടെ മുതിർന്ന കളിക്കൂട്ടുകാരുടെ സ്ഥാനത്തേക്ക് മാറ്റാനുള്ള ശ്രമമാണ് നടന്നത്. ഈ ശ്രമത്തിന് അധ്യാപകർ അപ്പാടെ വഴങ്ങിക്കൊടുത്തില്ലെങ്കിലും വിദ്യാഭ്യാസം മൊത്തത്തിൽ വളരെ ലാഘവം നിറഞ്ഞ ഒരേർപ്പാടാണെന്നും ക്ലാസ്സ്മുറിയിൽ നിന്ന് വിദ്യാർത്ഥിക്ക് കിട്ടാനുള്ളത് താരതമ്യേന വളരെ കുറച്ചു മാത്രമാണെന്നും ഉള്ള പ്രതീതി സൃഷ്ടിക്കുന്നതിന് ഇത് വഴിവെച്ചു. പാഠ്യേതരപ്രവർത്തനങ്ങളിൽ ഊന്നൽ നൽകുംവിധം അധ്യാപനത്തിന്റെ രീതിശാസ്ത്രത്തിൽ മാറ്റം വരുത്തിയതും പഠനത്തിലുള്ള ശ്രദ്ധയും പഠനത്തിന് കൽപിക്കുന്ന ഗൗരവവും കുറയുന്നതിന് കാരണമായി. പഠനം കടന്ന് പരീക്ഷാ മൂല്യനിർണയത്തിലേക്കും ഈ ലാഘവം വ്യാപിച്ചതിന്റെ ഫലമെന്താണെന്ന് വിദ്യാർത്ഥികൾക്കും അധ്യാപകർക്കും രക്ഷിതാക്കൾക്കുമെല്ലാം നന്നായി അറിയാം. ജ്ഞാനാർജനം വിദ്യാഭ്യാസത്തിന്റെ ലക്ഷ്യമാണെന്നു പറഞ്ഞാൽ മാത്രമല്ല കുട്ടികൾ പ്രൈമറി ക്ലാസുകളിലെ പഠനം പൂർത്തിയാക്കുമ്പോഴേക്കും അക്ഷരത്തെറ്റ് വരുത്താതെ എഴുതാൻ പഠിച്ചിരിക്കണം, എസ്.എസ്.എൽ.സി കഴിയുമ്പോഴേക്കും മലയാളത്തിലെയും ലോകസാഹിത്യത്തിലെയും ഏറ്റവും വിഖ്യാതമായ

കൃതികളെക്കുറിച്ചെങ്കിലും അവർക്ക് സാമാന്യമായ ധാരണയുണ്ടായിരിക്കണം, ഏത് വിഷയത്തെക്കുറിച്ചും സാമൂഹ്യപ്രശ്നങ്ങളെക്കുറിച്ചും അറിയാനുള്ള താൽപര്യം അവരിൽ സജീവമായി നിലനിൽക്കണം, അവർക്ക് ചരിത്രബോധം വേണം എന്നൊക്കെ പറഞ്ഞാലും പരിഹസിക്കപ്പെടുന്ന അവസ്ഥ കേരളത്തിലുണ്ട്. പൊതുജനങ്ങളിൽ നിന്നല്ല, പുത്തൻ വിദ്യാഭ്യാസ പരിഷ്കരണങ്ങൾ ആവേശപൂർവം നടപ്പിലാക്കിയ അധ്യാപകരിൽ നിന്നു തന്നെയാണ് ഈ പരിഹാസം ഉയരുക.

'വിദ്യാഭ്യാസത്തെ അയവും ലാഘവവുമുള്ളതീർക്കുന്നതുകൊണ്ട് എന്ത് കുഴപ്പമുണ്ടാകുമെന്നാണ് നിങ്ങൾ പറയുന്നത് ; അത് പഠനത്തെ ഉത്സവമാക്കി മാറ്റുകയല്ലേ ചെയ്യുക,അത് നല്ലതല്ലേ' എന്ന് ചോദിക്കുന്നവരായി വളരെപ്പേരുണ്ട്. അവർ അറിയാതെ പോകുന്ന ചില കാര്യങ്ങളുണ്ട്. ഒന്നിനും ഒരു ഗൗരവവും കൽപിക്കാത്ത ഒരു വിദ്യാർത്ഥി, ഭാഷയിലോ ഗണിതത്തിലോ മറ്റു വിഷയങ്ങളിലോ എത്രയധികം തെറ്റുകൾ വരുത്തിക്കഴിഞ്ഞതിനു ശേഷവും ഒരു പോറലുമേൽക്കാതെ അഭിമാനകരമായ വിജയവുമായി പുറത്തിറങ്ങുന്ന ഒരു വിദ്യാർത്ഥി, മുതിർന്ന പൗരനായിത്തീരുമ്പോൾ ഏത് കാര്യത്തെയും വളരെ നിരുത്തരവാദപരമായി സമീപിക്കുന്ന ആളായിത്തീരുകയാണ് ചെയ്യുക. അയാൾ/അവൾ അധ്യാപകവൃത്തിയിലേക്ക് വന്നെത്തിയാലും ഡോക്ടറായാലും നേഴ്സായാലുമെല്ലാം ഏൽപ്പിക്കപ്പെടുന്ന ജോലി എങ്ങനെയെങ്കിലുമൊക്കെ ഒപ്പിച്ചുകൂട്ടി ചെയ്തെന്നു വരുത്തുന്നതിൽ മാത്രമേ മനസ്സുവെക്കുകയുള്ളൂ. ജോലിയിൽ താൻ അൽപവും സത്യസന്ധത പുലർത്തുന്നില്ലല്ലോ എന്ന ചിന്ത അവരെ അസ്വസ്ഥരാക്കുകയില്ല. എന്തും കാട്ടിക്കൂട്ടി അവസാനിപ്പിച്ച് സംതൃപ്തരാവാൻ അവർക്ക് കഴിയും. മറ്റുള്ളവരെ കബളിപ്പിക്കുന്നതിൽ അവർ ആനന്ദം കണ്ടെത്തുകയും ചെയ്യും. ചരിത്രത്തോടും സാംസ്കാരികമേഖലയിലെ ചലനങ്ങളോടും ഉദാസീനതയും പുച്ഛവും പുലർത്താൻ പരിശീലിപ്പിക്കപ്പെടുന്ന ഒരു വിദ്യാർത്ഥി ഭാവിയിൽ അകം പൊള്ളയായ ആളായിരിക്കും. വിപണിയുടെ പ്രലോഭനങ്ങൾക്ക് പൂർണമായും വഴങ്ങിക്കൊടുക്കുന്നതിൽ അയാൾക്ക് യാതൊരു പ്രയാസവുമുണ്ടാവില്ല. തനിക്കു ചുറ്റിലും എന്തൊക്കെ കബളിപ്പിക്കലും ഹിംസയും നടന്നാലും അതൊന്നും അയാളെ ബാധിക്കില്ല. രാഷ്ട്രീയത്തിലാണ് അയാൾ പ്രവേശിക്കുന്നതെങ്കിൽ കാര്യലാഭത്തിനു വേണ്ടി എങ്ങോട്ടും എപ്പോൾ വേണമെങ്കിലും മാറാനാവുന്ന ആളായിരിക്കും അയാൾ. പണത്തിനും ജീവിതസൗകര്യങ്ങൾക്കും വേണ്ടി എന്തു ചെയ്യുന്നതി ലും അയാൾക്ക് മടിയുണ്ടാവില്ല. ഇങ്ങനെ അഭിരുചികളുടെയും അഭിപ്രായത്തിന്റെയും കാര്യത്തിൽ സദാ ചാഞ്ചാട്ടക്കാരായിരിക്കുന്ന

ആളുകളെയാണ് വിപണിക്ക് ആവശ്യം. അത്തരക്കാരെ ഉണ്ടാക്കിയെടുക്കുന്നതിനുള്ള പല വഴികളിലൊന്നാണ് വിദ്യാഭ്യാസമേഖലയിൽ നടത്തിയ ഇടപെടലുകൾ. ഇന്ത്യ ആഗോളവൽക്കരണവുമായി കണ്ണിചേർക്കപ്പെട്ടതിനു ശേഷമാണ്, അതായത് ബഹുരാഷ്ട്രക്കുത്തകകൾക്ക് ഈ രാജ്യത്തെ ബഹുവിധ വ്യവഹാരങ്ങളിൽ ഇടപെടാനുള്ള സൗകര്യം ലഭിച്ചതിനുശേഷമാണ് വിദ്യാഭ്യാസത്തിന്റെ ഉള്ളടക്കത്തിലും നടത്തിപ്പിലും ലാഘവം വരുത്തുന്നതിനുള്ള നടപടികൾ സ്വീകരിക്കപ്പെട്ടത് എന്ന കാര്യം മറന്നു കളയാവുന്ന ഒന്നല്ല.

ഡി.പി.ഇ.പി ആരംഭിച്ച (1994)തിൽപ്പിന്നെയുള്ള കാലത്ത് കേരളത്തിൽ പൗലോഫ്രെയർ മുതൽ വൈഗോട്സ്കി വരെയുള്ളവരുടെ വിദ്യാഭ്യാസ സിദ്ധാന്തങ്ങൾ സ്ഥൂലമായി ചർച്ച ചെയ്യപ്പെട്ടു. ആ ചർച്ചകളുടെയെല്ലാം അടിസ്ഥാനലക്ഷ്യം നമുക്കിവിടെ സ്വന്തമായി ഒരു വിദ്യാഭ്യാസ സിദ്ധാന്തവും അധ്യാപനത്തിന്റെ രീതിശാസ്ത്രവും ഉണ്ടായിരുന്നില്ല, അവയൊന്നും രൂപപ്പെടുത്താനുള്ള ശേഷി നമുക്കില്ല, എന്നു സ്ഥാപിക്കലായിരുന്നു. അതിനിണങ്ങും വിധത്തിൽ പല വിദേശരാജ്യങ്ങളിലെയും വിദ്യാഭ്യാസത്തെ മാതൃകയെന്ന നിലയിൽ ചൂണ്ടിക്കാണിക്കാനുള്ള പ്രവണതയും പ്രകടമായി. ഏറ്റവുമൊടുവിൽ ഫിൻലൻഡ് മോഡൽ വിദ്യാഭ്യാസമാണ് മാതൃകയായി അധ്യാപകർക്കു മുന്നിൽ അവതരിപ്പിക്കപ്പെട്ടുവരുന്നത്. ഇങ്ങനെ വിദ്യാഭ്യാസത്തിന്റെ കാര്യത്തിൽ മാനസികമായ അടിമത്തം വളർത്തിയെടുക്കാൻ കഴിഞ്ഞതിൽ ആഗോളവൽക്കരണത്തിന്റെ ആസൂത്രകരായ ബഹുരാഷ്ട്രമുതലാളിത്തശക്തികൾക്ക് തീർച്ചയായും അഭിമാനിക്കാം. അധ്വാനം എന്ന് പറയാൻ മാത്രമില്ലാത്തത്ര നന്നേ ചെറിയ ചില സൂത്രപ്പണികൾ കൊണ്ട് അവർക്ക് സാധിക്കാൻ കഴിഞ്ഞ കാര്യമാണിത്.

ഇത്തരം വസ്തുതകളെയെല്ലാം അടിസ്ഥാനരഹിതമായ അറുപഴഞ്ചൻ ആരോപണങ്ങൾ എന്ന് പുച്ഛിച്ചു തള്ളുന്നതിൽ ഉത്സാഹം കാണിക്കുന്നവരായി വളരെയേറെപ്പേർ കേരളത്തിലെ അധ്യാപകർക്കിടയിലുണ്ട്. നമ്മുടെ രാജ്യം ആഗോളവൽക്കരണത്തോട് കണ്ണിച്ചേർക്കപ്പെട്ട 1990 നുമുമ്പ് ഇവിടെ നിലനിന്നിരുന്ന വിദ്യാഭ്യാസം വളരെ മികച്ചതായിരുന്നോ, അർത്ഥമറിയാതെ മനഃപാഠം പഠിച്ച് അത് ഛർദ്ദിച്ചു വെക്കുന്ന ഏർപ്പാടായിരുന്നോ നല്ലത്, വിദ്യാർത്ഥിയെ തോൽപ്പിക്കലാണോ വിദ്യാഭ്യാസത്തിന്റെ ലക്ഷ്യം, ചൂരലെടുത്ത് എന്തിനും ഏതിനും വിദ്യാർത്ഥിയെ വിരട്ടുന്ന പഴയ അധ്യാപകരാണോ മാതൃകാധ്യാപകർ, അക്ഷരത്തെറ്റില്ലാതെ എഴുതാൻ പഠിച്ചാൽ മികച്ച വിദ്യാഭ്യാസമാകുമോ എന്നിങ്ങനെയുള്ള നൂറുകൂട്ടം ചോദ്യങ്ങൾ അവർ ചോദിക്കും.

ഡി.പി.ഇ.പി തൊട്ടുള്ള പരിപാടികൾ പരീക്ഷിച്ചു നോക്കുംമുമ്പുള്ള കാലത്ത് കേരളത്തിലുണ്ടായിരുന്ന വിദ്യാഭ്യാസം കുറ്റമറ്റതായിരുന്നു എന്ന വാദവുമായി വിദ്യാഭ്യാസവിവാദത്തിൽ ആരെങ്കിലും ഇടപെട്ടതായി എനിക്കറിവില്ല. പണ്ട് സ്കൂളിൽ നിലനിന്നിരുന്ന ചിട്ടയായ പഠനത്തെയും ഗൗരവപൂർണമായ അന്തരീക്ഷത്തെയും അച്ചടക്കത്തെയുമെല്ലാം അനുകൂലിച്ചുകൊണ്ട് പലരും സംസാരിക്കാറുണ്ട്. അതിൽ അച്ചടക്കം എന്നതിന് വിദ്യാർത്ഥികളെ മർദ്ദിച്ചൊതുക്കുക എന്ന് അർത്ഥം കൽപിച്ചിരുന്ന ചില അധ്യാപകർ ചില സ്കൂളുകളിൽ ഉണ്ടായിരുന്നു എന്നത് ശരിയാണ്. ആദ്യകാലത്ത് അത്തരക്കാരുടെ എണ്ണം കൂടുതലായിരുന്നു. 1990ൽ എത്തുന്നതിനു മുമ്പേ തന്നെ മർദ്ദകവീരന്മാരായ അധ്യാപകരുടെ വംശത്തിന് മിക്കവാറും കുറ്റിയറ്റിരുന്നു. ഒറ്റപ്പെട്ട ഏതാനും സ്കൂളുകളിൽ മാത്രം ചൂരൽപ്രണയികളായി ചിലർ പിന്നെയും നിലനിന്നിരുന്നു എന്നത് വാസ്തവമാണ്. പഴയ വിദ്യാഭ്യാസത്തിന്റെയും മുൻകാല അധ്യാപക ലോകത്തിന്റെയും പ്രതിനിധികളായി അവരെ ഉയർത്തിക്കാട്ടുന്നത് ശരിയല്ല.

പഴയ വിദ്യാഭ്യാസത്തിന് സ്കൂൾ തലം മുതൽ യൂനിവേഴ്സിറ്റി തലം വരെ പരിമിതികൾ പലതുമുണ്ടായിരുന്നു. അവ പരിഹരിക്കുന്നതിനുള്ള ആലോചനകളും ശ്രമങ്ങളും ഒരു ഘട്ടം വരെ നടക്കുകയും ചെയ്തിരുന്നു. പക്ഷേ, പരിഹാരത്തിനുള്ള കൃത്യമായ ഒരു കർമപരിപാടിയിൽ അവയൊന്നും എത്തിച്ചേർന്നില്ല. അധ്യാപകരുടെ പ്രതിനിധികളും വിദ്യാർത്ഥി പ്രതിനിധികളും വിദ്യാഭ്യാസവിചക്ഷണരുമെല്ലാം കൂടിയിരുന്നാലോചിച്ച് എല്ലാ പ്രശ്നങ്ങൾക്കും കൃത്യമായ പരിഹാരം കണ്ടെത്താമായിരുന്നു. പുതിയ കാലത്തെയും ലോകസാഹചര്യങ്ങളെയും വിവിധ വിഷയങ്ങൾക്ക് കഴിഞ്ഞ ഏതാനും ദശകങ്ങൾക്കുള്ളിൽ സംഭവിച്ച വികാസപരിണാമങ്ങളെയുമെല്ലാം പരിഗണിച്ചുകൊണ്ടു തന്നെ അത് ചെയ്യാമായിരുന്നു. അത് സംഭവിച്ചില്ല എന്നത് ദുഃഖകരം തന്നെയാണ്. ഇക്കാര്യത്തിൽ കുറ്റകരമായ അനാസ്ഥയാണ് അധ്യാപകസംഘടനകളും വിദ്യാർത്ഥിസംഘടനകളും വിദ്യാഭ്യാസവുമായി ബന്ധപ്പെട്ട നയപരിപാടികൾ ആസൂത്രണം ചെയ്യാൻ അധികാരമുണ്ടായിരുന്നവരും രാഷ്ട്രീയപ്പാർട്ടികളുമെല്ലാം കാണിച്ചത്. പക്ഷേ, അതിനുള്ള ശിക്ഷയും ആ അനാസ്ഥ കാരണം ഈ മേഖലയിൽ നിലനിന്ന പ്രശ്നങ്ങൾക്കുള്ള പരിഹാരവും ബഹുരാഷ്ട്രമുതലാളിത്തം നിയന്ത്രിക്കുന്ന പുത്തൻ സാമ്രാജ്യത്വത്തിന്റെ തന്ത്രങ്ങൾക്ക് ആഹ്ലാദപൂർവം വഴിപ്പെട്ടുകൊടുക്കുക എന്നതല്ല.

സാഹിത്യത്തിൽ എന്ത് സംഭവിക്കുന്നു?

മലയാളത്തിൽ മികച്ച സാഹിത്യകൃതികളൊന്നും ഉണ്ടാവുന്നില്ല, വായിക്കാൻ കാര്യമായി ഒന്നും നൽകാനില്ലാത്ത ഒന്നായിത്തീർന്നിരിക്കുന്നു നമ്മുടെ സമകാലസാഹിത്യം എന്നിങ്ങനെയുള്ള പരാതികൾ പല വായനക്കാരിൽ നിന്നും ആവർത്തിച്ച് കേൾക്കാറുണ്ട്. ഇത് ഭാവുകത്വനവീകരണത്തിന് ശേഷിയില്ലാത്ത വൃദ്ധജനങ്ങളുടെ ആവലാതി പറച്ചിലാണെന്നും അതിനൊക്കെ കാതുകൊടുത്ത് സമയം പാഴാക്കേണ്ട കാര്യമില്ലെന്നുമാവും പുതിയ എഴുത്തുകാർ പറയുക. വസ്തുത പക്ഷേ അവർ പറയുന്നിടത്തല്ല.

മലയാള സാഹിത്യത്തിന് സമീപദശകങ്ങളിലായി സംഭവിച്ചുകൊണ്ടിരിക്കുന്ന പരിണാമത്തിന്റെ ഏറ്റവും കാതലായ വശം അത് നവകൊളോണിയലിസം ആവശ്യപ്പെടുന്ന ഭാവുകത്വത്തിന് ഇണങ്ങും വിധത്തിലാണ് എന്നതാണ്. നിരൂപണം, നോവൽ എന്നീ ഗണങ്ങളുടെ അവസ്ഥ പരിശോധിച്ചാലാണ് ഇത് ഏറ്റവും വ്യക്തമായി മനസ്സിലാവുക.

നിരൂപണത്തിലെ ഏറ്റവും വലിയ പ്രശ്നം അത് കൃതികളുടെ ആസ്വാദനത്തിലോ സ്വതന്ത്രമായ അപഗ്രഥനത്തിലോ മൂല്യനിർണയത്തിലോ ഊന്നാതെ ഘടനാവാദാനന്തര ചിന്തകന്മാരിൽ പലരുടെയും ആശയങ്ങളുടെ അപഗ്രഥനത്തിൽ വല്ലതായ ഉത്സാഹം കാണിക്കുന്നു എന്നതാണ്. ഈ ചിന്തകന്മാരുടെ ആശയലോകവുമായി അടുത്തുപരിചയമുണ്ട് എന്ന് ബോധ്യപ്പെടുത്തുന്നതോടെ തങ്ങളുടെ ജോലി മുക്കാലും തീർന്നു എന്ന് കരുതുന്നവരാണ് മിക്ക നിരൂപകരും. സാഹിത്യ സംബന്ധിയായ ഏറ്റവും സാധാരണമായ കാര്യത്തെപ്പറ്റി സംസാരിക്കണമെങ്കിൽപ്പോലും അനേകം വൈദേശിക സൈദ്ധാന്തികരെ ഉദ്ധരിക്കണമെന്നതാണ് നമ്മുടെ നിരൂപകരുടെ അവസ്ഥ. സാഹിത്യ നിരൂപകർ ഇത്രയും ആത്മവിശ്വാസമറ്റവരായിത്തീർന്ന ഒരു ഘട്ടം മലയാളത്തിൽ ഇതിനു മുമ്പ് ഉണ്ടായിട്ടില്ലെന്നു തോന്നുന്നു.

വൈദേശിക സാഹിത്യസൈദ്ധാന്തികരെ കൊണ്ടാടുമ്പോൾ അവർ അവതരിപ്പിക്കുന്ന ആശയങ്ങൾക്ക് പൂർണതയുണ്ടോ, മൗലികതയുണ്ടോ, നമ്മുടെ സാഹിത്യകൃതികളുടെ ആസ്വാദനത്തിനും അപഗ്രഥനത്തിനും അവ വേണ്ടത്ര സഹായകമാവുമോ എന്നിങ്ങനെയുള്ള കാര്യങ്ങളെക്കുറിച്ചൊന്നും നമ്മുടെ നിരൂപകർ കാര്യമായി ആലോചിക്കുന്നതായി കാണുന്നില്ല. എന്തിനെന്നറിയാതെ എഴുതിക്കൂട്ടിയ ഒരു കൃതിയെയും ഏറ്റവും പുതിയ അപഗ്രഥന സങ്കേതങ്ങൾ ഉപയോഗിച്ച്

വിശകലനം ചെയ്ത് കാണിച്ചുതരികയും തികച്ചും അപ്രസക്തമെന്ന് ശരാശരി സാഹിത്യപരിചയമുള്ളവർക്കുപോലും ബോധ്യപ്പെടുന്ന ചില കാര്യങ്ങൾ അവ സാധിക്കുന്നുണ്ട് എന്നതിന്റെ പേരിൽ അവയെ വാഴ്ത്തുകയും ചെയ്യുന്നതിൽ യാതൊരു മടിയും കാണിക്കാത്ത പലരും നിരൂപണമെഴുതുന്നവരുടെ കൂട്ടത്തിലുണ്ട്. നിരൂപകരുടെ ഇത്തരം ബൗദ്ധികാഭ്യാസപ്രകടനങ്ങൾ സാഹിത്യവായനയെ പുതിയ തുറസ്സുകളിലേക്ക് നയിക്കുന്നതേയില്ല. 'അവർ അവരുടെ ആവശ്യത്തിനു വേണ്ടി എന്തോ ചെയ്യുന്നു, നമുക്കതിൽ കാര്യമില്ല' എന്നതാണ് മിക്ക വായനക്കാരുടെയും നിലപാട്.

നോവലിന്റെ അവസ്ഥ ഇതിനേക്കാൾ കുറച്ചുകൂടി സങ്കീർണമാണ്. നമ്മുടെ കാലവും ഇന്നാട്ടിലെ ജീവിതവും അനുഭവിക്കുന്ന യഥാർത്ഥ സംഘർഷങ്ങളിൽ നിന്ന് അകന്നുമാറി പല ദേശകാലങ്ങളിലേക്ക് വ്യാപിക്കുന്ന പല മായികാനുഭവങ്ങളും വായനക്കാർക്ക് നൽകി അവരെ ഭ്രമിപ്പിക്കുന്നതിൽ താൽപര്യം കാണിക്കുന്നവർ, യഥാർത്ഥത്തിൽ കേവലം പൈങ്കിളിയായിരിക്കുന്ന സംഗതികളെ പല നൂതനാശയങ്ങളുടെയും പരിസരങ്ങളിലേക്ക് കൊണ്ടുവന്ന് അവയ്ക്ക് അകം പൊള്ളയായ പുതുമ നൽകി അവതരിപ്പിച്ച് കൃതികളുടെ വിപണിയിലെ വിജയം ഉറപ്പാക്കുന്നതിൽ ദത്തശ്രദ്ധരായിരിക്കുന്നവർ, തങ്ങൾക്ക് ആത്മബന്ധം സാധിക്കാനാവാത്ത വിഷയമായാലും അതിന് ആധുനികോത്തര രചനാസങ്കേതങ്ങളുടെ വിനിയോഗത്തിലൂടെയും ഏറ്റവും പുതിയ ജീവിതദർശനങ്ങളിൽ ചിലതിന്റെ ഭാഗികമായ സന്നിവേശത്തിലൂടെയും വ്യാജമായ പുതുമ നൽകി അവതരിപ്പിച്ച് സംതൃപ്തിയടയുന്നവർ, ചരിത്രവസ്തുതകളെ യഥേഷ്ടം വക്രീകരിച്ചും സാമൂഹ്യ ജീവിതാനുഭവങ്ങളുടെ സമസ്തതലങ്ങളെയും രൂപപ്പെടുത്തുന്നതിൽ നിർണായക പങ്കുവഹിക്കുന്നത് ഒരു ബഹുജനപ്രസ്ഥാനവുമല്ല എന്ന് സ്ഥാപിച്ചും പോയ തലമുറകളുടെ വലിയ സ്വപ്നങ്ങളെയും ത്യാഗപൂർണമായ പ്രവർത്തനങ്ങളെയും നിസ്സാരവൽക്കരിക്കുന്നതിൽ ഊറ്റം കൊള്ളുന്നവർ : നമ്മുടെ സമകാല നോവലിസ്റ്റുകളിൽ ഏറെപ്പേരും ഈ പറഞ്ഞ വിഭാഗങ്ങളിൽ ഏതിലെങ്കിലും പെടുന്നവരായിരിക്കും. വായനക്കാരിൽ ബഹുഭൂരിപക്ഷവും പുത്തൻ വിദ്യാഭ്യാസ പദ്ധതിയിലൂടെ കടന്നുവന്നവരായതുകാരണം സാഹിത്യത്തെയോ ചരിത്രത്തെയോ സാമൂഹ്യ പ്രശ്നങ്ങളെയോ ഒന്നും ഗൗരവബോധത്തോടെ സമീപിക്കാൻ ശേഷിയില്ലാത്തവരായിത്തീർന്നിട്ടുണ്ട്. ചെറിയ ചില നാട്യങ്ങൾ കൊണ്ടു തന്നെ അവരെ കബളിപ്പിക്കാനാവും. ഈ വസ്തുതയാണ് നോവലിസ്റ്റുകൾക്ക് ആത്മവിശ്വാസം പകരുന്നത്. അവരെ എഴുത്തിനോടുള്ള പുതിയ സമീപനത്തിലേക്ക്

നയിക്കുന്ന കൂടുതൽ പ്രധാനപ്പെട്ട സംഗതി പക്ഷേ മറ്റൊന്നാണ്. സർഗാത്മകതയ്ക്ക് പ്രത്യേകമായ മൂല്യമൊന്നുമില്ല, വിപണിയുമായി എത്രത്തോളം ഇണങ്ങിപ്പോവാനാവും എന്നതാണ് ഒരെഴുത്തുകാര ന്റെ സർഗാത്മകതയുടെ അന്തിമമായ അളവുകോൽ എന്ന ധാരണ ആഗോളതലത്തിൽത്തന്നെ സൃഷ്ടിക്കപ്പെട്ടിട്ടുണ്ട്. ഇത് തീർത്തും പുതിയ ഒരു സംഗതിയല്ല. യഥാർത്ഥ സർഗവൈഭവമുള്ളവർ ഈ ധാരണയെ നേരത്തേ തന്നെ അൽപവും ഗൗനിക്കാറുമില്ല. പക്ഷേ, ആഗോളവൽക്ക രണകാലത്ത് എന്തിന്റെയും ഏതിന്റെയും അതിജീവനം വിപണിയെ ആശ്രയിച്ചിരിക്കുന്നു, എന്തും ഏതും വിപണിയുടെ താൽപര്യങ്ങൾക്ക് അനുസൃതമായി പാകപ്പെട്ടേ പറ്റൂ എന്നൊക്കെ ആയതോടെ കാര്യങ്ങൾ കുറേയേറെ വഷളായിട്ടുണ്ട്. ജീവിതയാഥാർത്ഥ്യങ്ങളുടെ ചിത്രീകരണം, പുതിയ ആശയങ്ങളുടെയും അനുഭൂതികളുടെയും ഉൽപാദനം, അർത്ഥ വത്തായ ഭാവുകത്വത്തിന്റെ രൂപീകരണത്തിൽ പങ്കാളിയാകൽ, ഈ പറയുന്നതെല്ലാം പഴഞ്ചൻ ആശയങ്ങളാണ് എന്നു വാദിക്കാൻ വായനക്കാരിൽത്തന്നെ ഒരുപാടുപേർ ഉത്സാഹം കാണിക്കുന്നത് കാണാം. പുതിയ ലോകസാഹചര്യം എഴുത്തുകാരോടാവശ്യപ്പെടുന്നത് വിപണിയിൽ വിജയിക്കുന്നതിന് ആവശ്യമായ ഘടകങ്ങളുടെ സമർത്ഥ മായ പ്രയോഗം സാധിക്കാനാണ് എന്ന് നമ്മുടെ നോവലിസ്റ്റുകളിൽ പലരും കൃത്യമായി തിരിച്ചറിഞ്ഞിട്ടുമുണ്ട്. ചരിത്രബോധം വികലമാക്കുക വഴി ചരിത്രത്തിലുള്ള വായനക്കാരുടെ താൽപര്യം ഇല്ലായ്മ ചെയ്യുക, അവരുടെ സാമൂഹ്യബോധത്തെ ലാഘവപൂർണമാക്കുക, ഗൗരവപൂർണ മായ ചിന്താജീവിതത്തിന് അവരെ പ്രേരിപ്പിക്കാതിരിക്കുക, അവരുടെ അഭിരുചികളെ താൽക്കാലികതയിൽ കുരുക്കിയിടുക ഇത്രയുമൊക്കെ യാണ് ഒരെഴുത്തുകാരൻ ചെയ്യേണ്ടത് എന്ന് നോവലിസ്റ്റുകൾ നേരിട്ടും അല്ലാതെയും പഠിപ്പിക്കപ്പെട്ടു കഴിഞ്ഞിരിക്കുന്നു. ഒരു സർഗാത്മകരചന യല്ല വിപണിക്കാവശ്യമായ ഉൽപന്നമാണ് തങ്ങളുടേത് എന്ന് സ്വയം തിരിച്ചറിയുന്നതിൽ അവർക്ക് എന്തെങ്കിലും വിഷമമുണ്ടാകുന്നതിന്റെ ലക്ഷണങ്ങളൊന്നും കാണാനില്ല.

വിദ്യാഭ്യാസത്തിലും സാഹിത്യത്തിലും ഇങ്ങനെ നിർണായകമായ ഇടപെടലുകൾ സാധിക്കുന്നതിലും രാജ്യത്തെ പൊതുമേഖലാ സ്ഥാപ നങ്ങൾ ഒന്നൊന്നായി തങ്ങളുടെ കൈപ്പിടിയിലാക്കാനുള്ള സാഹചര്യം സൃഷ്ടിക്കുന്ന തീരുമാനങ്ങളിലേക്ക് ഭരണകൂടത്തെ കൊണ്ടുചെന്നെത്തി ക്കുന്നതിലും നവകൊളോണിയലിസത്തിന്റെ അമരക്കാരായ ബഹു രാഷ്ട്രക്കമ്പനികൾ വിജയിച്ചിരിക്കുന്ന സാഹചര്യത്തിൽ ഇനി പഴയ കൊളോണിയൽ മേധാവികളുടെ ക്രൂരതകൾ വിവരിച്ചും അവരുടെ

സാംസ്കാരികാധിപത്യത്തിന്റെ അവശിഷ്ടങ്ങളോട് കലഹിച്ചും കാലം കഴിക്കുന്നതിൽ അർത്ഥമില്ല. പോസ്റ്റ് കൊളോണിയൽ എന്ന പ്രയോഗം കാലഹരണപ്പെട്ടിരിക്കുന്നു; നാം പുതിയൊരു കൊളോണിയലിസത്തിനു കീഴിൽ അമരാൻ തുടങ്ങിയിരിക്കുന്നു. ഈ വാസ്തവത്തിൽ നിന്ന് നമ്മുടെ ശ്രദ്ധ തിരിച്ചു വിടുക എന്നതു കൂടിയാണ് കോളനിയാനന്തര സാഹിത്യം, കോളനിയാനന്തര സാഹിത്യവിമർശം തുടങ്ങിയ പ്രയോഗങ്ങൾ ലക്ഷ്യമാക്കുന്നത്. സാഹിത്യ ദർശനത്തിന്റെയും വിമർശത്തിന്റെയും മേഖലകളിൽ ഉയർന്നു വരുന്ന ഏത് പുതിയ ആശയവും പരികല്പനയും ഒരു ഘട്ടം കഴിയുമ്പോൾ കാലഹരണപ്പെടുകയും ആരംഭത്തിൽ അവ സാധ്യമാക്കിയതിന് നേർവിപരീതമായ ഫലങ്ങൾ ഉൽപാദിപ്പിക്കുകയും ചെയ്യും.

ഭാഗം -രണ്ട്

ആദരണീയരേ, സുഹൃത്തുക്കളേ,

മഹാകവി പി. സ്മാരക സമിതിയുടെ ഈ വർഷത്തെ പി. സാഹിത്യ പുരസ്കാരം എന്റെ 'ഞാൻ മാത്രമല്ലാത്ത ഞാൻ' എന്ന പുസ്തകത്തിന് ലഭിച്ചതിൽ ഏറെ സന്തോഷമുണ്ട്. സമിതിയോട് ഞാൻ നന്ദി പറയുന്നു.

എഴുതിയ ആൾക്ക് വ്യക്തിപരമായി സന്തോഷം അനുഭവിക്കാൻ പറ്റുന്ന ഉള്ളടക്കമല്ല ആ പുസ്തകത്തിനുള്ളതെന്ന് വായനക്കാർക്കെല്ലാം അറിയാം. വ്യക്തിയായ എന്നെ മാറ്റി നിർത്തിയാണ് പുരസ്കാരലബ്ധിയിലുള്ള ആഹ്ലാദം ഞാൻ അറിയിച്ചത്. 'ഞാൻ മാത്രമല്ലാത്ത ഞാൻ' വായിച്ച് നേരത്തേ തന്നെ പലരും അനുകൂലമായ പ്രതികരണങ്ങൾ അറിയിച്ചിരുന്നു. അവയിലൊന്ന്, ഒരു വാട്സ്ആപ് മെസ്സേജിലെ, ഈ സന്ദർഭത്തിൽ, ഏറ്റവും പ്രസക്തമായ ഭാഗം മാത്രം, ഞാൻ വായിക്കാം.

"നമസ്കാരം,

സുഖമെന്നു വിചാരിക്കുന്നു. എന്റെ പേര് രാജേഷ്. ഓർമ്മയുണ്ടോ എന്നറിയില്ല. ശ്രുതി, ദ്യുതി എന്നീ രണ്ടു ഗ്രൂപ്പുകളിൽ പുസ്തകങ്ങൾ വായിക്കുന്ന ഒരു വളണ്ടിയറാണ്. മാഷുടെ 'തീയൂർ രേഖകൾ', 'മായാമനുഷ്യർ' എന്നീ നോവലുകൾ വായിച്ചപ്പോൾ നമ്മൾ തമ്മിൽ സംസാരിച്ചിട്ടുണ്ട്. ഓർമയുണ്ടോ എന്നറിയില്ല. ഇപ്പോൾ ഞാൻ മെസ്സേജ് ഇടാൻ കാരണം, 'ഞാൻ മാത്രമല്ലാത്ത ഞാൻ' രണ്ടു ഗ്രൂപ്പുകളിലായിട്ട് ഇപ്പോൾ വായിച്ചു തീർന്നതേയുള്ളൂ. വല്ലാത്ത ഒരു വായനാനുഭവമായിരുന്നു ഈ പുസ്തകം. ഏറെ വിങ്ങലുണ്ടാക്കിയ ഒരു പുസ്തകം. അവസാനഭാഗത്ത് സ്കിസോഫ്രേനിയയെക്കുറിച്ചു പറയുന്നതൊക്കെ വല്ലാത്ത എഴുത്തായിട്ട് തോന്നി. പിന്നെ എനിക്കു തോന്നുന്നത്, മാഷുടെ ലാളിത്യവും സത്യസന്ധതയുമൊക്കെ ഈ പുസ്തകത്തിൽ പൂർണമായി കാണുന്നുണ്ട്. നമ്മള് വടക്കേ മലബാറുകാർക്കു മാത്രം കിട്ടുന്ന ഒരു എളിമയുണ്ടല്ലോ, എന്തായാലും, മാഷുടെ എഴുത്തിൽ അത് ശരിക്കും പ്രതിഫലിക്കുന്നുണ്ടെന്നു തോന്നുന്നു. പല ഭാഗത്തും പ്രത്യേകിച്ച് സ്കിസോഫ്രേനിയയെക്കുറിച്ച് പറയുന്ന ഭാഗത്ത്. നമ്മള് സാധാരണ പല സ്ഥലത്തും കാണുന്നത്, സിനിമയിലായാലും എഴുത്തിലായാലും, ഇതിന്റെ മാരകമായ, കുറച്ചുകൂടി ഡിസ്റ്റോർട്ടഡ് ആയ രൂപമാണല്ലോ. മാഷ് ഒരു പ്രത്യേക

തലത്തിലൂടെ, ഒരു മനഃശാസ്ത്രജ്ഞന്റെ കണ്ണിലൂടെ നോക്കിക്കാണുന്ന അനുഭവമായിട്ടാണ് എനിക്കു തോന്നിയത്. അദൃശ്യമായ ഒരു സ്കി സോഫ്രേനിയ ഉണ്ടല്ലോ. ഞാനിത് പറയാൻ കാരണം, ഞാനൊരു ന്യൂറോസയൻറിസ്റ്റും സൈക്കോളജിസ്റ്റും ആണ്. ന്യൂറോസയൻസിൽ ഗവേഷണം നടത്തുന്ന സമയത്ത് എന്റെ പ്രധാന വിഷയം ഓട്ടിസം സ്പെക്ടർ ഡിസ്ഓർഡർ ആണ്. എന്നാലും സ്കിസോഫ്രേനിയയെക്കുറി ച്ചും അറിയാം. ചില സ്റ്റഡീസിലൊക്കെ കൊളോബറേറ്റ് ചെയ്തിട്ടുമുണ്ട്. പാരനോയ്ഡ് സ്കിസോഫ്രേനിയ പോലുള്ള അസുഖങ്ങൾക്കൊക്കെ പല പല കാരണങ്ങളുണ്ടെന്നു തോന്നുന്നു. 16, 18 വയസ്സു വരെയുള്ള പ്രായത്തിൽ നമുക്കിത് ഡിറ്റക്റ്റ് ചെയ്യാൻ പറ്റാത്ത അവസ്ഥയിലായിരി ക്കും. വ്യക്തമായ ലക്ഷണങ്ങളൊന്നും ആ സമയം വരെ കാണിക്കില്ല. സ്കിസോഫ്രേനിയ മാനിഫെസ്റ്റ് ചെയ്യുന്നത് ഈ സമയത്താണ്. അദൃ ശ്യനായ ഒരു കൊലയാളി എന്നു പറയുന്ന രീതിയിലാണ് ഈ രോഗം വരുന്നതും പുറത്തേക്കു വരുന്നതും. എനിക്ക് തോന്നുന്നത് മാഷ് അത് വളരെ സൂക്ഷ്മമായി നോക്കിക്കണ്ട് അവതരിപ്പിച്ചിട്ടുണ്ട് എന്നാണ്. പിന്നെ വേറൊരു വശം എനിക്ക് വളരെ നല്ലതായി തോന്നിയിട്ടുള്ളത്, നമ്മള് കെയർ ഗിവേഴ്സ് എന്നു പറയുന്നവരുടെ, കുടുംബവും സുഹൃത്തു ക്കളും ഒക്കെയുള്ള ആ സർക്കിളിന്റെ വേദനകളും വിഷമങ്ങളും ഇതിൽ വന്നിട്ടുണ്ടെന്നതാണ്. ആരും അറിയാതെ പോകുന്ന സംഗതിയാണത്.

ഇങ്ങനെയുള്ള ഒരെഴുത്ത് വേറെ എവിടെയും കണ്ടിട്ടില്ല. അസുഖ ത്തെക്കുറിച്ചു പറയുമ്പോൾ സാധാരണ അതിന്റെ തിയററ്റിക്കൽ ആയി ട്ടുള്ള വശങ്ങളെക്കുറിച്ച് അല്ലെങ്കിൽ രോഗിയുടെ സിംപ്ടങ്ങളെക്കുറിച്ച് പറയുകയാണ് ചെയ്യുക. മാഷ് ഇതിന്റെ രണ്ടിന്റെയും ഇടയിലുള്ള ഒരു പാതയിലൂടെ കടന്നു പോവുന്നതായി തോന്നി. എന്തായാലും വളരെ സന്തോഷം തോന്നി എഴുത്തിനെക്കുറിച്ച്; ഒരു പാട് തോന്നി. അത് എഴുത്തിന്റെ പവർ ആണ്."

അലബാമ യൂനിവേഴ്സിറ്റിയിലെ അസോസിയേറ്റ് ഡീൻ ആയ ഡോ.രാജേഷ് കാനയുടെയും മറ്റു പല സുഹൃത്തുകളുടെയും പ്രതികര ണത്തിന് നേർ വിപരീതമായ പ്രതികരണങ്ങളും ഉണ്ടായിരുന്നു. അവയു ടെയൊന്നും വിശദാംശങ്ങളിലേക്ക് ഞാൻ കടക്കുന്നില്ല. ആത്മകഥയെ പ്പറ്റി ചിലർ ഉള്ളിൽ ഉറപ്പിച്ചു വെച്ച ധാരണകളായിരുന്നു അവയുടെ അടിസ്ഥാനം. മഹാകവി പി.യുടെ 'കവിയുടെ കാല്പാടുകളെ'പ്പറ്റി അവർ എന്തു പറയുമെന്നറിയില്ല. നമുക്കെല്ലാം അറിയാവുന്ന അതിപ്രശസ്തമായ പല ആത്മകഥകളുടെയും ഉള്ളടക്കത്തിന്റെ സ്വഭാവം ഒന്നിനൊന്നു വ്യ ത്യസ്തമാണ്. മഹാത്മജി, ഹെലൻ കെല്ലർ, ചാർലി ചാപ്ലിൻ, ഇ.എം.

എസ്, മാധവ് ഗാഡ്ഗിൽ ഇവരിലാരുടെയെങ്കിലും ആത്മകഥയെ മറ്റുള്ളവരുടെതുമായി താരതമ്യപ്പെടുത്തി അഭിപ്രായം രൂപീകരിക്കുന്നതിൽ അർത്ഥമില്ല. കാരണം സുവ്യക്തമാണ്. ഓരോ ജീവിതവും ഓരോന്നാണ്. അക്കാര്യത്തിൽ കൂടുതൽ വിശദീകരണം ആവശ്യമില്ല.

ഞാൻ മറ്റു കാര്യങ്ങളിലേക്കു വരാം. മഹാകവിയെ അടുത്തു പരിചയമുള്ളവരാകാം നിങ്ങളിൽ ചിലരെങ്കിലും. കേരളീയ പ്രകൃതിയുടെയും ഒട്ടും ചെറുതല്ലാത്ത അളവിൽ വടക്കൻ കേരളത്തിന്റെ നാട്ടുമനസ്സിലെ ലാഭേച്ഛയുടെ സ്പർശനമില്ലാത്ത അനേകം കാമനകളുടെയും പര്യായമായിത്തീർന്ന കവിയാണ് അദ്ദേഹം. ആവർത്തിക്കുന്ന ഒരു സ്വരം മാത്രമേ ഈ കവിയ്ക്കുള്ളൂ എന്ന് പി.യുടെ കാവ്യലോകത്തെ അകലെ നിന്നു മാത്രം കണ്ടിട്ടുള്ളവർക്ക് തോന്നിപ്പോകാം. ദശകങ്ങൾ തന്നെ 'ഭക്തകവി' എന്നു മാത്രം വിളിക്കപ്പെട്ട ആളാണ് പി. പക്ഷേ, കേവല ഭക്തിയെയും പ്രകൃത്യാരാധനയെയും കവിഞ്ഞുനിൽക്കുന്ന ഒരു ലോകം, ദാർശനികമാനങ്ങളുള്ള അനേകം തിരിച്ചറിവുകൾ, പി.യുടെ വിശാലമായ കാവ്യലോകത്തുണ്ട്. ആന്തരികമായി വൈവിധ്യപൂർണമായ ആ ലോകം വാക്കുകളും ബിംബങ്ങളും കൊണ്ടു തീർക്കുന്ന സൗന്ദര്യപൂജയുടെ പ്രകാശപ്പൊലിമയിലും ഘോഷത്തിലും പെട്ടെന്ന് ശ്രദ്ധയിൽപ്പെടാതെ പോവാമെന്നു മാത്രം.

പി.കുഞ്ഞിരാമൻ നായരെ മൂന്നുനാലു തവണ മാത്രമേ ഞാൻ കണ്ടിട്ടുള്ളൂ. അതും കാഴ്ച മാത്രം; സംസാരമില്ല. ആദ്യം കണ്ടത് തലശ്ശേരി സാഹിത്യസമിതിയുടെ വാർഷികത്തിന്റെ ഭാഗമായുള്ള കവിസമ്മേളനത്തിന്റെ ഉദ്ഘാടന വേദിയിലാണ്. അത് 1973ലായിരിക്കണം. ഒരു കൊല്ലം മുന്നിലോ പിന്നിലോ ആകാനും സാധ്യതയുണ്ട്. വർഷം ഞാൻ കൃത്യമായി ഓർക്കുന്നില്ല. അന്ന് അധ്യക്ഷനായിരുന്ന വിഷ്ണുനാരായണൻ നമ്പൂതിരി പി.യെ 'വിശ്വമഹാകവി' എന്നു വിളിച്ചതും പി. തന്റെ ഉദ്ഘാടന പ്രസംഗത്തിൽ 'വിഷ്ണുനാരായണന്റെ വിശ്വസങ്കല്പം ഇത്ര ചെറുതായിപ്പോയല്ലോ' എന്നു തമാശയായി പ്രതിവചിച്ചതും ഞാൻ ഓർമിക്കുന്നു. പി.യെ പിന്നെ ഞാൻ കണ്ടത് കേരളാ യൂനിവേഴ്സിറ്റിയുടെ കാര്യവട്ടം കാമ്പസ്സിൽ നിന്ന് തിരുവനന്തപുരം നഗരത്തിലേക്കുള്ള യാത്രയിലാണ്. ശ്രീകാര്യത്തിനടുത്ത്, ചിലപ്പോൾ കുറച്ചപ്പുറത്തെ ഒരു സ്ഥലത്ത് റോഡരികിൽ ഒരു മരച്ചുവട്ടിൽ വെറും നിലത്ത് ചുറ്റുപാടുകളെ മറന്നെന്ന പോലെ ഒരു ചെറുപ്പക്കാരനുമായി സംസാരിച്ചിരിക്കുന്ന കവിയെ ഞാൻ രണ്ടോ മൂന്നോ തവണ കണ്ടിരുന്നു.

ഈ കാഴ്ചകളെക്കാളെല്ലാം തിളക്കമുള്ള ഓർമ 'നരബലി' ആദ്യമായി

വായിച്ചതിന്റേതായിരുന്നു. ഞാനൊരു ഹൈസ്കൂൾ വിദ്യാർത്ഥിയായിരുന്നപ്പോഴായിരുന്നു അത്. അതായത് പത്തമ്പത്തഞ്ചു വർഷം മുമ്പ്. വെങ്ങര കസ്തൂർബാ സ്മാരക ഗ്രന്ഥാലയത്തിൽ നിന്ന് പി.യുടെ 'താമരത്തോണി' എടുത്ത് തിരിയെ വീട്ടിൽ ഓടിയെത്തിയ ഞാൻ എത്രമേൽ സ്വയം മറന്നാണ് 'നരബലി' വായിച്ചത് എന്നു പറഞ്ഞറിയിക്കാനാവില്ല. ഈ കവിതയുടെ ആരംഭത്തിലെ

"തരിക്കില്ല മനം തെല്ലും
പകയ്ക്കാ രണഭൂമിയിൽ
മരിക്കും ഞാൻ നിനക്കായി
മംഗളാദർശദേവതേ"

എന്ന വരികൾ എന്തിനെന്നറിയാതെ നിത്യവുമെന്നോണം ഒന്നുരണ്ടു വർഷത്തിലേറെ ഞാൻ ഉരുവിട്ടിരുന്നു.

ഞാൻ 'നരബലി' വായിച്ച കാലത്തിന്റേതിൽ നിന്ന് ഏറെ വ്യത്യസ്തമായിരിക്കുന്നു ഇന്നത്തെ നമ്മുടെ സാഹിത്യസമീപനം.

ആദരണീയമായ സാഹിത്യകൃതികൾ ഒരേ സമയം അനുഭവത്തിന്റെ പല ദേശകാലങ്ങളിലേക്കും സഞ്ചരിക്കുന്നുണ്ടെന്നും അത് വായനക്കാർക്ക് നൽകുന്നത് ഈ ലോകത്തെ കുറേക്കൂടി ആഴത്തിലും പരപ്പിലും ഗ്രഹിക്കാനും തിരിച്ചറിവിന്റെ പുതിയ തീരങ്ങൾ ദർശിക്കാനും നിത്യസാധാരണമെന്നു നേരത്തേ ധരിച്ചുവെച്ചിരുന്ന കാഴ്ചകളെയും ശബ്ദങ്ങളെയും പോലും അനന്യമായ സൗന്ദര്യാനുഭവങ്ങളാക്കി മാറ്റാനുമുള്ള പുതിയ ഒരാർജവമാണെന്നും ഏത് യഥാർത്ഥ സാഹിത്യകൃതിയുടെയും പിന്നിൽ എഴുതുന്നയാളുടെ ആത്മസമർപ്പണവും അറിവും അധ്വാനവും ആഴമേറിയ ലോകാനുരാഗവുമൊക്കെയുണ്ടെന്നുള്ള പ്രാഥമികസത്യങ്ങൾ പോലും പലരുടെയും, വിശേഷിച്ചും പുതുതലമുറയുടെ അറിവിലേക്കു വരുന്നതേയില്ല. സാഹിത്യം ആത്മാന്വേഷണത്തിന്റെ പരമോന്നത രൂപമാണെന്നും സാന്ദ്രമായ ആത്മവേദനയിൽ നിന്നും വ്യാഖ്യാനത്തിനു വലുതായി വഴങ്ങാത്ത അന്തഃസംഘർഷങ്ങളിൽ നിന്നുമൊക്കെയാണ് മിക്കപ്പോഴും ഒരു കൃതി ജന്മമെടുക്കുന്നതെന്നും പറഞ്ഞാൽ അവർ ചിരിച്ചു തള്ളിയേക്കാം. ഈ ദുരവസ്ഥയിൽ നിന്ന് നമ്മുടെ സാഹിത്യവായനയെ രക്ഷിച്ചെടുക്കൽ ഇക്കാലത്ത് ജീവിക്കുന്ന എല്ലാ സാഹിത്യ പ്രണയികളുടെയും പ്രധാനപ്പെട്ട കടമയാണെന്നു ഞാൻ കരുതുന്നു. കാഞ്ഞങ്ങാട്ടെ മഹാകവി പി.സ്മാരക സമിതി ഈയൊരു ജാഗ്രത കൂടി സൂക്ഷിക്കുന്നവരുടെതാണെന്നാണ് എന്റെ വിശ്വാസം. അവർക്കും എന്റെ പുസ്തകത്തിന്റെ പ്രസാധകരായ മാതൃഭൂമി

ബ്ലിക്സിനും എല്ലാ വായനക്കാർക്കും ഞാൻ നന്ദി പറയുന്നു.

ഒരാഗ്രഹവും അഭ്യർത്ഥനയും കൂടി അവതരിപ്പിച്ച് ഈ സംസാരം ഞാൻ അവസാനിപ്പിക്കാം. അത്യുത്തര കേരളത്തിന്റെ അതിവിപുലവും അത്ഭുതകരവുമായ സാംസ്കാരിക പാരമ്പര്യത്തിന്റെ ഏതാനും ചില തലങ്ങളിലൂടെ എന്റേതായ രീതിയിൽ ചില അന്വേഷണയാത്രകൾ നടത്തിവരുന്നതിനിടയിലാണ് ഈ അംഗീകാരം എനിക്ക് കൈവന്നിരിക്കുന്നത്.

നമ്മുടെ സാംസ്കാരിക സ്മൃതികൾ വൈവിധ്യപൂർണമാണ്. അനുഷ്ഠാനകലകളുടെ രൂപീകരണവും കർഷക സമരങ്ങളും വരെയുള്ള വൈവിദ്ധ്യപൂർണമായ അനേകം മേഖലകളിലേതാണ്. തലമുറകൾ കൈമാറിയെത്തിയ ചരിത്രസ്മൃതികളിൽ പലതും കെട്ടുകഥകൾക്കു സമാനമായിത്തീർന്നിട്ടുണ്ടാവാം. വിശകലനങ്ങളും നിഗമനങ്ങളും സ്വാഭാവികമായും ഏകമുഖമായിരിക്കില്ല. ഇങ്ങനെയെല്ലാമായിരിക്കെ ത്തന്നെ ഒരു വാസ്തവം അവശേഷിക്കും: തങ്ങളുടെ അനുഭവലോകത്തെ സദാ സജീവമാക്കി നിർത്താൻ പോന്ന തളരാത്ത ജീവിതാസക്തിയും സർഗാത്മകതയുമുണ്ടായിരുന്നു ഇവിടെ ജീവിച്ച മരിച്ച മനുഷ്യരിൽ മഹാഭൂരിപക്ഷത്തിനും.

അവർ, നമ്മുടെ പൂർവികർ, നമുക്കായി കരുതി വെച്ച അനന്യമായ നാനാതരം സൗന്ദര്യാനുഭവങ്ങളെയും അറിവുകളെയും കുറിച്ചുള്ള അന്വേഷണങ്ങൾ ഇനിയും വേണ്ട അളവിൽ ഉണ്ടായിട്ടില്ല. ഈ മേഖലയിൽ ഇതിനകം തന്നെ പഠനഗവേഷണങ്ങൾ നടത്തിയവരുടെ സംഭാവനകളുടെ മൂല്യം പൂർണമായി അറിഞ്ഞും അതിനെ ആദരിച്ചും കൊണ്ടു തന്നെയാണ് ഞാനിതു പറയുന്നത്. അവരുടെയും ഇപ്പോൾ ഈ സാംസ്കാരിക പാരമ്പര്യത്തിന്റെ പല മേഖലകളെക്കുറിച്ചുമുള്ള അന്വേഷണങ്ങളിൽ വ്യാപൃതരായിരിക്കുന്നവരുടെയും ശ്രമങ്ങൾ ഏകോപിപ്പിച്ചു മുന്നോട്ടു കൊണ്ടു പോവുന്നതിനും പുതുതായി ഈ രംഗത്തേക്കു കടന്നു വരുന്നവർക്ക് ചരിത്രത്തെയും ഫോക്‌ലോറിനെയും സാഹിത്യത്തെയും ഇതര കലകളെയുമെല്ലാം വിവിധ വിജ്ഞാനമേഖലകളിൽ നിന്നുള്ള ഏറ്റവും പുതിയ ആശയങ്ങളുടെയും കണ്ടെത്തലുകളുടെയും വെളിച്ചങ്ങൾ പ്രയോജനപ്പെടുത്തി പരിശോധിക്കാനുള്ള ആർജവം പകരുന്നതിനുമുള്ള പദ്ധതികളും ശ്രമങ്ങളും എത്രയും വേഗം പി.സ്മാരകത്തിൽത്തന്നെ ആരംഭിക്കണം. അത്യുത്തര കേരളത്തിലെ സാഹിത്യ സാംസ്കാരിക പ്രവർത്തകരുടെ ഏറ്റവും പ്രധാനപ്പെട്ട സംഗമസ്ഥാനമായി പി.സ്മാരകം മാറണം. മാറിയ കാലത്ത് പലതു കൊണ്ടും പ്രധാനപ്പെട്ട ഈ ദൗത്യം

എത്രയും വേഗം ഏറ്റെടുക്കണമെന്ന് സമിതിയുടെ ഭാരവാഹികളോടും പ്രവർത്തകരോടും ഞാൻ അഭ്യർത്ഥിക്കുകയാണ്.

(മഹാകവി പി.സ്മാരക സമിതിയുടെ 2024 ലെ പി.സാഹിത്യ പുരസ്കാരം സ്വീകരിച്ചുകൊണ്ട് 24/5/24ന് ചെയ്ത പ്രസംഗം.)

ഭാഗം - മൂന്ന്

കുറിപ്പുകൾ

1.

"കവി ഒരു കപടനാട്യക്കാരനാണ്, തന്റെ കലയിൽ അതിവിദഗ്ധൻ. താൻ യഥാർത്ഥത്തിൽ അനുഭവിക്കുന്ന വേദനയുടെ വേദനയെപ്പോലും അയാൾ വ്യാജമായാണ് നിർമിക്കുക. വായനക്കാരാണെങ്കിൽ രണ്ടും അനുഭവിക്കില്ല. തങ്ങളിൽ എത്താതിരുന്ന ഒരു വേദനയാണ് അയാളുടെ എഴുത്തിൽ അവർ അനുഭവിക്കുക. അങ്ങനെ ഹൃദയമെന്നു പറയുന്ന സാധനം, ആ ചെറിയ കളിവണ്ടി മനസ്സിന് ആനന്ദം പകരാൻ അതിന്റേതായ വഴിയിൽ ചുറ്റിച്ചുറ്റിയങ്ങനെ പോവും."

Auto Psychography എന്ന കവിതയിൽ ഫെർനാണ്ടോ പെസോ പറഞ്ഞതാണിത്രയും. കവിതയെഴുത്തിന്റെയും ആസ്വാദനത്തിന്റെയും രസതന്ത്രം എളുപ്പത്തിൽ പറഞ്ഞുപോകാവുന്നതല്ല. എങ്ങനെ പറഞ്ഞാലും പൂർണമായി പറയാനാവുകയുമില്ല. എങ്കിലും കവി പറഞ്ഞതിലും കാര്യമുണ്ട്. മിക്ക എഴുത്തുകളിലും നാട്യത്തിന്റെ, ഭാവിക്കലിന്റെ ഒരംശമുണ്ട്. വായനക്കാരാണെങ്കിൽ തങ്ങൾക്ക് കൈമോശം വന്നതിലാണ്, തങ്ങൾ യഥാർത്ഥത്തിൽ അനുഭവിച്ചതിലല്ല എത്തിച്ചേരുക. അങ്ങനെ എഴുത്തിലും വായനയിലും വ്യാജാനുകരണത്തിന് മേൽക്കൈ വരും. പക്ഷേ,എല്ലായ്പ്പോഴും ഇതങ്ങനെയല്ല. രണ്ട് റഷ്യൻ എഴുത്തുകാരെ ഉദാഹരിച്ച് ഇത് വ്യക്തമാക്കാം. ചെഖോവിന്റെ കഥാപാത്രങ്ങളായ ഡോക്ടർമാർ തങ്ങളുടെ രോഗികളെ കൃത്യമായി മനസ്സിലാക്കുകയും അവർക്ക് യഥാർത്ഥമായ, അവരർഹിക്കുന്ന കാരുണ്യം നൽകുകയും ചെയ്യുന്നവരാണ്. കഥ ആരംഭിക്കുന്നിടം മുതൽ ഹൃദയാലുത്വത്തിന്റെ ഫീൽ നമുക്ക് കിട്ടും. ഡോസ്റ്റോയെവ്സ്കിയുടെ കഥാപാത്രങ്ങളാണെങ്കിൽ അനുഭവങ്ങളുടെ അത്യുന്നതങ്ങളിലേക്ക് അവരുടെ ആന്തരപ്രകൃതത്തിന്റെ സമ്മർദ്ദംകൊണ്ടു തന്നെ നടന്നുകയറുന്നവരാണ്.

ആ കഥാപാത്രങ്ങളോടൊപ്പം സഞ്ചരിക്കുന്നതും വിശുദ്ധമായ അനുഭവമാണ്. ഈ രണ്ടുപേരുടെ രചനകളിലും അവയുടെ വായനയിലും സംഭവിക്കുന്നതിനെ വ്യാജത്തരവുമായി കണ്ണിചേർക്കാനാവില്ല. അത് മറ്റൊന്നാണ്. എളുപ്പത്തിൽ വിവരിക്കാനാവാത്ത ഒന്ന്.

2.

എല്ലാ വലിയ എഴുത്തിനു പിന്നിലും ആസൂത്രണമുണ്ട്. നല്ല ഒരു നോവലോ കഥയോ നാടകമോ ഒരാലോചനയിലുമില്ലാതെ പെട്ടെന്ന് എഴുതിത്തുടങ്ങിയതിന്റെ ഫലമായിരിക്കില്ല. ആദ്യന്തം എന്തൊക്കെ സംഭവിക്കണമെന്ന് പൂർണമായും തീരുമാനിച്ചുറക്കുക എന്ന് ആസൂത്രണം കൊണ്ട് അർത്ഥമാക്കുന്നില്ല. എഴുതാനുള്ള സംഗതി ഏത് വഴിക്ക്, അനുഭവങ്ങളുടെ ഏതൊക്കെ തലങ്ങളെ സ്പർശിച്ചുകൊണ്ടു, മുന്നോട്ടു പോവണമെന്നതിനെപ്പറ്റി ഏകദേശ ധാരണയെങ്കിലും സ്വരൂപിക്കാതെ എഴുത്ത് സാധ്യമാവില്ല. അതേ സമയം ആലോചിച്ചുറച്ച അതിരുകൾക്കെല്ലാം അപ്പുറത്തേക്ക് എഴുത്ത് പോവാൻ തന്നെയാണ് എപ്പോഴും സാധ്യത. അങ്ങനെ പോവുന്നതു തന്നെയാണ് സ്വാഭാവികം. കവിതയുടെ കാര്യത്തിൽ മാത്രം വ്യത്യാസമുണ്ട്. അത് പലപ്പോഴും പെട്ടെന്നു പൊട്ടിമുളച്ച് തളിരിടാം.

മുൻനിശ്ചയങ്ങൾ എന്തൊക്കെ ഉണ്ടായാലും അവയുടെയൊന്നും അടയാളങ്ങൾ നല്ല എഴുത്തിൽ ബാക്കിയാവില്ല. അഥവാ അങ്ങനെ ബാക്കിയായാൽ നല്ല വായനക്കാർ അത് പെട്ടെന്നു തിരിച്ചറിയുകയും അവർക്ക് അതിൽ അസ്വാരസ്യം അനുഭവപ്പെടുകയും ചെയ്യും.

വലിയ ചരിത്ര നോവലുകൾ, ദേശചരിത്രം ഇതിവൃത്തത്തിന്റെ പ്രധാന ഭാഗമായി വരുന്ന നോവലുകൾ, ഇവയൊക്കെയും തീർച്ചയായും നല്ല പ്ലാനിംഗ് ഉണ്ടെങ്കിലേ എഴുതാനാവൂ. അതിനുവേണ്ടി ചെറുതല്ലാത്ത തോതിൽ വിവരശേഖരണം നടത്തുകയും വേണ്ടിവരും. എങ്കിലും മികച്ച ചരിത്രനോവലുകൾ ഈ പ്ലാനിംഗിന്റെ ഭാരമൊന്നും വായനക്കാരെ അനുഭവിപ്പിക്കുകയില്ല. ഏതു തരത്തിലുള്ള നോവലായാലും ആ ഭാരം വായനക്കാർക്ക് നൽകാതിരിക്കുന്നതു തന്നെയാണ് നല്ലത്. ഇത് കേവലം നൈപുണിയുടെ പ്രശ്നമല്ല. എഴുത്തിനോടുള്ള മനോഭാവവും സർഗാത്മകതയുമൊക്കെയാണ് ഈ നിലപാടിനു പിന്നിൽ പ്രവർത്തിക്കുക. അവയുടെ പ്രവർത്തനം സ്വാഭാവികമായിരിക്കുകയും ചെയ്യും. അറിവും സർഗാത്മകതയും അപ്രധാനമാണെന്നും നൈപുണിയാണ് പരമപ്രധാനമെന്നുമുള്ള ആശയത്തിന് പുതുതലമുറയും പഴയ

തലമുറയുമെല്ലാം ഉറച്ച പിന്തുണ നൽകിവരുന്ന ഇക്കാലത്ത് ഇവിടെ പറഞ്ഞ കാര്യം പഴഞ്ചനായി അനുഭവപ്പെട്ടേക്കാം. എന്തായാലും, എനിക്കു തോന്നിയ കാര്യം ഭൂരിപക്ഷത്തിന്റെ ഹിതം നോക്കി ഞാൻ മാറ്റിപ്പറയുന്നില്ല.

3

ശരീരം കൊണ്ട് ഞാൻ ഏറെക്കുറെ പൂർണമായി വൃദ്ധനായി ക്കഴിഞ്ഞു. പക്ഷേ, മനസ്സിന്റെ ഒരു കോണിൽ ഇപ്പോഴും ഞാനൊരു കുട്ടിയാണ്. നന്നേ ചെറിയ കുട്ടിയല്ല. മുതിർന്ന കുട്ടിയുമല്ല. രണ്ടാം ക്ലാസിലോ മൂന്നാം ക്ലാസിലോ പഠിക്കുന്ന ഒരു കുട്ടി. ലോകം ഇപ്പോഴും എന്നെ അത്ഭുതം കൊള്ളിക്കുന്നു. പുതുതായി അറിയുന്ന ഓരോ വാക്കും, അത് മലയാളത്തിലോ തമിഴിലോ ഇംഗ്ലീഷിലോ കൊഡവ ഭാഷയിലോ ഉള്ളതാവട്ടെ, എന്നെ ആവേശം കൊള്ളിക്കുന്നു. ഇപ്പോൾ വല്ലപ്പോഴും മാത്രമായിക്കഴിഞ്ഞിരിക്കുന്ന ചെറുയാത്രകൾക്കിടയിലോ ടി.വി യിലോ ഒക്കെ കാണുന്ന മനുഷ്യരും ഭൂവിഭാഗങ്ങളും എന്നെ വല്ലാതെ കൗതുകം കൊള്ളിക്കുന്നു, ചിലപ്പോൾ വികാരം കൊള്ളിക്കുന്നു. ഒരു കുട്ടിക്കു മാത്രം ലഭ്യമാവുന്ന സവിശേഷ ജ്ഞാനം എന്നെ ആഹ്ലാദിപ്പിക്കുന്നു. ഈ കുട്ടിക്ക് എന്റെ അവസാനനാൾ വരെയും പ്രായമാകരുതേ (തീർച്ച യായും അത് സ്വാർത്ഥനിഷ്ഠം തന്നെ) എന്നതാണ് എന്റെ ഇപ്പോഴത്തെ ഏറ്റവും പ്രധാനപ്പെട്ട ആഗ്രഹം

ശ്രോതാക്കളിൽ ഭൂരിപക്ഷവും വൃദ്ധജനങ്ങളായിരുന്ന ഒരു മീറ്റിംഗിൽ ഞാൻ ഉദ്ധരിച്ച പാബ്ലോ നെരൂദയുടെ ‘An Ode to Old Age’ എന്ന കവിതയിലെ ആദ്യവരിമാത്രം ഇവിടെ എഴുതാം : “I don’t believe in age. All old people carry in their eyes a child “

4

എഴുത്തുകാരന്റെ/എഴുത്തുകാരിയുടെ സാമൂഹ്യപ്രതിബദ്ധതയുടെ ഏറ്റവും വിശ്വസനീയമായ തെളിവും ഏറ്റവും തിളക്കമാർന്ന അടയാളവും ആവിഷ്കാരത്തിലെ സത്യസന്ധതയാണ്. താൻ ശരീരം കൊണ്ടും മനസ്സുകൊണ്ടും അനുഭവിച്ച കാര്യങ്ങളിൽ ഏതെങ്കിലും താൽക്കാലിക ലക്ഷ്യത്തിന്റെ കറ (അത് കേവലം അംഗീകാരത്തിനു വേണ്ടിയുള്ള വെമ്പൽ മുതൽ പലതുമാവാം) പുരളാതെ തന്റെ സർഗാത്മകാധ്വാന ത്തിന്റെ ആത്മാർത്ഥമായ വിനിയോഗത്തിലൂടെ (ഇത് സ്വാഭാവികമായും

സംഭവിക്കേണ്ടതാണ്) ആ അനുഭവങ്ങൾക്ക് രൂപാന്തരണം വരുത്തിയുള്ള എഴുത്തിലാണ് ഇത് യാഥാർത്ഥ്യമായിത്തീരുക.

അനുഭവത്തിന്റെ വൈകാരികവും ബൗദ്ധികവുമായ പ്രത്യാഘാതങ്ങൾ ആവിഷ്കാരത്തിന് പാകമാകുന്ന വിധത്തിലായിത്തീരാൻ സാവകാശമെടുക്കും. (വേഡ്സ് വർത്തിന്റെ പ്രസിദ്ധമായ കവിതാനിർവചനത്തിലെ പ്രശാന്തതയിൽ അനുസ്മരിക്കപ്പെടുന്ന (recollected in tranquility) എന്ന ഭാഗം ഓർമിക്കാം.) എന്നാൽ വ്യക്തിപരമോ അല്ലാത്തതോ ആയ അനുഭവത്തിന്റെ എല്ലാ തലങ്ങളെയും കുറിച്ച് എഴുതുന്നയാൾക്ക് സമ്പൂർണമായൊരു ധാരണ വളരെ പെട്ടെന്നു സാധ്യമാവുന്നുണ്ടെങ്കിൽ, അനുഭവം അതിന്റെ അന്തഃസത്ത അയാൾക്ക്/അവൾക്ക് വെളിപ്പെടുത്തിക്കൊടുക്കുന്നതിൽ താമസം വരുത്തുന്നില്ലെങ്കിൽ എഴുത്തും വലിയ താമസമില്ലാതെ സാധ്യമാവും. ഒരു കഥയെഴുതാൻ എത്ര സമയമെടുക്കും എന്ന ചോദ്യം മുമ്പൊക്കെ ചിലേടത്തു വെച്ച് കേട്ടിട്ടുണ്ട്. 'ചിലപ്പോൾ ഏതാനും മണിക്കൂറുകൾ കൊണ്ട് സാധിക്കും. ചിലപ്പോൾ മാസങ്ങൾ തന്നെ എടുത്തേക്കും' എന്ന ഉത്തരമേ അതിന് നൽകാനാവൂ; അതേ ശരിയുത്തരമാവൂ.

രാഷ്ട്രീയസംഭവങ്ങളോട്/പ്രശ്നങ്ങളോട് പെട്ടെന്നു പ്രതികരിക്കുമ്പോൾ കവിക്ക് സാവകാശം സാധ്യമാവില്ലല്ലോ എന്ന സംശയമുണ്ടാവാം. പെട്ടെന്നുള്ള പ്രതികരണത്തിൽ നിന്നുണ്ടാവുന്ന കവിത കവിതയാവില്ല, അത് മുദ്രാവാക്യമേ ആവൂ എന്ന പറച്ചിൽ ഈ സംശയം തീർപ്പായി മാറുന്നതിൽ നിന്നുണ്ടാവുന്നതാണ്. ഒരു രാഷ്ട്രീയസംഭവം സാമൂഹ്യജീവിതത്തെക്കുറിച്ചും അതിന്റെ ആരോഗ്യകരമായ വളർച്ചയെക്കുറിച്ചും കവി നേരത്തേ സ്വരൂപിച്ചു വെച്ചിരിക്കുന്ന ധാരണകളുടെ അടിസ്ഥാനത്തിൽ, പുതുതായി പ്രത്യേക പഠനമൊന്നുമില്ലാതെ തന്നെ പൂർണമായും മനസ്സിലാക്കാനാവുന്നതും അതുകൊണ്ടു തന്നെ കവിയുടെ വൈകാരിക ജീവിതത്തെ അപ്പോൾത്തന്നെ ആഴത്തിൽ സ്പർശിക്കുന്നതുമാണെങ്കിൽ അത് കവിതയ്ക്ക് വിഷയമായിത്തീരുന്നത് സ്വാഭാവികം മാത്രമാണ്. അല്ലാതെ പ്രതികരണം ഒരു ബാധ്യത പോലെയോ താൻ പ്രതികരിച്ചിരിക്കുന്നുവെന്ന് മറ്റാരെയൊക്കെയോ ബോധ്യപ്പെടുത്താൻ വേണ്ടി മാത്രമായോ കവിതയെ അതിനുള്ള ഉപകരണമാക്കി മാറ്റുമ്പോഴാണ് കവിതയ്ക്ക് വലിയ തോതിൽ രക്തക്ഷയം സംഭവിക്കുന്നത്.

പി.എൻ.ഗോപീകൃഷ്ണൻ ഈയിടെ എഴുതിയ ഡോസ്റ്ററോയെവ്സ്കി, ഇന്ത്യയുടെ കൂട്ടുകാരൻ, എന്നീ കവിതകൾ ഇപ്പോഴും കത്തിക്കൊണ്ടിരിക്കുന്ന രാഷ്ട്രീയ യാഥാർത്ഥ്യങ്ങളെ, ഒന്ന് ഫാസിസത്തിന്റെ ഇന്ത്യയിലെ

വളർച്ച, മറ്റൊന്ന് ഈ ഫാസിസ്റ്റ് ശക്തികളുടെ പിന്തുണ ലഭിക്കുന്ന ഇസ്രായേലിന്റെ പലസ്തീൻ യുദ്ധം, വിഷയമാക്കിയുള്ളവയാണ്. പ്രശ്നത്തിന് അല്പവും കാലപ്പഴക്കമില്ലെന്നുള്ളത് ആ കവിതകളുടെ കരുത്തിന് അണു പോലും കുറവ് വരുത്തിയില്ല. കുറച്ചധികം കാലമായി കവിയുടെ പ്രജ്ഞയിലും ഭാവനയിലും സജീവമായി നിൽക്കുന്ന രാഷ്ട്രീയ ധാരണകളുടെ ഊർജമാണ് അല്ലാതെ താൽക്കാലിക സ്വഭാവമുള്ള രാഷ്ട്രീയാവേശമോ ഏതെങ്കിലും രാഷ്ട്രീയ കക്ഷിയോടുള്ള വിമർശനരഹിതവും ആലോചനാശൂന്യവുമായ ആഭിമുഖ്യമോ അല്ല ആ കവിതകൾക്ക് ഊർജമായിത്തീർന്നത്.

5

പയ്യന്നൂർ കോളേജിലെ മുൻ മലയാളം അധ്യാപകനും ഫോക്‌ലോർ അക്കാദമിയുടെ മുൻ ചെയർമാനും പടയാളി സമയം മാസികയുടെ പത്രാധിപരുമൊക്കെയായ പ്രൊഫ.മുഹമ്മദ് അഹമ്മദ് എന്റെ നാട്ടുകാരനാണ്. 'നമ്മള് പയങ്ങാടിക്കാറ്' എന്നാണ് അദ്ദേഹം എപ്പോഴും പറയുക. ഞങ്ങൾ സുഹൃത്തുക്കൾ അദ്ദേഹത്തെ 'മാമുക്ക' എന്നാണ് വിളിക്കാറ്.

മാമൂക്കയെ എനിക്ക് സ്കൂൾ കാലം തൊട്ടേ അറിയാം. മാടായി ഹൈസ്കൂളിൽ എന്റെ മൂന്നോ നാലോ വർഷം സീനിയറായി പഠിച്ചയാളാണ്. മൂപ്പര് അന്നേ ഒരു പ്രസംഗകനാണ്. നല്ല ഒഴുക്കുള്ളതും ആലങ്കാരികവുമായ ഭാഷയിലാണ് മാമൂക്ക പ്രസംഗിക്കുക. വിഷയം എന്തായാലും പ്രശ്നമില്ല. ഞാൻ മാമൂക്കയെ ആദ്യമായി പ്രത്യേകം ശ്രദ്ധിച്ചത് മാടായിപ്പാറപ്പുറത്ത് ജൂതക്കുളത്തിന് തൊട്ടിപ്പുറത്തുള്ള പറമ്പിൽ (അതൊരു ചെറിയ മൈതാനം കൂടിയായിരുന്നു അന്നൊക്കെ) കൗമാരപ്രായക്കാരുടെ ഒരു ഫുട്ബാൾ മത്സരത്തിൽ വിജയികൾക്കുള്ള കപ്പ് നൽകിയതിനുശേഷമുള്ള പ്രസംഗം നടത്തുന്നത് കണ്ടപ്പോഴാണ്.അന്ന് മാമൂക്കയ്ക്ക് പതിനാറോ പതിനേഴോ വയസ്സായിരിക്കും. ഫുട്ബാൾ കളിയുടെ മനോഹാരിത, ബോളുമായി ഗ്രൗണ്ടിൽ മുന്നേറുന്ന കളിക്കാരുടെ ചടുലത, കണ്ടു നിൽക്കുന്ന കളിക്കാരുടെ ആവേശം ഇവയെപ്പറ്റിയൊക്കെ മാമൂക്ക ജോറായി പ്രസംഗിക്കുകയായിരുന്നു.

പയ്യന്നൂർ കോളേജിലെ മലയാളം അധ്യാപകനായതിനു ശേഷം അധ്യാപനത്തിനു പുറമെ മാമൂക്ക മദ്യവിരുദ്ധ സമിതിയുടെ പ്രവർത്തനങ്ങൾക്കും മഹാത്മജിയുടെ ആശയങ്ങൾ പ്രചരിപ്പിക്കുന്നതിനുള്ള സംഘടനയുടെ പ്രവർത്തനങ്ങൾക്കും വേണ്ടിയാണ് കൂടുതൽ സമയം

ചെലവഴിച്ചത്. സാഹിത്യവിഷയങ്ങളെപ്പറ്റിയും സാമൂഹ്യ പ്രശ്നങ്ങളെപ്പറ്റിയുമുള്ള പ്രഭാഷണങ്ങൾക്ക് കണ്ണൂർ ജില്ലയിലെ കുറേയേറെ ഗ്രന്ഥാലയങ്ങളും സാംസ്കാരികക്കൂട്ടായ്മകളും കലാസമിതികളും സമീപിച്ചിരിക്കുക മാമുക്കയെയാണ്.

ആദ്യം പറഞ്ഞ ഫുട്ബോൾ പ്രസംഗത്തിനുശേഷം ഏതാനും വർഷങ്ങൾ കഴിഞ്ഞ് മാടായിപ്പാറയിലേക്കുള്ള റോഡിന്റെ കയറ്റം ആരംഭിക്കുന്ന 'താഴെ എരിപുരം' എന്ന സ്ഥലത്തു വെച്ചാണ് മാമുക്കയുടെ രണ്ടാമത്തെ പ്രസംഗം ഞാൻ കേട്ടത്. (അപ്പോഴേക്കും അദ്ദേഹം കോൺഗ്രസ്സിന്റെ ഒരു സജീവപ്രവർത്തകനായിക്കഴി ഞ്ഞിരുന്നു.) റോഡരികിൽനിന്ന് ഉഷാറായി പ്രസംഗിക്കുകയായിരുന്നു മാമുക്ക. ഇത്തവണത്തേത് മോത്തിലാൽ നെഹ്റു ജന്മദിനത്തിനുള്ള അനുസ്മരണ പ്രസംഗം. അങ്ങിങ്ങ് ചിതറി നിൽക്കുന്ന ഏതാനും പേർ മാത്രമായിരുന്നു കേൾവിക്കാർ. ശ്രോതാക്കളുടെ എണ്ണം കുറഞ്ഞതോ ഉള്ളവർ തന്നെ പ്രസംഗം ശ്രദ്ധിച്ചു കേൾക്കുന്നില്ലെന്നതോ മാമുക്കയെ ബാധിച്ചിരുന്നില്ല. ഒട്ടും താൽപര്യമില്ലാത്ത ഏതാനും പേരെ കേൾപ്പിക്കാനായി എന്തിനിങ്ങനെ പ്രസംഗിക്കുന്നു എന്ന് അന്നെനിക്ക് തോന്നിയിരുന്നു.

ദേശീയ പ്രസ്ഥാനവുമായി ബന്ധപ്പെട്ട നേതാക്കളെയും കമ്യൂണിസ്റ്റ് നേതാക്കളെയും ടാഗോറിനെയും പ്രേംചന്ദിനെയും മുൽക് രാജ് ആനന്ദിനെയും പോലെയുള്ളവരെയും ഒരുകാലത്ത് കേരളത്തെയും രാജ്യത്തെ ആകമാനവും സ്പർശിച്ച വലിയ രാഷ്ട്രീയസംഭവങ്ങളെയും ഓർമിക്കുന്ന പ്രസംഗങ്ങൾ അത്യാവശ്യമാണെന്ന തോന്നലിലാണ് ഇന്നു ഞാൻ. നമ്മുടെ രാഷ്ട്രീയവും സാംസ്കാരികവുമായ പാരമ്പര്യത്തെ രൂപപ്പെടുത്തിയവരെക്കുറിച്ചുള്ള ഓർമകൾ തലമുറകൾക്ക് കൈമാറിക്കൊണ്ടേയിരിക്കണം. ജനങ്ങളെ ഒന്നിപ്പിച്ചു നിർത്തുന്നതിനു മാത്രമല്ല വ്യക്തിഗതമായ നേട്ടങ്ങൾക്കപ്പുറത്തുള്ള ചിലതു കൂടി ജീവിതത്തിന്റെ ലക്ഷ്യമായിരിക്കണമെന്നു മുഴുവൻ ജനങ്ങളെയും ഓർമിപ്പിക്കാനും അത് സഹായകമാകും. ഇന്നത്തെ ഇന്ത്യൻ സാഹചര്യത്തിൽ അത്തരം ഓർമപ്പെടുത്തലുകൾക്കുള്ള പ്രാധാന്യം ഒട്ടും ചെറുതല്ല.

നാനാത്വത്തിൽ ഏകത്വം, ലോകസമാധാനം, പഞ്ചവത്സരപദ്ധതി, ആശാൻ കവിതയിലെ ആശയഗാംഭീര്യം,വള്ളത്തോൾക്കവിതയിലെ ദേശീയത,സാഹിത്യവും സമൂഹവും തുടങ്ങിയ വിഷയങ്ങളുമായി അമ്പതു വർഷം മുമ്പ് ഹൈസ്കൂൾ ക്ലാസുകളിൽവെച്ചു തന്നെ കുട്ടികൾ പരിചയപ്പെട്ടിരുന്നു. ഇപ്പോൾ പകരം പുതിയ വിഷയങ്ങൾ വന്നിട്ടുണ്ടെന്നത്

ശരിയാണ്. പക്ഷേ, ആ പഴയ വിഷയങ്ങൾ വിദ്യാർത്ഥികളുടെ ആന്തരികജീവിതത്തിൽ കൂടുതൽ കാറ്റും വെളിച്ചവും പ്രവേശിക്കുന്നതിന് എത്രയോ സഹായകമായിരുന്നു എന്ന വസ്തുത മറന്നു കളയരുത്. ജീവിതകാലം മുഴുവൻ ഒരേ വിഷയങ്ങൾക്കു ചുറ്റുമായി കറങ്ങിക്കൊണ്ടിരിക്കുന്നത് നല്ലതല്ല. പക്ഷേ, പഠനം പാഠപുസ്തകപഠനം മാത്രമല്ലെന്നും അവയിൽ പരാമർശിച്ചു പോവുക മാത്രം ചെയ്യുന്നതും ചിലപ്പോൾ അവയിൽ ഇടം നേടുകയേ ചെയ്യാത്തതുമായ പലതും പഠിക്കേണ്ടതുണ്ടെന്നും സാമൂഹ്യസാംസ്കാരിക സ്മരണകളെ ഒപ്പം കൊണ്ടു പോവുകയെന്നത് നിസ്സാര സംഗതിയല്ലെന്നും സ്കൂൾപ്രായം തൊട്ടേ അറിയാനുള്ള അവസരങ്ങൾ ഉണ്ടാവുന്നത് വ്യക്തികളുടെ ജീവിതത്തെ മാത്രമല്ല പൊതുജീവിതത്തെ ആകെത്തന്നെയും ഊർജസ്വലമാക്കും. അതിന്റെ പ്രാധാന്യം കുറച്ചുകാണരുത്.

ചരിത്രസ്മരണകൾ സൂക്ഷിക്കുന്നതിലും സമത്വം, സാഹോദര്യം, ആവിഷ്കാരസ്വാതന്ത്ര്യം തുടങ്ങിയ ആശയങ്ങൾ ഉൾക്കൊള്ളുന്നതിലും നൈപുണ്യ വികസനത്തിനുള്ള ഏർപ്പാട് എന്നതിൽക്കവിഞ്ഞ് വിദ്യാഭ്യാസത്തെ വിശാലമായ അർത്ഥത്തിൽ മനസ്സിലാക്കുന്നതിലുമുള്ള താൽപര്യം പൊതുവെ കുറഞ്ഞുവരുന്നതായാണ് കാണുന്നത്. അല്പം മുമ്പു തന്നെ ആരംഭിച്ച ഈ പ്രവണതയ്ക്ക് ഗതിവേഗമേറിയത് 1990-91 ൽ ഇന്ത്യൻ സമ്പദ്ഘടന ഉദാരവൽക്കരണത്തിന്റെയും സ്വകാര്യവൽക്കരണത്തിന്റെയും ആഗോളവൽക്കരണത്തിന്റെയും ഘട്ടത്തിലേക്ക് പ്രവേശിച്ചതോടെയാണ്. ഈ പ്രവണത ശക്തിപ്പെട്ടു വരുന്നതിനു നേരെ കണ്ണടച്ചിരിക്കുന്നതിന്റെ ഫലങ്ങൾ ഭയാനകമാവാനേ തരമുള്ളൂ.

6

കാര്യവട്ടത്ത് ഗവേഷണ വിദ്യാർത്ഥിയായിരിക്കെ ആദ്യഘട്ടത്തിൽ ഞാൻ താമസിച്ചിരുന്നത് നന്തൻകോട്ടെ ലാൽഹട്ട് എന്ന വാടകവീട്ടിലായിരുന്നു. ഏതാനും ടെലഫോൺ എഞ്ചിനിയർമാരാണ് അവിടെ താമസിച്ചിരുന്നത്. അവരിലൊരാൾ എരിപുരത്തിനടുത്ത ഏഴോത്തെ നാരായണൻ എന്ന സുഹൃത്തായിരുന്നു. അദ്ദേഹം വഴിയാണ് ലാൽഹട്ടിൽ എനിക്ക് താമസസൗകര്യം കിട്ടിയത്. പി.എം.ജി ജംങ്ഷനിൽനിന്ന് കുറച്ചപ്പുറം ലാൽഹട്ടിലേക്കു തിരിയുന്ന വഴി ആരംഭിക്കുന്നിടത്തു തന്നെ സർക്കാർ ജീവനക്കാരും സ്ഥിരവരുമാനമില്ലാത്തവരുമൊക്കെയായ കുറേപേർ താമസിക്കുന്ന കുറച്ചു ലോഡ്ജ് മുറികൾ ഉണ്ടായിരുന്നു. അവിടെ ഒരു പരിചയക്കാരന്റെ മുറിയിൽ ഇടയ്ക്കൊക്കെ ഞാൻ

പോവാറുണ്ടായിരുന്നു. ഇവിടത്തെ മുറികളിലൊന്ന് മറ്റുള്ളവയോട് ചേർന്നല്ലാതെ നിൽക്കുന്നതായിരുന്നു. ആ ചെറിയ മുറിയുടെ പുറം ചുമരിൽ ആരോ കരിക്കട്ടകൊണ്ട് 'ഹനുമാൻ,ഹനുമാൻ കോവിൽ' എന്നൊക്കെ എഴുതിയിരുന്നു. ആ എഴുത്തിന്റെ കാഴ്ചയാണ് ഹനുമാൻ എന്ന കഥയിലേക്ക് എനിക്ക് വഴി തുറന്നു തന്നത്. ഒരു കഥ രൂപം കൊണ്ടു തുടങ്ങാൻ അങ്ങനെ ചെറിയ എന്തെങ്കിലും കാരണം മതി. ലോകം വാസ്തവത്തിൽ എണ്ണമറ്റ കഥകളിലേക്കും നോവലുകളിലേക്കു മൊക്കെയുള്ള ചൂണ്ടുപലകകളുമായി ഓരോ എഴുത്തുകാരനെയും/എഴു ത്തുകാരിയെയും കാത്തിരിക്കുന്നുണ്ട്. അവയിൽ പലതും പലപ്പോഴായി അവരുടെയെല്ലാം കണ്ണിൽപ്പെടുന്നുണ്ടാവും. പക്ഷേ,ആ ചൂണ്ടുപലകകൾ വേണ്ട വിധം വായിച്ചെടുക്കാനുള്ള സന്നദ്ധത മനസ്സിന് കൈവരാത്ത സമയത്താണെങ്കിൽ കാഴ്ച വെറുതെയാവും.

ലാൽഹട്ടിലെ താമസക്കാലത്ത് താമസസ്ഥലത്തിനു പുറത്തുവെ ച്ചുണ്ടായ അനുഭവങ്ങളിൽ ഏറ്റവും പ്രധാനപ്പെട്ടത് ഡോ.ജേക്കബ് ഈപ്പൻ പത്രാധിപരായിരുന്ന Social Scientist മാസികയുടെ ഓഫീസിൽ ജോലി ചെയ്യുകയായിരുന്ന എം.സുകുമാരനെ കാണാൻ കഴിഞ്ഞു എന്നതാണ്. A.G's Officeൽ ചില പ്രശ്നങ്ങളുണ്ടായതിനെത്തു ടർന്ന് പുറത്താക്കപ്പെട്ട സുകുമാരൻ താൽക്കാലികമായി കണ്ടെത്തിയ താവളമായിരുന്നു 'സോഷ്യൽ സയൻറിസ്റ്റി'ന്റെ ഓഫീസ്.

പല ദിവസങ്ങളിലും ഞാൻ ഈ ഓഫീസിൽ പോയിരുന്നു. വളരെ സൗമ്യനായ സുകുമാരൻ സൗഹാർദ്ദപൂർണമായ ഒരു ചിരിക്കു ശേഷം ഒന്നോ രണ്ടോ വാക്കേ സംസാരിക്കാറുണ്ടായിരുന്നുള്ളൂ. അന്നു കണ്ടതി നുശേഷം കുറേ കൊല്ലം കഴിഞ്ഞാണ് അദ്ദേഹം താമസിച്ചിരുന്ന ഫ്ളാറ്റിൽ വെച്ച് സുകുമാരനെ ഞാൻ വീണ്ടും കണ്ടത്. (കെ.പി.രമേഷ് എന്ന സുഹൃത്തും കൂടെയുണ്ടായിരുന്നു.) സുകുമാരൻ അപ്പോഴേക്കും എഴുത്ത് പൂർണമായും നിർത്തിയിരുന്നു. അന്ന് കുറച്ചധികം നേരം സംസാരിച്ചു. നേരത്തേ തന്നെ അദ്ദേഹം വ്യക്തമാക്കിയിരുന്ന കാര്യം അന്ന് എന്നോടും പറഞ്ഞു: "എനിക്ക് പുതിയ വായനാസമൂഹമായി കമ്യൂണിക്കേഷൻ സാധ്യമല്ല. അവരോട് ഒന്നുമെനിക്ക് പറയാനില്ല."

എഴുത്ത് നിർത്താനുള്ള സുകുമാരന്റെ തീരുമാനം ശരിയായിരുന്നോ എന്നു ചർച്ച ചെയ്യുന്നതിൽ കാര്യമില്ല. അദ്ദേഹം തന്റെ മന:സാക്ഷി ആവശ്യപ്പെട്ട കാര്യം ചെയ്തു. അതിൽ മറ്റുള്ളവരുടെ അഭിപ്രായത്തിന് പ്രസക്തയില്ല. സുകുമാരൻ വ്യത്യസ്ത സ്വഭാവമുള്ള കഥകളും എഴു തിയിട്ടുണ്ടെങ്കിലും ഇടതുപക്ഷ തീവ്രവാദത്തിന്റെ ആശയലോകവും

വൈകാരികലോകവുമായി ബന്ധപ്പെട്ട കഥകളാണ് അദ്ദേഹത്തെ നമ്മുടെ കഥാസാഹിത്യത്തിൽ വേരിട്ടുനിൽക്കുന്ന ഒരാളായി അടയാളപ്പെടുത്തിയത്. ഈ കഥകൾക്കു ശേഷം സുകുമാരൻ എഴുതിയ 'ശേഷക്രിയ' എന്ന ചെറുനോവലും ഇപ്പോഴും ആദരവോടെ ഓർമിക്കപ്പെടുന്നു.

സുകുമാരന് തോന്നിയതുപോലെ പല എഴുത്തുകാർക്കും തോന്നിയിരിക്കാം. തങ്ങളുടെ എഴുത്തുജീവിതം ഏറ്റവും സജീവമായിരുന്ന കാലത്തെ ജീവിത സാഹചര്യങ്ങൾ മാറുകയും സാഹിത്യത്തോടും രാഷ്ട്രീയത്തോടുമൊക്കെയുള്ള സമീപനത്തിൽ കാതലായ വ്യത്യാസങ്ങൾ വന്നുചേരുകയും ചെയ്യുമ്പോൾ സ്വാഭാവികമായും ഇങ്ങനെയൊരു തോന്നലുണ്ടാകാം. ഇക്കാര്യത്തിൽ എന്റെ മനോഭാവം വ്യക്തമാക്കുക കൂടി ചെയ്ത് ഈ കുറിപ്പ് അവസാനിപ്പിക്കാം. എനിക്കു തന്നെ പൂർണമായും ഊഹിച്ചെടുക്കാനാവാത്ത കാരണങ്ങളാൽ എഴുത്ത് എന്റെ ഏറ്റവും പ്രധാനപ്പെട്ട കർമമണ്ഡലമായി. ഞാൻ എഴുതുന്നത് നൂറിൽ തൊണ്ണൂറ്റൊമ്പതു പേർക്കും മനസ്സിലായില്ലെങ്കിലും അവശേഷിക്കുന്ന ഒരു വായനക്കാരൻ/വായനക്കാരി മതി. കൂടുതൽ പേർക്ക് എന്റെ എഴുത്ത് ശരിയാംവണ്ണം വായിച്ചെടുക്കാൻ പറ്റുന്നെങ്കിൽ സന്തോഷം. അതിൽക്കവിഞ്ഞുള്ള പ്രതീക്ഷ ആവശ്യമില്ലെന്ന് ഇത്രയും കാലത്തെ അനുഭവത്തിൽനിന്ന് പൂർണമായും ബോധ്യപ്പെട്ടിട്ടുണ്ട്. ഈ തിരിച്ചറിവിൽ നിരാശ തോന്നുന്നില്ല. എന്തിനെന്നറിയാതെ നന്നേ ചെറിയ പ്രായത്തിൽത്തന്നെ ചെയ്തു തുടങ്ങിയ ഈ പണി ഞാൻ ചെയ്തുകൊണ്ടേയിരിക്കും.

7

സമകാല ജാപ്പനീസ് സാഹിത്യകാരന്മാരുടെ മുൻനിരയിൽ നിൽക്കുന്ന ഹിഡിയോ ഫുറുകാവ (Hideo Furukawa)യുടെ Slow Boat എന്ന പേരിൽ ഇംഗ്ലീഷിലേക്ക് പരിഭാഷപ്പെടുത്തപ്പെട്ട (പരി: David Boyd) നോവലിന്റെ ഉപസംഹാരക്കുറിപ്പിൽ നോവലിസ്റ്റ് പറയുന്നത് അത് മറ്റൊരു ജാപ്പനീസ് നോവലിസ്റ്റായ ഹറുകി മുറാകാമി (Haruki Murakami)യുടെ A Slow Boat to China എന്ന ചെറുകഥയുടെ റീമിക്സാണ് എന്നാണ്.

ഈ പറഞ്ഞതുകൊണ്ട് താൻ അർത്ഥമാക്കുന്നത് മൂലകഥയോടുള്ള സ്നേഹത്തെ വർത്തമാനത്തിൽ സ്ഥാപിക്കുക എന്നാണെന്നു ഫുറുകാവ വ്യക്തമാക്കുന്നുണ്ട്. ലളിതമായി പറഞ്ഞാൽ മൂലകഥയെ അതിലെ

അടിസ്ഥാനഘടകങ്ങളിൽ പലതും നിലനിർത്തിക്കൊണ്ടു തന്നെ തന്റേതായ രീതിയിൽ പുന:സൃഷ്ടിക്കുക എന്നതു തന്നെ. സിനിമാപ്പാട്ടുകളുമായി ബന്ധപ്പെട്ടാണല്ലോ ഈ വാക്ക് നാം പരിചയിച്ചിട്ടുള്ളത്. നോവലിന്റെ കാര്യത്തിലും അത് ആകാമെന്നു വന്നിരിക്കുന്നു. വ്യത്യസ്തമായ രീതിയിൽ മലയാളകഥയിൽ ഇതിന്റെ സൂചനകൾ പ്രത്യക്ഷപ്പെട്ടു കഴിഞ്ഞു. ഇതൊരു പുതിയ സംഗതിയല്ല, ശാകുന്തളം മുതലിങ്ങോട്ട് എത്രയോ കൃതികൾ റീമിക്സാണെന്നു പറയാം. ഏത് ഭാഷയിലും ഇതിന് ഉദാഹരണങ്ങൾ കാണും. സാഹിത്യത്തിനു പുറമെ ചലച്ചിത്രത്തിലും ഇത് നാം പരിചയപ്പെട്ടു കഴിഞ്ഞു. ഇപ്പോൾ പക്ഷേ, ഒരു പോസ്റ്റ് മോഡേൺ ആഖ്യാനതന്ത്രം എന്ന അർത്ഥം ഇതിന് കൈവരികയും അങ്ങനെ തൽക്കാലത്തേക്കെങ്കിലും ഇത് കൊണ്ടാടപ്പെടുകയും ചെയ്യാനുള്ള പ്രത്യേക സാധ്യതയുണ്ട്. മൗലികത എന്ന ആശയം തന്നെ പഴഞ്ചനായിക്കഴിഞ്ഞുവെന്നും പണ്ട് പറയപ്പെട്ടതിനപ്പുറത്ത് ചെറിയ ചില കൂട്ടിച്ചേർക്കലുകളേ സാധ്യമാവൂ എന്നും അതേ ആവശ്യമുള്ളൂ എന്നും വാദിക്കാൻ പലരും മുന്നോട്ടു വരികയും ചെയ്യും.

ഏത് എഴുത്തുകാരന്റെയും/എഴുത്തുകാരിയുടെയും രചനകളിൽ നേരത്തെ എഴുതിയ പലരുടെയും മുദ്രകൾ സൂക്ഷ്മദൃക്കുകൾക്ക് കണ്ടെത്താൻ കഴിയും. ഭാഷ ഏതായാലും ആ ഭാഷയിൽ ഒരു സാഹിത്യമാധ്യമം കൈകാര്യം ചെയ്യുന്നവർ പൊതുവായി ചിലത് പങ്കുവെക്കുന്നുണ്ടാവും. അന്യഭാഷകളിൽ നിന്നുള്ള വിഖ്യാതരചനകൾ പൊതുവെ പരിചിതമാണെങ്കിൽ അവയുടെ സ്വാധീനവും ഉണ്ടാകാം. അതെല്ലാം സ്വാഭാവികം. എങ്കിലും ഒരു പുതിയ രചനയിൽ നിന്ന് വായനക്കാർ പുതിയ, മൗലികമായി വ്യത്യസ്തമായ, അനുഭവം പ്രതീക്ഷിക്കുക തന്നെ ചെയ്യുന്നുണ്ട്.

Slow Boat വായിക്കുമ്പോൾ മുമ്പ് പല തവണ ആലോചിച്ച കാര്യം വീണ്ടും മനസ്സിലേക്കു വന്നു. ഓരോ ജനതയ്ക്കും അവരുടേതായ അഭിരുചികളുണ്ട്. അത് മറ്റൊരു രാജ്യത്തുള്ളവരുടേതിൽ നിന്ന് പല അംശങ്ങളിലും ഭിന്നമായിരിക്കും. എന്നിട്ടും ചില കൃതികൾ ലോകവ്യാപകമായി ആസ്വദിക്കപ്പെടുന്നുണ്ട്. മനുഷ്യരാശി പൊതുവായി പങ്കുവെക്കുന്ന പല വിചാരവികാരങ്ങളുമുണ്ട്. സമാനസ്വഭാവമുള്ള പല ജീവിതസന്ദർഭങ്ങളിലൂടെയും എല്ലാ മനുഷ്യരും കടന്നുപോവുന്നുണ്ട്. പിന്നെ ജനനം,പ്രായപൂർത്തിയാകൽ, ലൈംഗികമായ കൂടിച്ചേരൽ, വാർധക്യം, മരണം ഇങ്ങനെയുള്ള സ്ഥിത്യാത്മക ഘടകങ്ങൾ. രാജ്യമേതായാലും ജനത ഏതായാലും അവയുമായി ബന്ധപ്പെട്ട വൈകാരികാനുഭവങ്ങളിൽ ചില വ്യത്യാസങ്ങളുണ്ടാകുമെങ്കിലും, ഏറെക്കുറെ പൊതുവായി

പങ്കുവെക്കാനാവുന്നവ തന്നെയാവും അവ. ഇതൊക്കെക്കൊണ്ടാണ് ഒരു ബംഗാളി നോവലിന് ബംഗാളിൽ ലഭിച്ച അതേ പിന്തുണ മലയാളത്തിലെ വായനക്കാരിൽ നിന്നും കിട്ടുന്നത്. ഗൊഗളും ചെഖോവും ഡോസ്റ്റോയെവ്സ്കിയുമൊക്കെ ഇവിടെയും പ്രിയപ്പെട്ട എഴുത്തുകാരായിത്തീരുന്നത്. ഇങ്ങനെ സംഭവിക്കുന്നില്ലെങ്കിൽ ലോകത്തിലെ മഹത്തായ പല സാഹിത്യകൃതികളും നമുക്ക് വായിക്കാനാവില്ല എന്നു പറയേണ്ടി വരും. അത് വേണ്ടി വരുന്നില്ല. എങ്കിലും, ആഖ്യാനശൈലിയിൽ വലിയ അന്തരമുണ്ടാവുമ്പോൾ സ്വാഭാവികമായും അല്പം അസ്വാരസ്യം ഇല്ലാതിരിക്കില്ല. പരിചയത്തിലൂടെ അതിനെയും മറികടക്കാനാവും.

8

'വീട്ടാക്കടമേ മമജന്മം' എന്ന ഇടശ്ശേരിയുടെ വരി പല തവണ ഓർമയിലെത്തിട്ടുണ്ട്. സ്വന്തക്കാരോടുള്ള കടമകൾ ചെയ്തുതീർത്തില്ലല്ലോ എന്ന തോന്നലിൽ ഒതുങ്ങുന്നതല്ല ഈ വരിയുണർത്തുന്ന ചിന്ത. നിറവേറ്റാതിരുന്ന കടമകൾ മാത്രമല്ല , ശരിയാംവണ്ണം തിരിച്ചുകൊടുക്കാതിരുന്ന സ്നേഹവും വീട്ടാക്കടത്തിൽപ്പെടും. ഒരേ തീവ്രതയോടെ ആവർത്തിച്ചുകൊണ്ടിരിക്കുന്ന ഒന്നല്ല സ്നേഹം. മൂർത്തമാവുമ്പോൾ അത് കൈക്കൊള്ളുന്ന രൂപത്തിൽ വ്യത്യാസം വരും. ഒരു ഘട്ടത്തിൽ നമ്മെ വല്ലാതെ സ്നേഹിച്ച ഒരാളുടെയും പരിഗണനകളിൽ വ്യത്യാസം വരും. പുതിയ പുതിയ ജീവിതാവശ്യങ്ങൾ, സാഹചര്യങ്ങൾ, സമ്മർദ്ദങ്ങൾ, മനോനിലയിൽ വരുന്ന വ്യത്യാസങ്ങൾ ഇവയൊക്കെ അയാളുടെ പരിഗണനയിലും പരികല്പനയിലും മാറ്റം വരുത്തിക്കൊണ്ടിരിക്കും. സ്നേഹത്തിന്റെ ഉള്ളടക്കത്തെക്കുറിച്ച്, അത് നിലകൊള്ളേണ്ടുന്ന അവസ്ഥയെക്കുറിച്ച്, സംശയങ്ങളുണ്ടാവുന്നതും സ്വാഭാവികം. ഇങ്ങനെയൊക്കെ ആലോചിച്ചാലോചിച്ച് സാമാന്യവൽക്കരണത്തിലെത്തി എന്റെ വേദനയെ മറികടക്കാൻ ശ്രമിക്കാറുണ്ട്. പക്ഷേ,ആ ശ്രമത്തെ അമ്പേ പരാജയപ്പെടുത്തിക്കളയാൻ ചില സന്ദർഭങ്ങളിൽ മനസ്സിന് കഴിയാറുമുണ്ട്. കല്പറ്റ നാരായണന്റെ 'തീരാദാഹം' എന്ന കവിതയിലെ (മാതൃഭൂമി ആഴ്ചപ്പതിപ്പ്, 2023,നവംബർ 19)

"കാണാൻ പറ്റുന്നില്ലെങ്കിലും നിറയെ മുറിവാണ്
കരയാൻ പറ്റുന്നില്ലെങ്കിലും
നിറയെ നിലവിളികളാണ്"

എന്ന വരികൾ വായിച്ചപ്പോൾ ഇക്കാര്യം ഞാൻ ഓർത്തു. മുഖ്യമായും നമ്മുടെ അപ്പപ്പോഴത്തെ വൈകാരികാവസ്ഥയുമായി ബന്ധപ്പെട്ടാണ് ഒരു സാഹിത്യകൃതിയുടെയും ചിത്രത്തിന്റെയും ഗാനത്തിന്റെയുമൊക്കെ ആസ്വാദനം നടക്കുന്നത്. നിരൂപണത്തിലേക്കു കടക്കുന്നത് അടുത്ത ഘട്ടത്തിൽ മാത്രം.

സ്നേഹത്തെപ്പോലെ നിർവചിക്കാൻ ഇത്രയേറെ വിഷമമുള്ള മറ്റൊരു സംഗതിയുണ്ടാവില്ല. അതേ സമയം മനുഷ്യന്റെ ചിന്താജീവിതം അതിന്റെ സ്വരൂപത്തെക്കുറിച്ച് വീണ്ടും വീണ്ടും ആലോചിക്കാൻ നിർബന്ധിക്കപ്പെട്ടു കൊണ്ടിരിക്കുകയും ചെയ്യും. ഈ സമ്മർദ്ദം ഏറ്റവും കൂടുതൽ അനുഭവിച്ച മലയാളത്തിലെ കവി കുമാരനാശാനാണെന്നു തോന്നുന്നു. സനേഹത്തെക്കുറിച്ച്, അതിന്റെ ആവിഷ്കാരപ്രകാരങ്ങളെക്കുറിച്ച്, സങ്കീർണതകളെക്കുറിച്ച് എത്രവട്ടം പറഞ്ഞിട്ടും മതിവരാത്ത പ്രകൃതമായിരുന്നു ഈ സ്നേഹഗായകന്റേത്.

9

പല നോവലുകളും കഥകളും ഒരു ജനവിഭാഗത്തിന്റെ ഭൗതികസംസ്കാരത്തിന്റെയും മാനസികജീവിതത്തിന്റെയും സജീവവും സമഗ്രവുമായ ചിത്രങ്ങൾ കൂടിയായി മാറാറുണ്ട്. ഇതിവൃത്തത്തിന്റെ ഭാഗമായി ഇത് സ്വാഭാവികമായി സംഭവിക്കുന്നതാണെങ്കിൽ തീർച്ചയായും നല്ലതാണ്. എല്ലാ നോവലുകളും കഥകളും ഈയൊരു കാര്യം കൂടി സാധിക്കണമെന്ന് ആവശ്യപ്പെടാനാവില്ല. കഥാവസ്തു ആവശ്യപ്പെടുന്നതേ എഴുത്തിൽ വരൂ, അതേ വരാൻ പാടുള്ളൂ.

പി.പി.പ്രകാശന്റെ 'ദൈവം എന്ന ദുരന്തനായകൻ' എന്ന നോവലും മനോഹരൻ വി.പേരകത്തിന്റെ 'കരിങ്കാളി' എന്ന കഥ (സമകാലിക മലയാളം നവംബർ 6, 2023)യും ഞാൻ ആദ്യം പറഞ്ഞ ഗണത്തിൽപ്പെടുന്ന രചനകളാണ്. അവയുടെ വായന നമുക്ക് പ്രത്യേകമായൊരു സംതൃപ്തി നൽകും. പ്രകാശന്റെ നോവലിൽ ഒരു തെയ്യം കലാകാരന്റെയും കുടുംബത്തിന്റെയും ജീവിതമാണുള്ളത്. കരിങ്കാളി (മൂക്കാഞ്ചാത്തനും) കെട്ടുന്ന ഏട്ടന്റെയും അനിയന്റെയും അനുഭവലോകമാണ് മനോഹരന്റെ 'കരിങ്കാളി'യിലുള്ളത്.

10

രൂപതലത്തിലുള്ള മികവിനെ മാത്രം അടിസ്ഥാനമാക്കി ഒരു കൃതിയുടെ സൗന്ദര്യം നിശ്ചയിക്കുക സാധ്യമല്ല.അത് സാധ്യമാണ്

എന്നും വേണമെങ്കിൽ പറയാം. കാരണം ഉള്ളടക്കത്തിന് ഉചിതമായ രൂപത്തിനു മാത്രമേ പൂർണത അവകാശപ്പെടാനാവൂ. അതല്ലാതെ ശൂന്യതയിൽ നിന്നുകൊണ്ട് ഒരു കൃതി രൂപപരമായി സുന്ദരമാവില്ല. ഒരു ചിത്രത്തിന്റെ കാര്യത്തിൽ, സംഗീതത്തിന്റെ കാര്യത്തിൽ ഈ പറഞ്ഞത് ശരിയാവുമോ എന്ന സംശയം ഉണ്ടാവാം. തങ്ങളുടെ ചിത്രത്തിന്റെ അർത്ഥം തിരയരുത് എന്ന് പല ചിത്രകാരന്മാരും ഉറപ്പിച്ച് പറയാറുണ്ട്. വാൻഗോഗിന്റെ Starry Night ആളുകൾ ആസ്വദിക്കുന്നത് വ്യാഖ്യാനിച്ചതിനു ശേഷമാണോ എന്ന് അവർ ചോദിക്കും. ഈ നിലപാട് ചിത്രകാരന്മാരുടേത് മാത്രമല്ല. കഥയുടെ കാര്യത്തിൽ ഈ വാശി പ്രകടിപ്പിക്കുന്ന കഥാകൃത്തുക്കളുണ്ട്. ചില ചലച്ചിത്രകാരന്മാരും ഇതേ നിലപാട് സ്വീകരിച്ചിട്ടുണ്ട്. തന്റെ സിനിമകളിലെ ഇമേജുകൾ അവയെ വാക്കുകളിലേക്ക് പരിഭാഷപ്പെടുത്താതെ തന്നെ മനസ്സിലാക്കണമെന്ന നിർബന്ധമുണ്ടായിരുന്ന ചലച്ചിത്രകാരനാണ് താർക്കോവ്സ്കി.

വർഗീകരിക്കാനുള്ള വാസനപോലെ വ്യാഖ്യാനിക്കാനുള്ള വാസനയും ജന്മവാസനയ്ക്കു തുല്യമായ ഒന്നാണെന്നു തോന്നുന്നു. തങ്ങൾക്ക് ആനന്ദം നൽകുകയോ തങ്ങളെ വിസ്മയിപ്പിക്കുകയോ എന്തെന്നു മനസ്സിലാക്കാനാവാതെ തങ്ങളെ കുഴക്കുകയോ ചെയ്യുന്ന പ്രകൃതി പ്രതിഭാസങ്ങളെ വ്യാഖ്യാനിക്കാൻ, അവയ്ക്ക് അർത്ഥം കണ്ടെത്താൻ പ്രാചീന മനുഷ്യർ നടത്തിയ ശ്രമത്തിന്റെ ഫലമാണ് മിക്ക മിത്തുകളും. ഗംഭീരമായി തോന്നുന്ന ഒരു ചിത്രമായാലും വിശിഷ്ടം എന്നു വിശേഷിപ്പിക്കാൻ തോന്നുന്ന ഒരു രാഗാലപാനമായാലും നല്ലൊരു കീർത്തനമോ സിനിമാപ്പാട്ടോ ആയാലും അത് എന്തുകൊണ്ട് തങ്ങളെ ആനന്ദിപ്പിക്കുന്നു എന്ന അന്വേഷണത്തിന് ചിത്രകാരന്റെയും സംഗീതജ്ഞന്റെയും അനുവാദത്തിന് കാത്തുനിൽക്കാതെ ആസ്വാദകർ മുതിരും. എല്ലാവരും അത് ചെയ്യുന്നത് വിദഗ്ധമായിട്ടായിരിക്കില്ല. ഒട്ടുവളരെപ്പേരുടെ കാര്യത്തിൽ അതിന്റെ നിർഹവണം അബോധമായും നിശ്ശബ്ദമായും ആയിരിക്കുമെന്നതും വാസ്തവമാണ്. അതേ സമയം ചില വ്യാഖ്യാനങ്ങൾ തുറന്നതും ഉച്ചത്തിലുള്ളതുമായിരിക്കും. ഗ്വർനിക(Guernica) യുടെ കാര്യത്തിൽ ലോകം അതു കാണാൻ തുടങ്ങിയ കാലം മുതൽ ഇത് സംഭവിച്ചുകൊണ്ടേയിരിക്കുന്നു.

അർത്ഥം തിരയലും വ്യാഖ്യാനവും അനാവശ്യമാണെന്ന് പറയുന്ന കൃതിയ്ക്കും കേവലാനന്ദത്തിൽക്കവിഞ്ഞ ഫലങ്ങൾ ഉണ്ടാക്കാൻ കഴിയും. 'എന്ന കവിപാടിനാലും' എന്ന ഗാനം മധുരൈ സോമു ആലപിക്കേ അതിന്റെ ശ്രോതാക്കളായി മാറിയ മധുരയിലെ ഓട്ടോറിക്ഷക്കാർ

തങ്ങളുടെ വണ്ടിയിൽ വന്ന ആളുകളിൽ നിന്ന് റിക്ഷാച്ചാർജ് വാങ്ങിയില്ല എന്നൊരു കഥയുണ്ട്. ഒരു നാടകത്തിന്റെ ഇതിവൃത്തം അങ്ങേയറ്റം മനുഷ്യത്വരഹിതമായ ഒരു സംഭവമായാലും അത് കാണികളിൽ അപാരമായ ഭീതിക്കു പുറമേ കാരുണ്യവും ഉണർത്താമെന്ന് സ്ഥാപിക്കുന്ന ഗംഭീരമായൊരു കഥയാണ് റഷ്യൻ എഴുത്തുകാരനായ ഐസക് ബാബേലി (Isaac Babel) ന്റെ ' Di Grasso A tale of Odessa;. 'സാഹിത്യത്തിന്റെ പ്രയോജനമെന്ത്?' എന്ന ചോദ്യത്തിന് ഏറ്റവും മികച്ച ഉത്തരം നൽകുന്ന കഥ.

22/11/23

11

സ്വപ്നങ്ങൾക്ക് അച്ചടക്കമോ ന്യായാന്യായ വിവേചനമോ സദാചാരബോധമോ ഇല്ല. കാലവും സ്ഥലവും തെറ്റിക്കുന്നതും പലതിനെ ഒന്നിലേക്കു സംഗ്രഹിക്കുന്നതും അർത്ഥം ഗ്രഹിക്കുക എളുപ്പമല്ലാത്ത പ്രതീകങ്ങളുപയോഗിക്കുന്നതും അവയുടെ ശീലമാണ്. ഇതൊക്കെ എല്ലാവർക്കും അറിയാം. നാം കാണുന്ന സ്വപ്നങ്ങൾക്ക് അവയുടെ പ്രത്യക്ഷമായ ഉള്ളടക്കത്തിനപ്പുറത്ത് ഒളിഞ്ഞു കിടക്കുന്ന മറ്റൊരു ഉള്ളടക്കമുണ്ടെന്നും അത് അബോധത്തിലെ ആഗ്രഹങ്ങളും ആശങ്കകളും ഭീതികളുമൊക്കെയാണെന്നും സ്വപ്നങ്ങളുടെ രൂപപ്പെടലുകളിൽ ചില സങ്കേതങ്ങൾ പ്രവർത്തിക്കുന്നുണ്ടെന്നും ഇവയാണ് ആ ഉള്ളടക്കത്തിലെ സമൂഹസമ്മതമല്ലാത്ത സംഗതികളെ ഉറങ്ങിക്കിടക്കുന്ന ആൾക്ക് ഞെട്ടലുണ്ടാക്കി ഉറക്കം കെടുത്താതാക്കുന്നതെന്നും സ്വപ്നത്തിലെ പ്രതീകങ്ങളിൽ ഏറിയപങ്കും ലൈംഗികതയുമായി ബന്ധപ്പെട്ടവയുമാണെന്നുമെല്ലാമുള്ള ഫ്രോയിഡിന്റെ നിരീക്ഷണങ്ങൾ പല കോണുകളിൽ നിന്നായി ചോദ്യം ചെയ്യപ്പെട്ടിട്ടുണ്ടെങ്കിലും എതിർവാദക്കാർക്കുപോലും ഫ്രോയിഡിനെ പൂർണമായും കാലഹരണപ്പെട്ട ആളായി പ്രഖ്യാപിക്കാനോ വിസ്മൃതിയിലേക്കു തള്ളാനോ ഇപ്പോഴും പറ്റുന്നില്ല. ഫ്രോയിഡിയൻ മനഃശാസ്ത്രത്തെയും വിശകലനപദ്ധതിയെയും അടിസ്ഥാനമാക്കിയുള്ള സ്വപ്നവ്യാഖ്യാനങ്ങളിലും മനോരോഗനിർണയനങ്ങളിലും സാഹിത്യനിരൂപണത്തിലും ന്യൂനീകരണ(reduction)മാണ് സംഭവിക്കുന്നതെന്നുള്ള വാദത്തിൽ ശരിയുണ്ട്. സ്വാനുഭവങ്ങളെയും മുന്നിലെത്തിയ രോഗികളുടെ അനുഭവങ്ങളെയും അടിസ്ഥാനമാക്കിയാണ് ഫ്രോയിഡ് തന്റെ പരികല്പനകൾ രൂപപ്പെടുത്തി യാതൊന്നും അവയ്ക്ക് സാർവകാലികവും സാർവജനീനവുമായ

പ്രയോഗക്ഷമത ഇല്ലെന്നുമുള്ള വാദത്തെയും തള്ളിക്കളയാനാവില്ല. സ്വപ്നത്തിൽ പ്രത്യക്ഷപ്പെടുന്ന വസ്തുവിന് സ്ഥിരമായ ഒരർത്ഥമല്ല ഉള്ളത്, അത് സ്വപ്നംകാണുന്ന ആളുകളുടെ അപ്പപ്പോഴത്തെ മാനസികാവശ്യങ്ങൾക്കും സാഹചര്യങ്ങൾക്കും അനുസരിച്ച് മാറിക്കൊണ്ടിരിക്കും. സൂചകത്തിനടിയിൽ സൂചിതത്തിന്റെ നിരന്തരമായ വഴുതിമാറലുണ്ട് (perpetual sliding of the signified under the signifier) എന്നു പറയുന്നത് മറ്റു സൂചകങ്ങളുടെ കാര്യത്തിലെന്നപോലെത്തന്നെ സ്വപ്നത്തിലെ പാമ്പിന്റെയും പക്ഷിയുടെയും ചെരിപ്പിന്റെയും ഏണിപ്പടിയുടെയും മറ്റനേകം പ്രതീകങ്ങളുടെയും കാര്യത്തിലും ശരിയാണ്.

പക്ഷേ, ഈ ശരികളെല്ലാം ചേർത്തുവെച്ചാലും പുതിയ കാലത്തെ മനഃശാസ്ത്ര പ്രയോഗങ്ങളിലും ന്യൂനീകരണമുണ്ട് എന്ന വസ്തുത മറച്ചുവെക്കാനാവില്ല. ബഹുരാഷ്ട്ര മുതലാളിത്ത ശക്തികളുടെ (ഈ പ്രയോഗം പലർക്കും അഹിതകരമായിത്തുടങ്ങിയിട്ടുണ്ടെങ്കിലും അത് പ്രയോഗത്തിൽ വന്നു തുടങ്ങിയപ്പോഴെന്ന പോലെ ഇപ്പോഴും പ്രസക്തമാണ്) താൽപര്യങ്ങൾക്കും വിപണി സമ്പദ്ഘടന മാതൃകാപരമെന്ന് ഘോഷിക്കുന്ന ജീവിതശൈലിക്കും ഇണങ്ങുന്ന ഒരു മനോലോകം രൂപപ്പെടുത്തിയെടുക്കാൻ വ്യക്തികളെ ശീലിപ്പിക്കുകയാണ് ഈ മനഃശാസ്ത്രം ലക്ഷ്യമാക്കുന്നത്. തന്റെ പ്രശ്നങ്ങളുടെ കാരണം തിരഞ്ഞ് ഭൂതകാലത്തിലേക്കു പോവാതെ, ഒരു മാനസിക പ്രശ്നത്തെയും മനസ്സിലാക്കുന്നതിനായി മനസ്സിന്റെ സൂക്ഷ്മ പരിശോധനയ്ക്കും ആഴത്തിലുള്ള പഠനത്തിനുമൊന്നും മുതിരാതെ, ജീവിതത്തിന്റെ താൽക്കാലികത്വത്തെ അംഗീകരിച്ച് ഓരോ പ്രശ്നത്തിൽ നിന്നും പുറത്തുചാടാനുള്ള വഴി അപ്പപ്പോൾ കണ്ടെത്തുക, നിലവിലുള്ള മാനസികസംഘർഷങ്ങളെ ഏറ്റവും എളുപ്പത്തിൽ എങ്ങനെ നേരിടാൻ പറ്റുമെന്നു നോക്കുക, കുടുംബത്തിലെയും സമൂഹത്തിലെയും നിങ്ങൾ ജോലി ചെയ്യുന്ന ഇടങ്ങളിലെയും ആളുകളുമായി ഇടയാതിരിക്കാൻ ശ്രദ്ധിക്കുക, നിങ്ങൾക്ക് നേരിട്ട് ഗുണം ചെയ്യാത്തതും നിങ്ങളുടെ ജീവിതവിജയത്തെ തടസ്സപ്പെടുത്തുന്നതുമായ സാമൂഹ്യസാംസ്കാരിക വിമർശനങ്ങളിൽ നിന്നെല്ലാം ഒഴിഞ്ഞു നിൽക്കുക എന്നൊക്കെ നേരിട്ടു പറഞ്ഞും അല്ലാതെയും വ്യക്തിയെ ബോധ്യപ്പെടുത്തിയെടുക്കുന്നതിനു വേണ്ടിയാണ് പുതിയ മനഃശാസ്ത്രവിദഗ്ധർ ശ്രമിക്കുന്നത്. "അത് നല്ലതല്ലേ?" എന്നാവും ഭൂരിപക്ഷം പേരും ചോദിക്കുക. കാരണം ചരിത്രത്തെയും ഗൗരവസ്വഭാവമുള്ള എല്ലാറ്റിനെയും അവഗണിക്കാനും എളുപ്പവഴിയിൽ മുന്നേറാനുമുള്ള പരിശീലനം പുതിയ തലമുറയ്ക്ക് കുട്ടികളായിരിക്കെത്തന്നെ നാം നൽകിത്തുടങ്ങുന്നുണ്ട്. സമരതീക്ഷ്ണവും ത്യാഗോജ്ജ്വലവുമായ ഭൂതകാലത്തിന്റെ സ്മരണകൾക്ക് ചിന്താജീവിതത്തിൽ

ഇടം കൊടുക്കാതെ പുതിയ ലോകം ആവശ്യപ്പെടുന്ന ജീവിതതന്ത്രങ്ങൾ അഭ്യസിക്കുകയാണ് നമുക്കാവശ്യമെന്ന് ജനങ്ങളിൽ മഹാഭൂരിപക്ഷവും കരുതുന്നുവെന്നു വന്നാൽ ഭാവി എന്തായിരിക്കും എന്ന ചോദ്യത്തിന് 'ഭാവിയല്ലല്ലോ വർത്തമാനമല്ലേ പ്രധാനം' എന്ന ഉത്തരമേ സമകാല കേരളീയ സമൂഹത്തിൽ നിന്ന് ലഭിക്കാനിടയുള്ളൂ. ഈ ഉത്തരം പഴയകാല ദേശീയ നേതാക്കളും കമ്യൂണിസ്റ്റ് നേതാക്കളുമൊക്കെ സ്വയം ചോദിച്ച് 'അതെ' എന്ന ഉത്തരത്തിൽ എത്തിച്ചേരാതിരുന്നത് ഏതായാലും നന്നായി.

12

വളരെ ലാഘവത്തോടെ വായിച്ചുപോകാവുന്നവയിൽ അഭിരമിച്ചു കഴിയുന്ന ശീലം മലയാളി വായനക്കാരെ കീഴടക്കിക്കൊണ്ടിരിക്കയാണെന്ന തോന്നൽ ഇടക്കിടെ പലരും പങ്കുവെക്കാറുണ്ട്. ഭൂരിപക്ഷത്തിന്റെയും കാര്യത്തിൽ ഈ തോന്നൽ ശരിയാണെന്നു തന്നെ ഞാൻ കരുതുന്നു. തങ്ങളെ ഏതെങ്കിലും തരത്തിൽ ആത്മപരിശോധനയ്ക്കു പ്രേരിപ്പിക്കുകയോ തങ്ങൾ പഠനമനനങ്ങൾക്കും അല്പമെങ്കിലും അധ്വാനിച്ചുള്ള നിരീക്ഷണങ്ങൾക്കും മുതിരാതെ ഉള്ളിൽ ഉറപ്പിച്ചു വെച്ചിരിക്കുന്ന ധാരണകളിൽ വിള്ളൽ വീഴ്ത്തുകയോ ചെയ്യുന്ന എഴുത്ത്, ഏത് രൂപം കൈക്കൊണ്ടുള്ളതായാലും, അവർ അതിനു പുറം തിരിഞ്ഞു നിൽക്കും. പറ്റുമെങ്കിൽ അതിനെ ആക്രമിച്ച് കീഴ്പ്പെടുത്താനുള്ള ശ്രമങ്ങളിൽ ഏർപ്പെടുകയും ചെയ്യും. എന്തൊക്കെ മനസ്സിലാക്കിയാലും അവർ അവരുടെ നിലപാടിൽ നിന്ന് മാറുകയില്ല. തങ്ങളുടെ നിലപാട് ഏത് തിരിച്ചറിവിനേക്കാളും പ്രിയപ്പെട്ടതായിരിക്കും അവർക്ക്. വായനയുടെയും എഴുത്തിന്റെയും ലോകത്ത് ഇതൊരു പ്രതിസന്ധി സൃഷ്ടിക്കുന്നുണ്ടെന്ന ശരിയായ തോന്നൽ സ്വാഭാവികമായും ഉണ്ടാവും. പക്ഷേ, ഉത്തരവാദിത്വമുള്ള എഴുത്തും വായനയും മറ്റൊരു ഭാഗത്ത് ശക്തിപ്പെട്ടു വരുന്നുണ്ട്. അവയിലേക്ക് ശ്രദ്ധ തിരിക്കുക, മറ്റുള്ളവയെ അവഗണിക്കുക, അതേ ചെയ്യേണ്ടതുള്ളൂ. കബളിപ്പിക്കലും കേവലം രസിപ്പിക്കലും മാത്രം ലക്ഷ്യമാക്കിയുള്ള എഴുത്തിനെ വിമർശനത്തിലൂടെ തളർത്തിക്കളയാനുള്ള ശ്രമം സമയം പാഴാക്കൽ മാത്രമായേക്കും. പുതിയ ആശയങ്ങളിലേക്കും ആലോചനകളിലേക്കും എഴുത്തുകാരും വായനക്കാരും എത്തിച്ചേരുന്നതിനുള്ള സാഹചര്യമൊരുക്കുകയാണ് നിരൂപകർക്ക് ചെയ്യാനുള്ളത്. ഇത് സാധ്യമാകണമെങ്കിൽ നിരൂപകരുടെ ഭാഗത്തു നിന്ന് നല്ല അധ്വാനവും ജാഗ്രതയും ഉണ്ടാവണം. ഭൂരിപക്ഷം രചനകളും

ലാഘവത്തിന്റെ ആഘോഷങ്ങൾ മാത്രമായി മാറിക്കഴിഞ്ഞ പുതിയ എഴുത്തിൽ നിന്ന് നമ്മുടെ ഭാഷയിലെ സാഹിത്യത്തെ മുന്നോട്ടുകൊണ്ടുപോവുന്നതിന് സഹായിക്കുന്ന എഴുത്തിനെ വേർതിരിച്ചറിയുന്നതിൽ നിന്നാണ് അവർ ആരംഭിക്കേണ്ടത്. ഇവിടത്തെ സാഹിത്യചലനങ്ങളെ സൂക്ഷ്മമായി നിരീക്ഷിക്കുന്നതിലൂടെയേ അത് സാധിക്കൂ. തങ്ങൾ നേരത്തേ സ്വരൂപിച്ചു വെച്ചിരിക്കുന്ന ധാരണകളിൽ നിന്ന് ഒരളവുവരെ സ്വയം മോചിപ്പിക്കാതെ അത് സാധ്യമാവില്ല. അതിലെ സങ്കീർണത അവർ നേരിട്ടനുഭവിക്കണം. വിവിധ വിജ്ഞാനശാഖകളിൽ സംഭവിച്ചു കൊണ്ടിരുന്ന വളർച്ചയുടെ ഏറ്റവും പുതിയ ഫലങ്ങൾ എല്ലാ വിശദാംശങ്ങളോടും കൂടി അവർ മനസ്സിലാക്കിയിരിക്കണമെന്നത് തീർച്ചയായും പ്രധാനപ്പെട്ട കാര്യമാണ്. ഈ മനസ്സിലാക്കൽ പലപ്പോഴും ചില വിവരങ്ങൾ കൈക്കലാക്കുന്നതിൽ ഒതുങ്ങിപ്പോവാറുണ്ട്. സംവാദാത്മകമായ ബന്ധത്തിലൂടെയല്ലാതെ അറിവിനെ പൂർണാർത്ഥത്തിൽ സ്വാംശീകരിക്കാനാവില്ല. ഈ സ്വാംശീകരണം സംഭവിക്കുന്നില്ലെങ്കിൽ അറിവ് ഒരു പാഴ്ച്ചുമടായി നിരൂപകന്റെ വിശകലനങ്ങളുടെയും മൂല്യനിർണയനത്തിന്റെയുമെല്ലാം ചുമലിൽ തൂങ്ങിനിൽക്കും. അങ്ങനെ ഉണ്ടാവുന്ന സാഹിത്യപഠനങ്ങളും നിരൂപണങ്ങളും വിദ്യാർത്ഥികളെ പരീക്ഷയ്ക്ക് സഹായിക്കും. ഡിസർട്ടേഷൻ എഴുതുമ്പോഴും പി.എച്ച്.ഡി തീസിസ് തയ്യാറാകുമ്പോഴുമെല്ലാം അവ സഹായകമായിത്തീർന്നേക്കും. അല്ലാതെ സാഹിത്യത്തിന്റെ വളർച്ചയെ അത് സഹായിക്കില്ല.

വായനക്കാരിൽ ഭൂരിപക്ഷവും ഭാരം കുറഞ്ഞ ഒരു തരം രസത്തിനപ്പുറം ഒന്നും പ്രതീക്ഷിക്കാത്തവരായതുകൊണ്ടും സാഹിത്യദർശനം, സൗന്ദര്യ ശാസ്ത്രം, കൃതികളിലെ പ്രത്യക്ഷവും പരോക്ഷവുമായ രാഷ്ട്രീയം, ഈ വക സംഗതികളൊന്നും അവരുടെ ആലോചനയിലേ ഇല്ലാത്തതുകൊണ്ടും ഒരു കൃതിയെപ്പറ്റി ഒരാൾ നല്ല അഭിപ്രായം പറഞ്ഞാൽ അയാൾ അവനെ/അവളെ പുകഴ്ത്തി എന്നു മാത്രമേ അവർ മനസ്സിലാക്കുകയുള്ളൂ. സാഹിത്യകൃതികളുടെ ആസ്വാദനത്തിനും അപഗ്രഥനത്തിനും മൂല്യനിർണ യനത്തിനുമെല്ലാം പുകഴ്ത്തലിനപ്പുറത്തുള്ള ലക്ഷ്യങ്ങളാണുള്ളതെന്ന് അവരെ ബോധ്യപ്പെടുത്താൻ കുറച്ചധികം വിഷമമുണ്ട്. എങ്കിലും ആ ഒരു ജോലിയും നിരൂപകർ ഏറ്റെടുക്കണം. പൂർണാർത്ഥത്തിൽ സ്വന്തമാക്കിക്കഴിഞ്ഞ അറിവിന്റെയും സ്വതന്ത്രമായ ആസ്വാദനത്തിന്റെയും സാഹിത്യവുമായി ആഴത്തിലും പരപ്പിലുമുള്ള ആത്മബന്ധത്തിന്റെയുമെല്ലാം സഹായത്തോടെയാണ് തങ്ങൾ ഒരു കൃതിയെപ്പറ്റി അഭിപ്രായം പറയുന്നതെന്ന് അവർ സംശയരഹിതമായി ബോധ്യപ്പെടുത്തണം. അങ്ങനെയായിക്കഴിഞ്ഞാൽ വായനയും അഭിപ്രായം

പറച്ചിലും ഒരുത്തരവാദിത്വവുമില്ലാതെ ലാഘവത്തോടെ നിർവഹിക്കാവുന്നതാണ്, സാഹിത്യമെന്നത് അത്രയ്ക്കൊക്കെയേ ഉള്ളൂ എന്ന തെറ്റിദ്ധാരണയിൽ നിന്ന് കുറച്ചധികം വായനക്കാർ പുറത്തു കടക്കും.

13

ഭാഷയുടെ പൊങ്ങച്ചങ്ങൾ (vanities of language)എന്ന പ്രയോഗം Irwing Hoveന്റെതാണ്. ഇറ്റാലിയൻ നോവലിസ്റ്റായ Ignatio Silone ന്റെ Bread and Wine എന്ന വിഖ്യാത നോവലിന്റെ അവതാരികയിലേതാണ് ഈ പ്രയോഗം. സന്ദർഭം ആവശ്യപ്പെടാത്ത അലങ്കാരങ്ങൾ, ശൈലീവിശേഷങ്ങൾ,വക്രോക്തികൾ, എന്തിനെന്നില്ലാതെ പരിഹാസത്തിൽ തൃപ്തിയടയുന്ന പരാഡി, ദ്വയാർത്ഥ പ്രയോഗങ്ങൾ, വായനക്കാരെ ഭ്രമിപ്പിക്കാനുദ്ദേശിച്ചുള്ള കേവല വാഗ് ലീലകൾ, ഉള്ളടക്കത്തിന്റെ സ്വഭാവം പരിഗണിക്കാതെ രസിപ്പിക്കുക മാത്രം ലക്ഷ്യമാക്കുന്ന അതിലാളിത്യം എല്ലാം ഇതിൽപ്പെടും. എഴുത്തു ജീവിതത്തിന്റെ ആരംഭഘട്ടത്തിൽ മിക്ക എഴുത്തുകാരെയും ഇത്തരം പൊങ്ങച്ചങ്ങൾ ഒരു ബാധ പോലെ പിടി കൂടാം. അവനവൻ ആരാണ്, എന്തു തരം എഴുത്തിനാണ് തന്റെ ആത്മാവ് വെമ്പൽ കൊള്ളുന്നത്, എന്നൊക്കെ ബോധ്യപ്പെടുന്നതിനു മുമ്പാണ് ഈ പ്രശ്നമുണ്ടാവുന്നത്. ചിലർ വളരെ വേഗത്തിൽ അവ കുടഞ്ഞെറിയും. ചിലർക്ക് കുറച്ചേറെ സമയമെടുത്തേ അത് സാധ്യമാവൂ എന്ന് വന്നേക്കും.

ഭാഷയിലെ പൊങ്ങച്ചങ്ങൾ തിരിച്ചറിയുക എന്നത് വായനയിലെ പ്രധാന സംഗതിയാണ്. തന്നെ കബളിപ്പിക്കാനനുവദിക്കില്ല എന്ന് ഓരോ കൃതിയോടും ഉറച്ച ശബ്ദത്തിൽ പറയാൻ വായനക്കാർക്ക് കഴിയണം. അത് സാധ്യമായില്ലെങ്കിൽ വായന വലിയൊരളവോളം പാഴ്‌വേലയായിത്തീരും. മലയാളത്തിലെ വായനക്കാരിൽ വളരെയേറെപ്പേർ ഈയൊരു കുരുക്കിലാണ്. അവർ അതറിയുന്നില്ലെന്നു മാത്രം.

പൊങ്ങച്ചം ഭാഷയുടെ തലത്തിൽ മാത്രമായി ഒതുങ്ങുന്ന ഒന്നല്ല. ദർശനം, ചരിത്രം, പ്രത്യയശാസ്ത്രം എന്നീ ജ്ഞാനമണ്ഡലങ്ങളുടെ നിലവിലുള്ള ആശയലോകത്തോട് വിടപറഞ്ഞ് പൂർണാർത്ഥത്തിൽ ധൈഷണികസ്വാതന്ത്ര്യം കൈവരിച്ചു കഴിഞ്ഞവരാണ് തങ്ങൾ എന്നു ഭാവിച്ച് തങ്ങൾക്ക് പൂർണബോധ്യം വന്നിട്ടില്ലാത്ത പല നൂതനദർശനങ്ങളെയും കൊണ്ടാടാൻ വ്യഗ്രത കാണിക്കുന്നതും പൊങ്ങച്ചമാണ്. മറ്റൊരു രാജ്യത്തിന്റെ ദാർശനിക പാരമ്പര്യത്തിന്റെ തുടർച്ചയായി അവിടെ രൂപം കൊണ്ട ആശയങ്ങൾ നമ്മുടെ ജ്ഞാനപരിസരത്തെയും

സാമൂഹ്യജീവിത സാഹചര്യങ്ങളെയും സംബന്ധിച്ചിടത്തോളം എത്രത്തോളം പ്രസക്തമാവും, ഇവിടെ ഉണ്ടാവുന്ന കൃതികളെ മനസ്സിലാക്കുന്നതിനും നിരൂപണം ചെയ്യുന്നതിനും അവ എത്രത്തോളം സഹായകമാവും, എന്നൊന്നും ഉറപ്പില്ലാതെ അവയുടെ പുറകെ പാഞ്ഞ് ഒരു കൃതിയെക്കുറിച്ചും വ്യക്തമായി ഒന്നും പറയാനാവാതെ, അതുമിതും പറഞ്ഞ് തൃപ്തിയടയുന്നതിലെ പൊങ്ങച്ചം നമ്മുടെ ചിന്താജീവിതത്തിന്റെ മുന്നോട്ടുള്ള പോക്കിനെ വല്ലാതെ തടസ്സപ്പെടുത്തിക്കൊണ്ടിരിക്കുന്നുണ്ട്.

14

ഒരു കഥ/കവിത എങ്ങനെ യാഥാർത്ഥ്യമായിത്തീർന്നുവെന്നതിനെക്കുറിച്ച് അത് എഴുതിയ ആൾക്കും വാസ്തവത്തിൽ വളരെ കുറച്ചു മാത്രമേ അറിയൂ. തന്റെ രചനയ്ക്ക് നിമിത്തമായിത്തീർന്ന പലതിനെക്കുറിച്ചും അയാൾക്ക് പറയാൻ കഴിയും. പക്ഷേ, ആരംഭബിന്ദുവിനപ്പുറത്ത് വളരെ കുറച്ചേ അയാൾക്കും പോകാനാവൂ.

എഴുത്ത് തീർത്തും അബോധമായ ഒരു പ്രവൃത്തിയല്ല. അതേ സമയം അത് ബോധമനസ്സിന്റെ നിർദ്ദേശങ്ങളും നിയന്ത്രണങ്ങളെയും അവഗണിച്ച് സംഭവിക്കണമെന്നാണ് ഒരു യഥാർത്ഥ എഴുത്തുകാരൻ /എഴുത്തുകാരി ആഗ്രഹിക്കുക. ഈ ആഗ്രഹം അതേ പടി സഫലമാവില്ല. പക്ഷേ, തന്റെ കഥയുടെ/കവിതയുടെ സ്വതന്ത്രമായ വളർച്ച ഉറപ്പുവരുത്താൻ തന്റെ ഭാഗത്തുനിന്നുണ്ടായ ശ്രമത്തിന്റെ സംതൃപ്തി എഴുതിയ ആൾക്ക് അനുഭവിക്കാം. ഗബ്രിയേൽ ഗാർസ്യാ മാർക്വസ്, ജൂലിയോ കോർത്തസാർ, ഇറ്റാലോ കാൽവിനോ എന്നിവരെയെല്ലാം സ്വാധീനിച്ച ഉറുഗ്വൻ കഥാകാരനും പിയാനിസ്റ്റുമായ ഫെലിസ്ബർട്ടോ ഹെർനാൺഡസ് (Felisberto Hernandez) അദ്ദേഹത്തിന്റെ Piano Stories എന്ന കഥാസമാഹാരത്തിന് ആമുഖമായി എഴുതിയ How not to Explain my Stories എന്ന കുറിപ്പിൽ ഇക്കാര്യങ്ങൾ ഭംഗിയായി വിവരിച്ചിട്ടുണ്ട്.

“ഒരു പ്രത്യേക നിമിഷത്തിൽ എന്റെ മനസ്സിന്റെ ഒരു കോണിൽ ഒരു ചെടി വളരുന്നതായി അനുഭവപ്പെടുന്നു” കഥ രൂപം കൊണ്ടു തുടങ്ങുന്ന പ്രക്രിയ അദ്ദേഹം വിവരിച്ചിരിക്കുന്നത് ഇങ്ങനെയാണ്. അങ്ങനെ രൂപം കൊണ്ടു തുടങ്ങുന്ന ചെടിയ്ക്ക് സ്വതന്ത്രവും സ്വാഭാവികവുമായ വളർച്ച അനുവദിക്കുകയാണ് പിന്നെ എഴുത്തുകാരന്/എഴുത്തുകാരിക്ക് ചെയ്യാനുള്ളത്. ഇങ്ങനെ വളർന്ന് വളർച്ച പൂർത്തിയാകുന്ന ഒരു കഥയുടെ മികവുകളെപ്പറ്റി, അത് വിനിമയം ചെയ്യുന്ന അനുഭവങ്ങളെക്കുറിച്ച്, അതിന്റെ രാഷ്ട്രീയത്തെക്കുറിച്ച്, അപര്യാപ്തകളെക്കുറിച്ച്, അതിൽ

ഉൾച്ചേർന്നിരിക്കുന്ന മറ്റു സംഗതികളെക്കുറിച്ച് എല്ലാം നിരൂപകന് സംസാരിക്കാം. പക്ഷേ, ഒരു നല്ല കഥയുടെ വളർച്ച അനുഭവിച്ചതിന്റേതിന് സമാനമായ സ്വാഭാവികതയും സ്വാതന്ത്ര്യവും നിരൂപണത്തിനും വേണം. അതിന് യാന്ത്രികത ഉണ്ടാവരുത്. താൻ പലേടത്തു നിന്നായി സ്വരൂപിച്ച അറിവിന്റെ ഭാരം നിരൂപകൻ അതേപടി അതിനുമേൽ കെട്ടിവെക്കരുത്.

15

സാഹിത്യരൂപം ഏതായാലും എന്റെ എഴുത്തിൽ ബിംബങ്ങളും അലങ്കാരങ്ങളും വളരെ കുറവാണ്. എഴുത്തിനിടയിൽ സ്വാഭാവികമായി വന്നുചേരുകയും ആഖ്യാനം ചെയ്യുന്ന അനുഭവത്തിന് കൂടുതൽ തെളിച്ചം പകരുമെന്ന ശക്തമായ തോന്നൽ ഉളവാക്കുകയും ചെയ്യുന്നവയാണെങ്കിൽ മാത്രമേ അവയെ ഞാൻ സ്വീകരിച്ച് അകത്തേക്ക് പ്രവേശിപ്പിക്കാറുള്ളൂ. സ്വന്തം കാര്യം ഇങ്ങനെയായതുകൊണ്ടാകാം ആലങ്കാരിക പ്രയോഗങ്ങൾ ധാരാളമുള്ള എഴുത്തിനെ ഇഷ്ടപ്പെടാൻ എനിക്ക് സാധിക്കാറില്ല. ഏതെങ്കിലും തരത്തിലുള്ള നാട്യം എഴുത്തിൽ കടന്നു കൂടിയിട്ടുണ്ടെന്നു തോന്നിയാലും കാര്യം അങ്ങനെ തന്നെ.

കാല്പനികതയുടെ സ്പർശമില്ലാത്തതും പ്രത്യക്ഷത്തിൽ പരുക്കൻ എന്നു തോന്നുന്നതുമായ ചില പ്രത്യേകതരം ആഖ്യാനങ്ങളിലാണ് പലപ്പോഴും എനിക്ക് സൗന്ദര്യം കണ്ടെത്താൻ കഴിയാറ്. ആവിഷ്കരിക്കപ്പെട്ടിരിക്കുന്ന അനുഭവങ്ങളോട് പുലർത്തിയിരിക്കുന്ന സത്യസന്ധതയാവാം എന്നെ അവയോടടുപ്പിക്കുന്നത്. റിയലിസ്റ്റിക് രീതിയിലുള്ള എഴുത്തിൽ മാത്രമല്ല, ആന്തരികമായ സംഗീതം അനുഭവവേദ്യമാക്കുന്ന മറ്റു പലതരം എഴുത്തുകളിലും ഈ സത്യസന്ധത ഞാൻ കണ്ടിട്ടുണ്ട്. കൃതി അതിന്റെ പ്രമേയത്തിലും ആവിഷ്കാരത്തിലും അനുഭവിക്കുന്ന സ്വാതന്ത്ര്യം വായനക്കാരുടെ വലിയ ആനന്ദാനുഭവമായിത്തീരുന്നതിന് എഴുത്ത് ഇന്ന തരത്തിലായിരിക്കണം എന്നു പറയാനാവില്ല. മന്ദഗതിയിലുള്ളതും നമുക്ക് സംഗ്രഹിച്ചു പറയാൻ പറ്റാത്തതുമായ കഥകളും ആഖ്യാനം ഏതെങ്കിലുമൊരനുഭവത്തിലോ ഭാവത്തിലോ കേന്ദ്രീകരിച്ചു നിൽക്കാതെ ചിതറിപ്പോകുന്ന കഥകളുമെല്ലാം മികച്ച സാഹിത്യരചനകളായിത്തീരാം. ചൂണ്ടിക്കാണിക്കാൻ ഉദാഹരണങ്ങൾ പലതുണ്ടാവും.ആ വഴിക്ക് തിരിയുന്നില്ല.

അലങ്കാരങ്ങളെക്കുറിച്ചു പറഞ്ഞ കാര്യം പ്രമേയത്തെക്കുറിച്ചും ദർശനത്തെക്കുറിച്ചും പറയാം. ഒരു ജീവിതകാലം മുഴുവൻ ഒരാൾ എഴുതിയ കഥകളിലെല്ലാം ഏറെക്കുറെ ഒന്നെന്നു പറയാവുന്ന പ്രമേയം

ആവിഷ്കൃതമാവുകയും ഒരേയൊരു ദർശനത്തിന്റെയും ജീവിതസമീപനത്തിന്റെയും ഭാരത്താൽ അവ ഞെരിഞ്ഞമരുന്നതായി അനുഭവപ്പെടുകയും ചെയ്താൽ അയാളുടെ ഒരു രചനകൊണ്ടു തന്നെ നമുക്ക് തൃപ്തിപ്പെടാം. ഭൗതികസാഹചര്യങ്ങളിൽ കാര്യമായ വ്യത്യാസമില്ലാത്തപ്പോൾപ്പോലും ഓരോ മനുഷ്യനും ജീവിക്കുന്ന ജീവിതം അന്യന്റേതിൽ നിന്ന് പല തലങ്ങളിലും വ്യത്യസ്തമായിരിക്കും. പരസ്പരം വലിയൊരളവോളം മനസ്സിലാക്കാനാവുമ്പോഴും മറ്റൊരാളുടെ മനസ്സ് സഞ്ചരിക്കുന്ന പാതകളിലൂടെ തന്നെ എല്ലായ്പ്പോഴും പോയ്ക്കൊണ്ടിരിക്കാൻ ആർക്കും കഴിയില്ല. ഒരു ദർശനത്തോടു കൂറ് പുലർത്തുമ്പോൾത്തന്നെ അതിനെ തന്റേതായ രീതിയിൽ പുനർനിർവചിക്കാൻ ഓരോരുത്തരും ശ്രമിക്കും.ഓരോരുത്തരുടെയും മനസ്സിലാക്കലുകളിൽ സൂക്ഷ്മതലത്തിൽ പല വ്യത്യാസങ്ങളുമുണ്ടാവും. ഒരെഴുത്തുകാരന്റെ/എഴുത്തുകാരിയുടെ കാര്യത്തിലാവുമ്പോൾ ഈ വ്യത്യാസങ്ങൾക്ക് വലിയ പ്രാധാന്യമുണ്ട്. എഴുത്തിന്റെ ജീവദ്രവം തന്നെ രൂപപ്പെടുന്നത് ഈ വ്യത്യാസത്തിൽ നിന്നാവും. ഞാൻ മുമ്പൊരു കുറിപ്പിൽ പരാമർശിച്ച ഫെലിസ്ബർട്ടോ ഹെർനാൺഡസിന്റെ ആഖ്യാനത്തെപ്പറ്റി വിഖ്യാത ഇറ്റാലിയൻ എഴുത്തുകാരൻ ഇറ്റാലോ കാൽവിനോ എഴുതിയത് ഇങ്ങനെയാണ്: "തന്റേതായ ഒരു സർറിയലിസം, തന്റേതായ ഒരു പ്രൗസ്റ്റിനിയനിസം, തന്റേതായ ഒരു ഫ്രോയിഡിയനിസം ഇവയൊക്കെയായിരിക്കണം ആവിഷ്കാരമാർഗങ്ങൾക്കു വേണ്ടിയുള്ള അദ്ദേഹത്തിന്റെ ദീർഘമായ അന്വേഷണത്തിന്റെ അടിസ്ഥാനങ്ങളായിത്തീർന്നത്."

16

"ആധുനികത വഴി ഉണ്ടായ വലിയ ചേതം സ്വന്തമായ അറിവുകളിലും അനുഭവങ്ങളിലുമുള്ള അവിശ്വാസമാണ്. നൂറ്റാണ്ടുകളായി പല പല ജീവിതക്കളങ്ങളിൽപ്പെട്ടവർ പല രീതിയിൽ ആശ്രയിച്ചു പോന്ന ജ്ഞാനരൂപങ്ങളിൽ മുഷിപ്പ് തോന്നിപ്പിക്കുക വഴിയാണ് ആധുനികതയുടെ അധിനിവേശപദ്ധതി സാംസ്കാരികമായ വിജയമുറപ്പിച്ചത്. പ്രാദേശികമായ- യഥാർത്ഥത്തിൽ ജനകീയമായ-ഒരാധുനികത ഇന്നും കിനാക്കാര്യം മാത്രമാണ്." ഡോ.വൈ.വി.കണ്ണന്റെ മുത്തപ്പൻ എന്ന പഠനഗ്രന്ഥത്തിന്റെ വിപുലീകരിച്ച പുതിയ പതിപ്പിന് (മാതൃഭൂമി ബുക്സ്, നവംബർ 2023) എഴുതിയ അവതാരികയിലാണ് ഇ.പി.രാജഗോപാലൻ ഇങ്ങനെ പറഞ്ഞിരിക്കുന്നത്. രാജഗോപാലന്റെനിരീക്ഷണം വലിയൊരളവോളം ശരിയാണ്. നാം നേടിയ വിദ്യാഭ്യാസം നമ്മുടെ നാട്ടിലെ

ജനസംസ്കാരത്തിന്റെ പല ധാരകളുമായുള്ള ബന്ധം അറുത്തുമാറ്റിയിരുന്നു. അതിന്റെ ഫലം നമ്മുടെ മനോലോകത്തിന്റെയും ധൈഷണിക ജീവിതത്തിന്റെയും പല തലങ്ങളിലും വ്യക്തമായി കാണാനാവും. ബ്രിട്ടീഷ് ഭരണം വിദ്യാഭ്യാസം,ആരോഗ്യം,നീതിന്യായ വ്യവസ്ഥ എന്നീ മേഖലകളിൽ ജാതീയമായ ഉച്ചനീചത്വങ്ങളെ പരിഗണിക്കാതെ സമൂഹത്തിന്റെ അടിത്തട്ടിലെ മനുഷ്യർക്ക് ഏറെ ഉപകാരപ്രദമായിത്തീർന്ന മാറ്റങ്ങൾ പലതുമുണ്ടാക്കിയിരുന്നു എന്നതു വസ്തുതയാണ്. സ്വന്തം നേട്ടങ്ങളും സൗകര്യങ്ങളും കൂടി പരിഗണിച്ചാണ് ബ്രിട്ടീഷ് ഭരണാധികാരികൾ ഈ മാറ്റങ്ങളുണ്ടാക്കിയതെന്നു ശരിയായിത്തന്നെ നിരീക്ഷിക്കാം. അത് മറ്റൊരു വസ്തുതയാണ്. തങ്ങൾക്ക് അനുകൂലമായ മാറ്റങ്ങൾ സമൂഹത്തിൽ സംഭവിക്കുന്നുണ്ടെന്ന ബോധ്യമുണ്ടായിട്ടും ജനങ്ങൾ ബ്രിട്ടീഷ്ഭരണത്തിനെതിരെ തിരിഞ്ഞത് അത് തങ്ങളെ അടിമകളാക്കി വെച്ചിരിക്കുകയാണ്, ജന്മിത്തം പോലുള്ള സാമൂഹ്യസാമ്പത്തിക തിന്മകളെ ദുർബ്ബലമാക്കുന്നതിന് ബ്രിട്ടീഷുകാർ കാര്യമായി ഒന്നും ചെയ്യുന്നില്ല (സാമ്രാജ്യത്വം, തുലയട്ടെ ജന്മിത്വം തുലയട്ടെ എന്നതായിരുന്നല്ലോ കർഷകപ്രസ്ഥാനത്തിന്റെ ആദ്യ മുദ്രാവാക്യം), എത്രയും വേഗം ഒരു സ്വതന്ത്രജനതയായിത്തീർന്നാൽ മാത്രമേ നമുക്ക് നമ്മുടേതായ ഒരു ജീവിതം കെട്ടിപ്പടുക്കാനാവൂ എന്നൊക്കെയുള്ള തിരിച്ചറിവുകൾ അവർക്കുണ്ടാക്കിക്കൊടുക്കുന്നതിൽ ദേശീയ പ്രസ്ഥാനവും കമ്യൂണിസ്റ്റ് പ്രസ്ഥാനവും വലിയ വിജയം കൈവരിച്ചതുകൊണ്ടാണ്. പക്ഷേ, നമുക്ക് നമ്മുടേതായ പാഠ്യപദ്ധതിയും ബോധനരീതിയും സംസ്കാരസങ്കല്പവും ഉണ്ടാക്കിയെടുക്കുന്നതിന് വളരെ ആസൂത്രിതമായ ശ്രമം വേണമെന്ന കാര്യത്തിൽ സ്വാതന്ത്ര്യത്തിനു മുമ്പും പിമ്പും വളരെ ഫലപ്രദമായ ശ്രമങ്ങൾ ഉണ്ടായില്ല. സ്കൂളുകളിലേക്ക് കൂടുതൽക്കൂടുതൽ വിദ്യാർത്ഥികളെ എത്തിക്കുന്നതിലും ബോധനരീതിക്ക്, വർഷം തോറുമെന്നു തന്നെ പറയാം, ചെറിയ ചെറിയ മാറ്റങ്ങൾ വരുത്തിക്കൊണ്ടിരിക്കുന്നതിലും സർക്കാറും അധ്യാപകസംഘടനകളും ശ്രദ്ധിച്ചിരുന്നില്ല എന്ന് ആക്ഷേപിച്ചാൽ അത് പാടേ തെറ്റായിരിക്കും. പ്രധാന പ്രശ്നം സ്വതന്ത്രമായ ഒരു വിദ്യാഭ്യാസ സങ്കല്പവും സംസ്കാര സങ്കൽപവും രൂപപ്പെടുത്തുന്നതിൽ നമുക്ക് വ്യക്തമായൊരു ധാരണ സ്വരൂപിക്കാനായില്ല എന്നതാണ്. വിദ്യാഭ്യാസത്തിന്റെ ഫലം എന്തായിരിക്കണം, വിദ്യാർത്ഥിയുടെ ജീവിതത്തിൽ ആശാസ്യമായ എന്തൊക്കെ മാറ്റങ്ങളുണ്ടാക്കിത്തീർക്കണം എന്നതിനെപ്പറ്റിയൊക്കെ വളരെ സ്ഥൂലമായി പലതും നാം പറഞ്ഞിരുന്നു. പക്ഷേ,പറഞ്ഞ കാര്യങ്ങൾ പ്രവൃത്തിപഥത്തിലെത്തിക്കുന്നതിൽ നാം വലിയൊരളവോളം പരാജയമായിരുന്നു. ഡിഗ്രി കഴിയുമ്പോഴും

താൻ എന്തിനു പഠിക്കുന്നു എന്നതിനെപ്പറ്റി ഗൗരവബോധത്തോടെ ആലോചിക്കാതിരിക്കുകയും ചെറുപ്പം മുതൽ താൻ പരിചയപ്പെട്ടു പോന്ന സംസ്കാരത്തിലെ നല്ലതും ചീത്തയുമായ എല്ലാ വശങ്ങളിൽ നിന്നും ഒരുപോലെ അകന്നുപോവുമ്പോൾ ഒട്ടും വിഷമം തോന്നാതിരിക്കുകയും ചെയ്ത വിദ്യാർത്ഥികൾ (അവർ തന്നെയായിരുന്നു മഹാഭൂരിപക്ഷവും) അങ്ങനെ പരാജയപ്പെട്ടുപോയ വിദ്യാഭ്യാസ സമ്പ്രദായത്തിന്റെ ഉല്പന്നമായിരുന്നു.

1993ൽ DPEPനടപ്പിലാക്കാൻ തുടങ്ങിയതോടെയാണ് പാഠ്യപദ്ധതിയെയും അധ്യാപകനെയും അധ്യാപനത്തെയും കുറിച്ചെല്ലാമുള്ള ധാരണകൾ കുടഞ്ഞെറിഞ്ഞ് പുതിയൊരു ഘട്ടത്തിലേക്ക് നാം പ്രവേശിക്കുകയാണ് എന്ന തോന്നലുണ്ടായത്. പിന്നീടിങ്ങോട്ട് ധീരം,നൂതനം എന്നൊക്കെ പലരാലും വാഴ്ത്തപ്പെട്ട പല ആശയങ്ങളുടെയും പുറകെയായിരുന്നു നാം. ഇപ്പോൾ മൂന്നു പതിറ്റാണ്ടുകാലത്തെ അനുഭവം നമ്മുടെ മുന്നിലുണ്ട്. ആരെയും പ്രകോപിപ്പിക്കുന്നതിലോ ഒരു തർക്കത്തിനു വഴിതുറക്കുന്നതിലോ അല്പവും താൽപര്യമില്ലാത്തതിനാൽ ഞാൻ വിശദീകരണത്തിനു തുനിയുന്നില്ല. പ്രഖ്യാപിക്കപ്പെട്ട ഫലങ്ങളൊന്നും ഉണ്ടായില്ലെന്നതിനു പുറമെ ചുറ്റുപാടുകളെ സ്നേഹിക്കാനും നമ്മുടെ സാംസ്കാരിക പാരമ്പര്യത്തിന്റെ പ്രകാശപൂർണമായ വശങ്ങളുമായി ആത്മബന്ധം സ്ഥാപിക്കുന്നതിനും പുത്തൻ വിദ്യാഭ്യാസ പരിഷ്കരണങ്ങൾ വിദ്യാർത്ഥികളെ സഹായിച്ചില്ല എന്നതു തന്നെയല്ലേ വാസ്തവം. ഇനി പുതിയ വിദ്യാഭ്യാസ നയം(NEP)നടപ്പിലാക്കുമ്പോൾ വരുത്താൻ പോവുന്ന മാറ്റങ്ങൾ എല്ലാ വിഷയങ്ങളുടെയും ഉള്ളടക്കം അടിമുടി പുതുക്കിപ്പണിയപ്പെടും. ബോധനരീതിയിലും മൂല്യനിർണയനത്തിലുമെല്ലാം കാര്യമായ മാറ്റങ്ങൾ വരും. വിദ്യാഭ്യാസം കൂടുതൽ വിപണി സൗഹൃദപൂർണമാവും. അതോടെ തൊഴിലിന്റെ ലഭ്യതയിൽ വർധനവുണ്ടാകും. (കിട്ടാൻ പോകുന്ന തൊഴിലുകളിൽ വലിയൊരു ശതമാനം കുറഞ്ഞ വരുമാനം ലഭിക്കുന്നതും അസ്ഥിരവുമായിരിക്കുമെങ്കിലും). അപ്പോഴും തദ്ദേശീയമായ അറിവുകളിലും അനുഭവങ്ങളിലുമുള്ള അവിശ്വാസം ഇല്ലാതാവുകയില്ല. ബോധപൂർവമായ ശ്രമങ്ങൾ അനേകം പേരിൽ നിന്നായി ഉണ്ടാവുന്നില്ലെങ്കിൽ ഈ ഇല്ലായ്മ വർധിക്കാനും നാം ഉള്ളിൽ വിശേഷിച്ചൊന്നും ഇല്ലാതെ പൊങ്ങുതടികളെപ്പോലെ ഒഴുകിനടക്കാനും തന്നെയാണ് സാധ്യത. എന്തൊക്കെ പ്രതികൂലഫലങ്ങളുണ്ടായാലും ഇപ്പോഴത്തെ അവസ്ഥയെക്കാൾ അതു തന്നെയാവും നല്ലത് എന്നുപറയാൻ ഒരുപാടുപേരുണ്ടായേക്കും. ഏതു വഴിക്കായാലും പാഠ്യപദ്ധതിയും സിലബസ്സും പൊളിച്ചെഴുതിയില്ലെങ്കിൽ പിടിച്ചു നിൽക്കാനാവില്ല എന്ന

തോന്നലിലാണ് വലിയൊരു വിഭാഗം അധ്യാപകർ.

17

ഭൂതകാലത്തിന്റെ ഏറിയ ഭാഗവും മനുഷ്യത്വരഹിതമായ നിയമങ്ങളുടെയും വിശ്വാസങ്ങളുടെയും ആചാരാനുഷ്ഠാനങ്ങളുടെയും നാട്ടുനടപ്പുകളുടെയും കയ്യിലായിരുന്നു. ഇത്തിരി ഭാഗം മാത്രമാണ് പ്രകാശപൂർണമായി നിലനിർത്തിരുന്നത്. അത് മനുഷ്യന്റെ സർഗാത്മകത പല രൂപങ്ങളിൽ പൂത്തുലഞ്ഞു നിന്നിരുന്ന ഇടങ്ങളാണ്. സാംസ്കാരിക പാരമ്പര്യത്തിന്റെ പ്രകാശപൂർണമായ വശങ്ങളുമായുള്ള ആത്മബന്ധം നിലനിർത്താൻ നമുക്ക് കഴിയണം എന്നു പറയുമ്പോൾ പ്രധാനമായും അർത്ഥമാക്കുന്നത് അവയോടുള്ള സ്നേഹം നിലനിർത്താൻ കഴിയണമെന്നു തന്നെയാണ്. അവയ്ക്കു പുറമെ വെളിച്ചത്തിന്റെ സാന്നിധ്യം നിലനിന്നിരുന്നത് ഏതാനും ചില മൂല്യസങ്കൽപങ്ങളിൽ മാത്രമാണ്. അവ തിരിച്ചറിയാനും അവയെക്കുറിച്ചുള്ള ഓർമ കൈവിടാതിരിക്കാനുമുള്ള ശ്രദ്ധയും പ്രധാനം തന്നെ. ഇവയ്ക്കപ്പുറം കടന്നുള്ള പാരമ്പര്യപ്രകീർത്തനങ്ങളെല്ലാം അപകടകരം തന്നെയാണ്. തറവാടിത്തഘോഷണം തീർച്ചയായും വൃത്തികെട്ടതു തന്നെ.

നാം സ്വയംപൂർണരാണ്, വൈദേശിക മാതൃകകളൊന്നും നമുക്കാവശ്യമില്ല എന്ന തീർപ്പിൽ മുറുകെപ്പിടിച്ചു നിന്നാൽ നിന്നിടത്തു തന്നെ നിൽക്കുകയേ ഉള്ളൂ. ആ നില്പ് പുരോഗതിയെ അന്യമാക്കിത്തീർക്കും. അതേ സമയം ഭൂതകാലാരാധന പോലെത്തന്നെ അകറ്റിനിർത്തപ്പെടേണ്ട ഒന്നാണ് വൈദേശികാശയങ്ങളോടുള്ള വിധേയത്വവും. രണ്ടിനെയും സമീപിക്കേണ്ടത് വിവേചനശേഷി കൈവിടാതെ തന്നെയായിരിക്കണം. നമ്മുടെ ജീവിതസാഹചര്യങ്ങളിൽ അവ എത്രത്തോളം പ്രയോഗക്ഷമമാവും, പ്രയോഗക്ഷമമാണെന്ന് ഒറ്റനോട്ടത്തിൽ തോന്നുന്നവയിൽ നിന്നു തന്നെ അവയുടെ ഫലം ഇന്നതായിരിക്കുമെന്ന് മുൻകൂട്ടി മനസ്സിലാക്കി നമ്മുടെ കാഴ്ചയെയും അനുഭവലോകത്തെയും നവീകരിക്കും, ചിന്താലോകം വിപുലമാക്കും, കലയിലും സാഹിത്യത്തിലും വിദ്യാഭ്യാസത്തിലുമെല്ലാം, നമ്മുടെ സ്വാതന്ത്ര്യം ഉപേക്ഷിക്കാനാവാതെ മുന്നോട്ടു പോവാനാവുന്ന പുതിയ വഴികൾ കാണിച്ചു തരും എന്നൊക്കെ ഉറപ്പായി തോന്നുന്നവ മാത്രമേ സ്വീകരിക്കാവൂ. ചിന്താപരമായ അസ്വാതന്ത്ര്യത്തിൽ നിന്നും സാംസ്കാരികമായ നാർസിസത്തിൽ നിന്നും നാം രക്ഷപ്പെടണം. ഇല്ലെങ്കിൽ ഇന്ത്യൻ മനസ്സ് (സമ്പൂർണ കൃതികൾ - വാല്യം 5) എന്ന പ്രഭാഷണത്തിൽ എം.എൻ.വിജയൻ

കൃത്യമായി ചൂണ്ടിക്കാണിച്ചതുപോലെ നാം സാംസ്കാരികമായി മുരടി ച്ചുപോവും.

"സന്തോഷം ആത്മനിഷ്ഠമാണ് എന്നും ആത്മാവിൽ സുഖം കണ്ടെ ത്തുന്നവന് ഒരിക്കലും സുഖത്തിൽ നിന്നു വേർപിരിയേണ്ടി വരുന്നില്ല എന്നും ആണ് ഇന്ത്യയിലെ ഉപരിചിന്തകന്മാർ എത്തിച്ചേർന്ന ഒരു നിഗമനം" എന്നും ഇതേ ലേഖനത്തിൽ അദ്ദേഹം പറയുന്നുണ്ട്. ആത്മാവ് എന്നതിന് ആത്മാനുരാഗം,അവനവനിൽ നിന്നു പുറത്തുക ടന്ന് ചിതറിപ്പോകാതിരിക്കൽ എന്നൊക്കെ അർത്ഥം കല്പിച്ചുപോരുന്ന ഒരുപാടു പേരുണ്ട്. അവർ പറയുന്ന ആത്മാവ് ഇല്ലാതിരിക്കുന്നതു തന്നെയാണ് അഭികാമ്യം. അന്യർ കൂടി നിർമിച്ചുകൊണ്ടിരിക്കുന്നതാണ് ഈ ലോകം, നവലോകനിർമാണത്തിനു വേണ്ടിയുള്ള ത്യാഗപൂർണ മായ ശ്രമങ്ങൾ പോയകാലത്തിലും നടന്നിട്ടുണ്ട് എന്നീ അറിവുകൾ ഓർമയുടെ ഭാഗമായി നിലനിർത്തുക തന്നെ വേണം. ഓർമകൾ ഉണ്ടായിരിക്കണം എന്നു പറയുന്നതിന്റെ പ്രധാനപ്പെട്ട അർത്ഥം അതു തന്നെ. നാം ജീവിച്ച/ജീവിച്ചുകൊണ്ടിരിക്കുന്ന സമൂഹത്തെക്കുറിച്ചും ആ സമൂഹത്തിന്റെ രൂപപ്പെടലിൽ വലിയ പങ്കുവഹിച്ച നാനാവിധം മനുഷ്യ വ്യവഹാരങ്ങളെക്കുറിച്ചുമുള്ള ഓർമകളും അറിവും കൈവിടുന്നതോടെ നമ്മുടെ മനോലോകം വേരുകൾ അറ്റുപോയ അവസ്ഥയിലായിത്തീ രും. ഒരു വശത്ത് കേവല ഭൂതകാലാരാധന, ഭൂതകാലത്തിലെ എല്ലാ തിന്മകളുടെയും ആരാധന വർധിച്ചു വരുന്നു. മറുവശത്ത് വർത്തമാ നത്തിൽ,വർത്തമാനത്തിന്റെ മുനമ്പിൽ മാത്രം ജീവിക്കുന്നവരായി മാറിക്കൊണ്ടിരിക്കുന്നവരുടെ എണ്ണം പെരുകിപ്പെരുകി വരുന്നു. ഈ ഇരട്ട അപകടങ്ങളുടെ നടുവിലാണ് ഇന്നു നാമുള്ളത്. വിവേചന ശേഷി തന്നെയാണ് ഈ ഘട്ടത്തിൽ നമ്മുടെ രക്ഷയ്ക്കെത്തേണ്ടത്.

18

അറിവ് അളന്നുതൂക്കിയ ലോഹക്കട്ടകൾ പോലെ മനസ്സിന്റെ ഒരു കോണിൽ സൂക്ഷിച്ചു വെക്കുകയും അവസരം കിട്ടിയാൽ അത് എടുത്തു പ്രദർശിപ്പിക്കുകയും ചെയ്യുന്ന രീതിയോട് ഒരിക്കലും എനിക്ക് താൽപര്യം തോന്നിയിട്ടില്ല. അത് മനസ്സിന്റെ ഒരു ഭാഗമായി, സ്നേഹം പോലെയോ കാരുണ്യം പോലെയോ ഉള്ള ഒന്നായി മാറണം.അങ്ങ നെയാവുമ്പോൾ അത് ഓർത്തെടുക്കുന്നതിലും മറ്റുള്ളവർക്ക് കൊടു ക്കുന്നതിലും നമുക്ക് അനായാസതയും ആനന്ദവും അനുഭവപ്പെടും. എന്റെ പ്രസംഗം കേൾക്കുന്നവർ ഇത് പ്രസംഗമല്ല സംസാരമാണ്

എന്നു പറയണമെന്നും ഞാൻ എഴുതിയത് വായിക്കുന്നവർ അതിനു പരിവേഷവും പദവിയും നൽകാതെ അത് ഓർമകളുടെയും വസ്തുതകളുടെയും വിചാരങ്ങളുടെയും കെട്ടിയുണ്ടാക്കിയ കഥകളുടെയുമെല്ലാം സൗഹാർദ്ദപൂർണമായ പങ്കുവെക്കലായി മനസ്സിലാക്കണമെന്നുമാണ് ഞാൻ ആഗ്രഹിക്കുന്നത്.

19

'സത്യം പലത്' എന്നു ഖസാക്കുകാർ ഒരവസരത്തിൽ പറഞ്ഞതും 'സത്യം ഒരു വജ്രക്കല്ലുപോലെയാണ്. അതിന് അനേകം മുഖങ്ങളുണ്ട്'എന്ന് പിന്നീട് നിത്യചൈതന്യയതിയായിത്തീർന്ന ജയചന്ദ്രൻ എന്ന യുവാവിനോട് മഹാത്മജി പറഞ്ഞതും('നിത്യം ഗുരു' എന്ന ശീർഷകത്തിൽ ഷൗക്കത്ത് എഴുതിയ ലേഖനത്തിൽ - 2024 മെയ് 19, മാതൃഭൂമി ആഴ്ചപ്പതിപ്പ് - ഈ വാക്യം ഉദ്ധരിച്ചിട്ടുണ്ട്.) 'അനേകത്വമാണ് അനുഭവങ്ങളുടെ സ്വഭാവ'മെന്ന് ചില പോസ്റ്റ്മോഡേൺ സൈദ്ധാന്തികർ പറയുന്നതും ഒരേ അർത്ഥത്തിലല്ല മനസ്സിലാക്കേണ്ടത്. ഏതു സന്ദർഭത്തിൽ, എന്ത് ഉദ്ദേശിച്ചു പറഞ്ഞു എന്നതു കൂടി കണക്കിലെടുത്തേ ഒരു പ്രസ്താവത്തിൻറെ അർത്ഥം നിർണയിക്കാനാവൂ.

പട്ടിണി കിടക്കുന്നയാൾക്ക് പട്ടിണി എന്ന അനുഭവം പലതല്ല. തൊഴിലില്ലായ്മയുടെ വേദനയിലൂടെ കടന്നു പോവുന്ന ഒരു യുവാവിന് ആ അവസ്ഥ ഉണ്ടായത് പല കാരണങ്ങൾ കൊണ്ടെന്നാണെന്നു സമാധാനിച്ചു തൃപ്തിപ്പെടാനാവില്ല. കടുത്ത ദാരിദ്ര്യം കൊണ്ട് വലയുന്ന ഒരാൾക്ക് തന്റെ കടമകൾ പലതും നിറവേറ്റാനാവാതെ വരുമ്പോൾ അനുഭവിക്കേണ്ടി വരുന്ന കൊടിയ ആത്മവേദനയും നിന്ദയും പലതല്ല; അത് പിളർക്കാനാവാത്ത പാറ പോലുള്ള ഒറ്റയൊരു യാഥാർത്ഥ്യമാണ്.

സാംസ്കാരികാധിനിവേശത്തിന്റെ ഫലങ്ങൾ പലതാണെന്നു പറയാം. ആഗോളവൽക്കരണത്തിന് ഫലങ്ങൾ പലതാണ്, അത് നഷ്ടങ്ങൾക്കു മാത്രങ്ങളല്ല പുതിയ പല സാധ്യതകൾക്കും കാരണമായിട്ടുണ്ടെന്നു ചൂണ്ടിക്കാണിക്കാം. യാഥാർത്ഥ്യത്തിന്റെ സ്ഥാനം പ്രതീതിയാഥാർത്ഥ്യം കയ്യടക്കിയതിന്റെ സാഹചര്യം വിശദീകരിക്കുമ്പോൾ ഒരു കാര്യം മാത്രം പറഞ്ഞ് അവസാനിപ്പിക്കാനാവില്ല എന്നു സ്ഥാപിക്കാം. ഒരാളെപ്പറ്റി പറയുമ്പോൾ അയാൾ ഓരോ കാലത്തും ഓരോന്നായിരുന്നുവെന്ന് പറയാം. ഒരു മികച്ച കവിതയെ, കഥയെ, നോവലിനെ അനേകം കോണുകളിൽ നിന്നു സമീപിക്കാം. വിദ്യാഭ്യാസ

മേഖലയിൽ സംഭവിച്ചതായി പൊതുവെ നിരീക്ഷിക്കപ്പെടുന്ന തകർച്ചയുടെ കാരണങ്ങളെക്കുറിച്ചും സ്ഥിതി മെച്ചപ്പെടുത്താനുള്ള വഴികളെപ്പറ്റിയും ചർച്ച ചെയ്യുമ്പോൾ പല കോണുകളിൽ നിന്ന് വ്യത്യസ്ത വാദങ്ങൾ ഉയർന്നു വരാം. അവയിൽ ഏറ്റവും ചിന്താശൂന്യമെന്നു വ്യക്തമാവുന്ന വാദത്തിന്റെ വക്കുകളിലും ഏതെങ്കിലുമൊരു ശരി പറ്റിപ്പിടിച്ചു കിടപ്പുണ്ടായേക്കാം.

ആശയക്കുഴപ്പമുണ്ടാക്കുന്നതും ഒരു തീരുമാനത്തിലെത്താൻ വല്ലാതെ ക്ലേശിക്കേണ്ടി വരുന്നതുമായ പല സന്ദർഭങ്ങളും വ്യക്തികളുടെയും സമൂഹത്തിന്റെയും ജീവിതത്തിൽ ഉണ്ടാവാം. ഭാവിയിലേക്ക് കൂടുതൽ ആത്മവിശ്വാസത്തോടെ, എന്നാൽ ഒരു പ്രതിരോധവും സാധ്യമല്ലാത്ത സമ്മർദ്ദങ്ങളുടെ ഫലമായി സ്വയം ഇല്ലാതാവാതെ, എങ്ങനെ പുതിയ ചുവടുകൾ വെക്കാനാവുമെന്നു നോക്കിയേ തീരുമാനങ്ങളെടുക്കാനാവൂ. അന്തിമമായ, സാർവകാലികമായ ശരി എന്നൊന്നില്ല, ഓരോ വാക്കിന്റെയും അന്തിമമായ അർത്ഥം അനന്തമായി നീട്ടിവെക്കപ്പെടുകയാണ്, എന്നൊക്കെയുള്ള നിരീക്ഷണങ്ങൾ ശരിയാണെന്ന് അംഗീകരിക്കുമ്പോൾ തൽക്കാലത്തേക്ക് ഉറപ്പായ ഒരു ശരിയുണ്ടെന്നും ഓരോ വാക്കിനും താൽക്കാലികമായി പിഴക്കാത്ത ഒരർത്ഥമുണ്ടെന്നുമുള്ള വാസ്തവം മറന്നു പോകരുത്.

സ്നേഹിക്കയുണ്ണി നീ നിന്നെ

ദ്രോഹിക്കുന്ന ജനത്തെയും

എന്നു വായിക്കുമ്പോൾ 'ദ്രോഹിക്കയുണ്ണി നീ നിന്നെ സ്നേഹിക്കുന്ന ജനത്തെയും' എന്ന് ആരും മനസ്സിലാക്കാറില്ല.

അങ്ങേയറ്റം ലളിതമായ സംഗതികളാണിതെല്ലാം. പക്ഷേ, ഓരോ വാക്കിലും അതിന്റെ അർത്ഥം മാത്രമല്ല വിപരീതം കൂടി ഉണ്ട് എന്ന ആശയവും അനുബന്ധാശയങ്ങളും ദെറീദ വിശദീകരിച്ചത് മനസ്സിലാക്കി വെച്ച് വാക്കിന്റെ പ്രാഥമികമായ അർത്ഥതലത്തെയും വാക്ക് ഉപയോഗിക്കപ്പെട്ടിരിക്കുന്ന സന്ദർഭത്തെയും അവഗണിച്ച് സ്ഥൂല വ്യാഖ്യാനങ്ങൾക്കു പുറപ്പെട്ടാൽ അത് ബൗദ്ധികമായ ഞാണിന്മേൽക്കളി (intellectual acrobatics) മാത്രമേ ആവൂ എന്ന കാര്യം പലരും മറന്നുപോവുന്നതായി കാണുന്നുണ്ട്.

20

ഡോസ്റ്റോയെവ്സ്കിയുടെ The Dream of a ridiculous man എന്ന കഥ ഒരു വർഷം മുമ്പ് ഞാൻ പരിഭാഷപ്പെടുത്തിയിരുന്നു. എവിടെയെങ്കിലും പ്രസിദ്ധീകരിക്കണമെന്നുദ്ദേശിച്ചല്ല. എന്റെ ആനന്ദത്തിനുവേണ്ടി മാത്രം. ഒരുപക്ഷേ, മഹാനായ ഒരെഴുത്തുകാരനോടുള്ള സ്നേഹത്തിന്റെ അടയാളമായി അങ്ങനെയൊന്ന് ചെയ്തിരിക്കണമെന്ന് മനസ്സ് നിർബന്ധം പിടിച്ചതുകൊണ്ടാകാം.

ഡോസ്റ്റോയെവ്സ്കിയുടെ ഈ കഥ ഇംഗ്ലീഷിൽ നിന്നാണ് ഞാൻ പരിഭാഷപ്പെടുത്തിയത്. റഷ്യനിൽ നിന്ന് ഇംഗ്ലീഷിലേക്കു മൊഴിമാറ്റം നടത്തിയപ്പോൾ പരിഭാഷകൻ മൂലകഥയുടെ ആഖ്യാനത്തിന്റെ സ്വഭാവത്തിൽ മാറ്റമൊന്നും വരുത്തിയിട്ടുണ്ടാവില്ല. എന്റെ പരിഭാഷ ചെറിയൊരളവോളം സ്വതന്ത്ര പരിഭാഷയാണ്. പക്ഷേ, ആ സ്വാതന്ത്ര്യം പരമാവധി കരുതലോടെ മാത്രമേ ഞാൻ ഉപയോഗിച്ചിട്ടുള്ളൂ. ക്രിയാപദങ്ങളുടെ കാര്യത്തിലാണ് പലപ്പോഴും ചെറിയ മാറ്റം വേണ്ടി വന്നത്. അവരുടെ മുഖം തിളങ്ങി എന്നത് തിളങ്ങുന്നുണ്ടായിരുന്നു എന്നു ഞാൻ മാറ്റിയിട്ടുണ്ട്. ചിലേടത്ത് നമ്മുടെ, സ്വന്തം എന്നിങ്ങനെ ഓരോ വാക്ക് കൂട്ടിച്ചേർത്തിട്ടുണ്ട്. അതുല്യനായ ഈ എഴുത്തുകാരന്റെ അസാധാരണമായ ഈ കഥ നമ്മുടെ ഭാഷയിലെത്തുമ്പോൾ അതിന്റെ വായനയിൽ ഒരഭംഗിയും അനുഭവപ്പെടരുത്, അതിന്റെ ഭാവത്തിന് നേരിയ തോതിൽപ്പോലും പോറലേൽക്കരുത് എന്നൊക്കെ ഞാൻ സ്വയം കർശനനിർദ്ദേശം നൽകിയിരുന്നു. ലോകത്തിലെ ഏറ്റവും മഹത്തായ കഥകളിലൊന്നാണ് The Dream of a ridiculous man. ഡോസ്റ്റോയെവ്സ്കിയുടെ വലിയ കൃതികളുടെയെല്ലാം വിശേഷ ലക്ഷണങ്ങളായ മുഴുവൻ പ്രമേയങ്ങളെയും സ്പർശിക്കുന്ന കഥ എന്നാണ് മിഖായിൽ ബക്തിൻ 'പരമപരിഹാസ്യനായ ഒരാളുടെ സ്വപ്ന'ത്തെപ്പറ്റി പറഞ്ഞിരിക്കുന്നത്.

ഈ കഥയുടെ നേർത്ത ഒരു രൂപരേഖ മാത്രം ഇവിടെ അവതരിപ്പിക്കാം.

കഥയിലെ അങ്ങേയറ്റം നിരാശാഭരിതനായി ആത്മഹത്യ ചെയ്യാൻ തീരുമാനിച്ചിരുന്ന മനുഷ്യൻ നല്ല തണുപ്പുള്ള ഒരു രാത്രിയിൽ തെരുവിൽ വെച്ച് ഒരു ചെറിയ പെൺകുട്ടിയെ കാണുന്നു.പരമദരിദ്രയായ ആ കുട്ടി ആകെ പരിഭ്രാന്തയായതുപോലെ അയാളുടെ കയ്യിൽ പിടിച്ച് എന്റെ അമ്മ, എന്റെ അമ്മ എന്നു വിളിച്ചു കരയുന്നു. ആഖ്യാതാവ് അവളെ സഹായിക്കാൻ കൂടെ പോയില്ല. പകരം,അവളെ ആട്ടിയകറ്റുകയാണ് ചെയ്തത്.

തന്റെ മുറിയിൽ എത്തിച്ചേരുന്ന ഈ മനുഷ്യൻ പലതും ആലോചിച്ചിരിക്കെ ഉറങ്ങിപ്പോവുന്നു. താൻ കാണുന്ന സാമാന്യം ദീർഘമായ ഒരു സ്വപ്നത്തിൽ നിന്ന് നന്മയെ സ്വജീവിതത്തിൽ പൂർണമായും യാഥാർത്ഥ്യമാക്കാനും അത്യന്തം ആനന്ദകരമായ ഒരു ജീവിതം സാധ്യമാക്കാനും മനുഷ്യവംശത്തിന് കഴിയുമെന്ന തിരിച്ചറിവിൽ എത്തിച്ചേരുന്നു. അതിന്റെ ആവേശത്തിമിർപ്പിൽ കഥ അവസാനിപ്പിക്കുമ്പോഴും അവിചാരിതമായി താൻ കണ്ട പെൺകുട്ടിയെ അയാൾ ഓർമിക്കുന്നു.

വിശദീകരണത്തിനു പുറപ്പെടാതെ ഈ കഥയിൽ നിന്നുള്ള ചില വാക്യങ്ങൾ ഉദ്ധരിക്കുക മാത്രം ചെയ്യാം.

'പാപത്താൽ മലിനമാക്കപ്പെടാത്ത ഒരു ഭൂമിയായിരുന്നു അത്. പാപം ചെയ്യാത്തവർ അധിവസിക്കുന്ന ഭൂമി. മനുഷ്യവംശത്തിന്റെ ഐതിഹ്യങ്ങൾ പറയുന്നതുപോലെ പാപമെന്തെന്നറിയുന്നതിനു മുമ്പ് നമ്മുടെ പൂർവികന്മാർ ജീവിച്ചിരുന്ന ഏദൻ തോട്ടം. ഒരേയൊരു വ്യത്യാസം മാത്രം. അന്ന് ഈ ഭൂമിയാകെ ഒരു വലിയ ഏദൻതോട്ടമായിരുന്നു. സന്തോഷപൂർവം ചിരിക്കുന്ന ഈ മനുഷ്യർ വന്ന് എന്നെ ആശ്ലേഷിക്കുകയും ഓമനിക്കുകയും ചെയ്തു. അവർ എന്നെ മുന്നോട്ടേക്ക് വലിച്ചുകൊണ്ടുപോയി. അവരോരുത്തരും എന്നെ ആശ്വസിപ്പിക്കുന്നതിന് ഔത്സുക്യം കാണിച്ചു. അവർ എന്നോട് ഒന്നിനെക്കുറിച്ചും ചോദിച്ചില്ല. അവർക്ക് എല്ലാം അറിയാമെന്നു തോന്നി. എന്റെ മുഖത്തുനിന്ന് വേദനയുടെ അടയാളങ്ങൾ തുടച്ചുകളയുന്നതിൽ ഏറെ തിടുക്കപ്പെട്ടുന്നുണ്ടായിരുന്നു അവർ.'

'ജീവിതത്തെക്കുറിച്ചുള്ള ബോധമാണ് ജീവിതത്തേക്കാൾ ഉത്തമം, ആനന്ദത്തിന്റെ നിയമങ്ങളേക്കുറിച്ചുള്ള അറിവാണ് ആനന്ദത്തേക്കാൾ പ്രധാനം - ഈ നിലപാടിനെതിരെയാണ് നാം സമരം ചെയ്യേണ്ടത്. ഞാനത് ചെയ്യും. എല്ലാവർക്കും അതാവശ്യമാണെങ്കിൽ ഈ സമരം വളരെ പെട്ടെന്ന് സാധ്യമാവും.'

'ഓ, സത്യത്തെ അറിയുന്ന ഒരേയൊരാളായിരിക്കുക എന്നത് എത്ര കഠിനമാണ്.'

21

ആൻറൺ ചെഖോവിന്റെ മനോഹരമായ ഒരു ചെറുകഥയാണ് 'വാർധക്യം. പ്രായമാവുമ്പോഴാണ് ആളുകൾ ഒരിക്കൽ തങ്ങൾ നഷ്ടപ്പെടുത്തിയതിനെപ്പറ്റിയും തങ്ങൾക്ക് നഷ്ടമായതിനെപ്പറ്റിയും നിറവേറ്റാതിരുന്ന കടമകളെപ്പറ്റിയും സ്വന്തം സ്വഭാവത്തിലെ

ഉപേക്ഷിക്കേണ്ടിയിരുന്ന ഘടകങ്ങളെപ്പറ്റിയുമെല്ലാം കാര്യമായി പുനരാലോചിക്കുകയും അഗാധമായി വേദനിക്കുകയും ചെയ്യുക. ആ വേദനയുടെ നല്ല മിതത്വം പാലിച്ചുള്ള അവതരണമാണ് ഈ കഥയിലുള്ളത്. ചെഖോവിന്റെ മിക്ക കഥകൾക്കും ഈ മിതത്വമുണ്ട്. ഇതിലൂടെ കൈവരുന്ന സൗന്ദര്യം വേറിട്ട ഒന്നു തന്നെയാണ്. വായനക്കാർക്ക് ഊഹിച്ചെടുക്കാനാവാത്ത കഥാന്ത്യം, ചെഖോവിന്റെ തോക്ക് എന്ന ഖ്യാതി നേടിയ ആഖ്യാന തത്വം എല്ലാം അദ്ദേഹത്തിന്റെ കഥകളുടെ പ്രത്യേകതകൾ തന്നെ. പക്ഷേ, ഈ മിതത്വമാണ്, കഥാപാത്രങ്ങളുടെ സ്വഭാവവും പ്രത്യേകതകളും അവരുടെ ആന്തരികലോകങ്ങളിലേക്കുള്ള ദീർഘസഞ്ചാരങ്ങൾക്കു മുതിരാതെയും ആദർശവൽക്കരിക്കാതെയും ബാഹ്യാനുഭവങ്ങളുടെ അനുഭാവപൂർണമായ ചിത്രീകരണത്തിലൂടെ തന്നെ വെളിപ്പെടുത്തുന്ന രീതിയാണ് ഏറ്റവും ശ്രദ്ധേയമായി അനുഭവപ്പെടുക. ഇത് തീർച്ചയായും ആദരണീയമായ ഒരാഖ്യാനരീതി തന്നെയാണ്.

കഥയുടെ ജീവൻ പരിക്ഷീണമായിപ്പോവാതെ, എന്നാൽ അലങ്കാര പ്രയോഗങ്ങളെയും ഏതെങ്കിലും തരത്തിലുള്ള ഭാവിക്കലിനെയും ഒഴിവാക്കി കഥ ആവശ്യപ്പെടുന്ന ഭാവതീവ്രതയും സൗന്ദര്യവും യാഥാർത്ഥ്യമാക്കാനാണ് ഞാൻ ശ്രമിക്കാറുള്ളത്. ഇത് സാധ്യമായിരിക്കുന്നുവെന്ന് ഉറപ്പാവുമ്പോഴാണ് ഒരെഴുത്തുകാരനെന്ന നിലയിൽ ഞാൻ ഏറ്റവുമധികം സന്തോഷിക്കുക. എല്ലായ്പ്പോഴും ഈ സന്തോഷത്തിനുള്ള ഭാഗ്യമുണ്ടാവാറില്ലെന്നത് വസ്തുതയാണ്.

22

മലയാളഭാഷയുടെ ഏറ്റവും ജനകീയവും സ്വാഭാവികവുമായ താളം ഭാഷാഭേദങ്ങളിലാണുള്ളതെന്ന് വലിയൊരളവോളം ശരിയാണ്. പക്ഷേ, ആധുനികകാലത്തെ ജീവിതവും ജ്ഞാനത്തിന്റെ വിവിധ മേഖലകളിൽ സംഭവിച്ച വികാസങ്ങളും സമ്മാനിച്ച പല അനുഭവങ്ങളെയും ആശയങ്ങളെയും അവയുടെ സത്ത ചോർന്നുപോകാതെ അവതരിപ്പിക്കാൻ പലപ്പോഴും ഈ ഭാഷ മതിയാവില്ല. ഈ പ്രശ്നം നേരത്തേ തന്നെ അനുഭവപ്പെട്ടു തുടങ്ങിയിരിക്കണം. സംസ്കൃതത്തിൽ നിന്ന് നേരിട്ടും രൂപാന്തരീകരണം വരുത്തിയും നാം വാക്കുകൾ സ്വീകരിച്ചത് ബ്രാഹ്മണാധിപത്യത്തിന്റെ ഫലമായിട്ടു മാത്രമാവില്ല. സംസ്കൃതത്തിൽ നിന്നു മാത്രമല്ല മറ്റു പല ഭാഷകളിൽ നിന്നും ഇങ്ങനെ വാക്കുകൾ കടം കൊണ്ടിട്ടുണ്ട്. അതിനെ വിധേയത്വത്തിന്റെ അടയാളം മാത്രമായി കണക്കാക്കാനാവില്ല.

രാമചരിതഭാഷ കൊണ്ട് മലയാളികളുടെ ചിന്താജീവിതത്തിനും സർഗാത്മകജീവിതത്തിനും മുന്നോട്ട് പോവാൻ കഴിയുമായിരുന്നില്ല. സ്വതന്ത്രമായ ഒരു സാഹിത്യഭാഷ ഇവിടെ രൂപം കൊള്ളുന്നതിന് മണിപ്രവാളത്തിന്റെ ഘട്ടം സഹായകമായി എന്നു തന്നെയേ തിരിഞ്ഞു നോക്കുമ്പോൾ തോന്നുന്നുള്ളൂ. അങ്ങനെയൊരു ഘട്ടം ചരിത്രപരമായ കാരണങ്ങൾ കൊണ്ടു സംഭവിച്ചിരുന്നില്ലെങ്കിൽ മലയാളഭാഷയുടെ വളർച്ച കുറേക്കൂടി സാവകാശത്തിലാവുമായിരുന്നു. സംസ്കൃത പദങ്ങൾക്കു മാത്രമല്ല പല അന്യഭാഷാ പദങ്ങൾക്കും പകരം തനി മലയാളവാക്കുകൾ തിരഞ്ഞു കണ്ടെത്തി പ്രയോഗിക്കാൻ നാം ശ്രമിക്കാതിരുന്നത് നന്നായി എന്നു തന്നെ തോന്നുന്നു.

23

വാക്കുകൾ സർഗാത്മകതയുടെ ഏറ്റവും മനോഹരമായ അടയാളങ്ങളായിത്തീരുന്നത് കവിതയിലും കഥയിലുമൊക്കെയാണ്. അവ അങ്ങനെ ആയിത്തീരണമെങ്കിൽ ഒരാശയത്തിന്റെയും ഭാരം അവയ്ക്കു മേൽമേൽ കെട്ടിവെക്കപ്പെട്ടരുത്. വായിച്ചറിഞ്ഞും കേട്ടറിഞ്ഞുമൊക്കെയായ ഒരുപാടാശയങ്ങൾ ഏത് എഴുത്തുകാരന്റെയും/എഴുത്തുകാരിയുടെയും ഉള്ളിലുണ്ടാവും. അവയിൽ നിന്നുള്ള സമ്പൂർണമോചനം സാധ്യമല്ല, ആഗ്രഹിക്കത്തക്കതുമല്ല. പക്ഷേ, അവയെല്ലാം സ്വാംശീകരണത്തിനു ശേഷം കേവലം അറിവല്ലാത്ത ഒരു തലത്തിൽ എത്തിച്ചേരണം. അപ്പോഴേ, എഴുത്തിൽ അവ സ്വാഭാവികമായി ഉൾച്ചേരുകയുള്ളൂ. താൻ എഴുതാൻ പോകുന്നതിന്റെ എല്ലാ സൂക്ഷ്മവിശദാംശങ്ങളോടും കൂടി ഒരാൾ എഴുതുക എന്നത് വ ല്ലപ്പോഴും സംഭവിക്കാം. മിക്കവാറും തന്റെ ഉള്ളിലെ ആശയങ്ങളുടെയും അനുഭൂതികളുടെയും സവിശേഷ സ്വഭാവത്തിലുള്ള കൂടിച്ചേരലിൽ നിന്നുണ്ടാവുന്ന അനുഭവവുമായി വാക്കുകൾ എത്തുന്നത് എങ്ങനെ, എവിടെ നിന്ന് എന്ന് പറയാനാവില്ല. കമലാദാസിന്റെ ഒരു പ്രയോഗം കടമെടുത്താൽ ആഴത്തിലെവിടെയോ ഉള്ള നിശ്ശബ്ദതയിൽ (From a silence, somewhere deep within) നിന്നു തന്നെയാണ് അവ വരിക. ഈ സ്വാതന്ത്ര്യം തന്നെയാണ് ഒരു കവിതയെ/കഥയെ സൗന്ദര്യത്തിന്റെ അത്യുന്നതങ്ങളിലേക്കു കൊണ്ടുപോവുന്നത്.

24

ചൈനീസ് എഴുത്തുകാരി ചി സുജാന്റെ (Chi Zijian) മാസാന്ത്യത്തിലെ ചന്ദ്രൻ (The last quarter of the Moon) എന്ന നോവലിൽ റെയിൻഡീറിന്റെ സ്വഭാവം വിവരിക്കുമ്പോൾ റെയിൻഡീറുകൾ തീറ്റ

തേടുന്നതിനെക്കുറിച്ച് ഇങ്ങനെയാണ് പറയുന്നത്. പുൽത്തകിടിയിലൂടെ നടക്കുമ്പോൾ ഒരു പുൽനാമ്പിനും പോറലേൽക്കാതിരിക്കാൻ അവ മനസ്സു വെക്കും. അതുകൊണ്ടു തന്നെ പച്ചയായിരിക്കേണ്ടവ അവയുടെ മേച്ചിലിനുശേഷവും പച്ചയായിത്തന്നെ ഇരിക്കും. പൂവരശിന്റെയും അരളിയുടെയും ഇലകളായാലും അവ വളരെ കുറച്ചു മാത്രം തിന്ന് മുന്നോട്ടു നീങ്ങും. ശാഖകളുടെയും ഇലകളുടെയും സമൃദ്ധി നഷ്ടം വരാതെ ആ മരങ്ങൾ അങ്ങനെ തന്നെ നിൽക്കുകയും ചെയ്യും.

എഴുത്തിലും,സർഗാത്മക രചനയായാലും നിരൂപണമായാലും, ഈയൊരു നിലപാട് സ്വീകരിക്കുന്നത് നല്ലതായിരിക്കും. ഉള്ളിലുള്ളതു മുഴുവൻ അല്ലെങ്കിൽ നമ്മുടെ അറിവിൽ വരുന്നവ മുഴുവൻ ഒറ്റയടിക്ക് എടുത്തുപയോഗിക്കേണ്ട കാര്യമേയില്ല. ഓരോ എഴുത്തിനു ശേഷവും ഉള്ളിലെ പച്ചപ്പുൽപ്പരപ്പ് അങ്ങനെ തന്നെ നിൽക്കട്ടെ. വളരെ പ്രധാനം തന്നെയാണ് മനസ്സിലെ പരിസ്ഥിതി സംരക്ഷണം

25

ഒരു ചെറുകഥയോ കവിതയോ പോലെ എഴുത്തിലേക്ക് വഴികാട്ടുന്ന ഒന്ന് അവിചാരിതമായി മുന്നിൽ വന്നു വീഴുകയും കാര്യമായ മുന്നൊരുക്കങ്ങളൊന്നുമില്ലാതെ അതിനെ പിൻപറ്റി എത്തേണ്ടിടത്തെത്തുകയും ചെയ്യുക എന്നത് നോവലിന്റെ കാര്യത്തിൽ സംഭാവ്യമല്ല. അനേകം കഥാപാത്രങ്ങൾ, അവർ മനസ്സുകൊണ്ടും ശരീരം കൊണ്ടും വ്യവഹരിക്കുന്ന നാനാതരം ഇടങ്ങൾ, അവർക്ക് അഭിമുഖീകരിക്കേണ്ടി വന്നേക്കാവുന്ന സംഭവങ്ങൾ, അവയ്ക്കു നേരെ അവരിലെ വ്യത്യസ്ത പ്രകൃതക്കാരിൽ നിന്നുണ്ടാകാവുന്ന വ്യത്യസ്തമായ പ്രതികരണങ്ങൾ ഇവ മുഴുവൻ മുൻകൂട്ടി തീരുമാനിച്ചുവെക്കാനാവുകയില്ല. പക്ഷേ, ഇവയെയെല്ലാം കുറിച്ച് അപൂർണ്ണമായെങ്കിലും ഒരു മുൻധാരണ സ്വരൂപിച്ചു തന്നെയേ നോവലെഴുത്തിലേക്ക് പ്രവേശിക്കാനാവൂ. എഴുതിവരുന്നതിനിടയിൽ നോവൽ അതിന്റെ സ്വാതന്ത്ര്യപ്രഖ്യാപനം നടത്തും. പിന്നെ കുറച്ചു ദൂരം നോവൽ നിർദ്ദേശിക്കുന്ന വഴിയിലൂടെ തന്നെ എഴുത്തുകാരന്/ എഴുത്തുകാരിക്ക് പോകേണ്ടിവരും. മിക്കവാറും ഈ സഞ്ചാരത്തിന്റെ ഘട്ടമായിരിക്കും നോവലിന്റെ ഏറ്റവും ശ്രദ്ധേയവും ആകർഷകവുമായ ഭാഗം കരുപ്പിടിപ്പിക്കുന്നത്. ഇത്തരം അത്ഭുതങ്ങൾക്കുള്ള സാധ്യതയാണ് നോവലെഴുത്തിലെ യഥാർത്ഥമായ ത്രിൽ.

26

മാനകഭാഷയ്ക്ക് നൽകുന്ന പ്രാധാന്യമാണ് കേരളത്തിലെ വിദ്യാർത്ഥികളുടെ ഭാഷാബോധത്തെ വികലമാക്കിത്തീർത്തത് എന്നു വരുത്തിത്തീർക്കാൻ പലരും ശ്രമിക്കുന്നതു കാണാറുണ്ട്. മാനകഭാഷയെ ഇങ്ങനെ ശത്രുതാമനോഭാവത്തോടെ കാണുന്നവർ ഏതാനും കാര്യങ്ങൾ ഓർക്കുന്നതു നല്ലതാണ്. മാനകഭാഷ മലയാളത്തിന്റെ മാത്രം പ്രത്യേകതയല്ല. ലോകത്തിലെ എല്ലാ ഭാഷകൾക്കും,സംസാരിക്കുന്നവരുടെ അംഗസംഖ്യ വളരെ പരിമിതമായ ഗോത്രഭാഷകൾക്കൊഴികെ ഏതാണ്ട് എല്ലാ ഭാഷകൾക്കും ഭാഷാഭേദങ്ങൾ ഉണ്ടാവും. ഇംഗ്ലീഷിന് ലണ്ടൻ നഗരത്തിൽത്തന്നെ എട്ട് ഭാഷാഭേദങ്ങളുണ്ടെന്ന് പണ്ടു പഠിച്ച കാര്യം ഓർമിക്കുന്നു. ഇവയിൽ നിന്നെല്ലാമുള്ള പദങ്ങളും പ്രയോഗങ്ങളും സ്വീകരിച്ചും പൊതുസമ്മതിയുള്ള വ്യാകരണനിയമങ്ങളെ അംഗീകരിച്ചുമാണ് മാനകഭാഷ രൂപം കൊള്ളുന്നത്. അത് ഒരു ജനതയുടെ മേൽ ആരെങ്കിലും കെട്ടിവെക്കുന്നതല്ല. ഒരേ ഭാഷ സംസാരിക്കുന്നവരും പല അധികാരകേന്ദ്രങ്ങൾക്കു കീഴിൽ കഴിഞ്ഞിരുന്നവരുമായ ജനങ്ങൾ രാഷ്ട്രീയ കാരണങ്ങളാൽ ഐക്യപ്പെട്ട് ഒരു സംസ്ഥാനത്തിലോ രാജ്യത്തിലോ ഉൾപ്പെടുന്നവരായിത്തീരുകയും എല്ലാ വിഭാഗം ജനങ്ങൾക്കും വിദ്യാഭ്യാസം ലഭിച്ചു തുടങ്ങുകയും ബഹുജനപിന്തുണയോടെ വാർത്താവിതരണ മാധ്യമങ്ങൾ കൂടുതൽ ശക്തിയാർജിക്കുകയുമെല്ലാം ചെയ്യുമ്പോഴാണ് മാനകഭാഷ യാഥാർത്ഥ്യമായിത്തീരുന്നത്. ചുരുക്കിപ്പറഞ്ഞാൽ, ചരിത്രപരമായ ആവശ്യം അല്ലെങ്കിൽ ആവശ്യങ്ങളാണ് മാനകഭാഷയുടെ രൂപീകരണത്തിനു പിന്നിലുള്ളത്. സാമ്പത്തികവും സാംസ്കാരികവുമൊക്കെയായി കൂടുതൽ മേധാവിത്വം പുലർത്തുന്ന ജനവിഭാഗങ്ങളുടെ ഭാഷാഭേദത്തിനോ അത്തരം പ്രദേശങ്ങളിലുള്ളവരുടെ ഭാഷാഭേദത്തിനോ മാനകഭാഷയിൽ മേൽക്കൈ ലഭിക്കാറുണ്ടെന്നതു സത്യമാണ്. ഏത് ഭാഷയുടെ കാര്യത്തിലും അത് സംഭവിക്കും. പക്ഷേ, അതിന്റെ പേരിൽ മാനകഭാഷ തന്നെ അനാവശ്യമാണെന്ന വാദം ആരും ഉയർത്തിക്കൊണ്ടു വരാറില്ല. മാനകഭാഷ മാത്രമല്ല ഭാഷാഭേദവും നിശ്ചലമായി നിൽക്കുകയില്ല. ഒരു ഭാഷാഭേദം നിലനിൽക്കുന്ന പ്രദേശത്തു തന്നെയുള്ള പല പദങ്ങളും പ്രചാരലുപ്തമാവുക സാധാരണമാണ്. കാസർകോടൻ മലയാളത്തിലും കണ്ണൂർ മലയാളത്തിലും തിരുവനന്തപുരം മലയാളത്തിലുമൊക്കെ നൂറു വർഷം മുമ്പ് നിലനിന്നിരുന്ന പല പദങ്ങളും ഇപ്പോൾ ആളുകൾ മറന്നുപോയിട്ടുണ്ടാവും. ഇന്ന് നിലവിലുള്ള പദങ്ങളിൽ ചിലത് നാളെ മറവിയിലേക്കു പോവുമോ എന്ന ബലമായ സംശയം ആളുകളെ പിടികൂടുന്നുമുണ്ടാവും.

അതുകൊണ്ടാണ് പല പ്രദേശങ്ങളിൽ നിന്നും പ്രാദേശിക ശബ്ദകോശങ്ങൾ പ്രസിദ്ധീകരിക്കപ്പെടുന്നത്.

മുകളിൽ പറഞ്ഞ കാര്യങ്ങളെല്ലാം നമ്മുടെ സാമാന്യജ്ഞാനത്തിന്റെ ഭാഗമാണ്. എന്നിട്ടും ഒരു ചരിത്ര പണ്ഡിതൻ ഏത് സങ്കീർണസിദ്ധാന്തങ്ങളുടെയും ആഴത്തിലുള്ള ഗ്രഹണത്തെ പേച്ചുവഴക്കങ്ങൾ അനായാസമാക്കുമെന്നും ഉപരിപഠനത്തിലും വിദ്യാർത്ഥികൾ മാതൃഭാഷയുടെ സ്വന്തം പേച്ചുവഴക്കം കൈവെടിയരുത് എന്നും വാദിക്കുകയും ചെയ്യുന്നത് എന്തുകൊണ്ടാണ്? ഒരു കാര്യം പറയുമ്പോൾ ആ സന്ദർഭത്തിൽ തീരെ അപ്രസക്തമായ മറ്റൊരു വാദം കൊണ്ട് അതിനെ എതിരിടുക, പറഞ്ഞത് മനസ്സിലായില്ലെന്നു ഭാവിച്ച് മറ്റൊന്നു പറയുക ഇതൊക്കെ നമ്മുടെ നാട്ടിൽ മൂന്നു ദശകത്തോളമായി നടപ്പിലാക്കി വരുന്നതും ഇപ്പോൾ രാജ്യത്തിന്റെ മറ്റെല്ലാ ഭാഗങ്ങളിലും നടപ്പിലാക്കിത്തുടങ്ങിയതുമായ വിദ്യാഭ്യാസ പരിഷ്കരണങ്ങളുടെ ഫലമാണോ?സാഹിത്യം ചർച്ച ചെയ്തു വരുന്ന ഒരു കൂട്ടായ്മയോട് എന്തിന് സാഹിത്യം ചർച്ച ചെയ്യുന്നു, വേറൊന്നും ചർച്ച ചെയ്യാൻ കിട്ടിയില്ലേ, സിനിമ കാണിക്കാം, ഗാനമേളയോ മിമിക്രിയോ നടത്താം, അങ്ങനെ എന്തൊക്കെ ചെയ്യാം എന്ന് ചിലർ ചെന്നു പറയുന്നതിന്റെയും കയ്യൂരിലും കരിവെള്ളൂരിലുമൊക്കെ പാവപ്പെട്ട ജന്മിമാർ വറുതികാലത്തേക്കു കരുതി വെച്ച നെല്ല് ചില റൗഡികൾ വന്ന് പത്തായം തുറന്ന് കൊണ്ടുപോയതല്ലാതെ ഒരു വിപ്ലവവും നടന്നിട്ടില്ലെന്നു വീറോടെ വാദിക്കുന്നതിന്റെയും ഒരു കോളേജിൽ ഭാഷാവിഷയങ്ങൾ പഠിപ്പിക്കുന്ന ഡിപ്പാർട്ടുമെൻറുകളോടും ചരിത്രം, ദർശനം, സാമൂഹ്യശാസ്ത്രം, വിവിധ ശാസ്ത്രവിഷയങ്ങൾ എന്നിവ പഠിപ്പിക്കുന്ന ഡിപ്പാർട്ടുമെൻറുകളോടും നിങ്ങൾ ഒരു വർഷം എത്ര വരുമാനമുണ്ടാക്കി എന്ന് ചോദിക്കുന്നതിന്റെയുമെല്ലാം പിന്നിൽ പ്രവർത്തിക്കുന്നത് ഒരേ സംഗതിയാണ്. മനുഷ്യന്റെ ചിന്താശേഷിയെയും ഭാവനയെയും പ്രതികരിക്കാനുള്ള കരുത്തിനെയും നിർജീവമാക്കി അവയുടെ സ്ഥാനത്ത് വ്യാപാരയുക്തികൾ പ്രതിഷ്ഠിക്കാനുള്ള താൽപര്യമാണത്. ഇത് മനസ്സിലാക്കുന്നവരായി ആരും ഉണ്ടാവില്ല എന്ന ധാരണയിൽ ആരും എത്തിച്ചേരരുത്.

27

ആത്മകഥയിൽ എന്തൊക്കെ വരാം, എന്തൊക്കെ വരരുത് എന്നൊക്കെ തീരുമാനിച്ചു വെച്ചിരിക്കുന്ന വായനക്കാർ പലരുണ്ട്. മുമ്പ് ഇ.എം.എസ്സിന്റെ ആത്മകഥ പുറത്തു വന്നപ്പോൾ അതിനെതിരെ ഉയർന്ന പ്രധാന വിമർശനം അത് ആത്മകഥയല്ല, ചരിത്രവിശകലനമോ പഠനമോ ആണ് എന്നതായിരുന്നു. മാധവിക്കുട്ടിയുടെ 'എന്റെ

കഥ' വന്നപ്പോൾ ഇതെന്ത് ആത്മകഥ എന്നു പറഞ്ഞ് പലരും ബഹളം വെച്ചിരുന്നു. മാധവ് ഗാഡ്ഗിലിന്റെ ആത്മകഥ വായിച്ച് ഇത് പാതിയിലേറെയും പരിസ്ഥിതി പ്രശ്നമാണല്ലോ എന്നു പറഞ്ഞവരുണ്ട്. ഇനി, മുകളിൽ പറഞ്ഞവരുമായി ഒരു തരത്തിലുള്ള താരതമ്യത്തിനും മുതിരാതെ തന്നെ വ്യക്തിപരമായ കാര്യത്തിലേക്കു വരാം. എന്റെ 'ഞാൻ മാത്രമല്ലാത്ത ഞാൻ' വായിച്ച് ഇതിന്റെ അവസാനഭാഗം മുഴുവൻ മനഃശാസ്ത്ര ചർച്ചയാണല്ലോ. ആത്മകഥയിൽ മനഃശാസ്ത്രം എഴുതണോ എന്നു ചോദിച്ചവരുടെ അവസ്ഥയെപ്പറ്റി എനിക്ക് ഒന്നും പറയാനില്ല.

ഗൗരവമുള്ള അനുഭവം ഏതാണ്, ഏതാണ് സില്ലി ആയ അനുഭവം എന്നൊക്കെ ഓരോരുത്തർക്കും സ്വന്തം നിലയ്ക്ക് നിശ്ചയിക്കാം. പക്ഷേ, ആത്മകഥയുടെ ഉള്ളടക്കം ഇന്നതായിരിക്കണം എന്നു ശഠിക്കാൻ ആർക്കും അധികാരമില്ല. ജീവിതത്തിലെ ഏത് നിസ്സാരമായ അനുഭവത്തിലും നമുക്കും മറ്റുള്ളവർക്കും അറിയേണ്ടതായ പലതും ഉണ്ടാവും. കഥയേക്കാൾ കൗതുകവും അത്ഭുതവും ഉണ്ടാക്കുന്ന പലതും സാധാരണ ജീവിതത്തിൽതന്നെ ഉണ്ടാവുകയും ചെയ്യും. ഇക്കാര്യത്തിലൊന്നും അന്തിമമായ തീർപ്പിനുള്ള അധികാരം ആർക്കും ഇല്ല.

അധികാരഭാവത്തിൽ തന്നെ സമീപിക്കുന്ന ആരെയും ഒരു കൃതി അതിന്റെ ഉള്ളിലേക്കു പ്രവേശിക്കാനനുവദിക്കില്ല. നോവൽ, കഥ, കവിത ഇവയെക്കുറിച്ചെല്ലാം ഉറപ്പേറിയ ചില നിശ്ചയങ്ങൾ ഉള്ളിൽ കൊണ്ടു നടക്കുന്നവരുണ്ട്. ആ നിശ്ചയങ്ങൾക്ക് വഴങ്ങാത്ത ഒന്നിനെയും അവർ അംഗീകരിക്കില്ല. വായനക്കാരിൽ ചിലരുടെ ഇത്തരം ശാഠ്യങ്ങൾ കൊണ്ട് സാഹിത്യത്തിന് ഒന്നും സംഭവിക്കില്ല. നഷ്ടം അവർക്കു മാത്രമാണ്.

ചില കാര്യങ്ങളിൽ ഇത്രയും വാശിയുള്ളവർ തന്നെ പൊതുസമ്മതി കൈവരിച്ചു കഴിഞ്ഞ ഒരു കൃതിക്കുമുന്നിൽ വിനീതരായി മാനം പാലിച്ചു നിൽക്കുന്നതും കാണാം. സ്വന്തമായി അഭിപ്രായം രൂപീകരിക്കാനും അത് പറയാനുമുള്ള അധൈര്യത്തെയാണ് ഇത് കാണിക്കുന്നത്.

മറ്റുള്ളവരുടെ തീർപ്പുകൾക്ക് വഴങ്ങിക്കൊടുത്തുകൊണ്ടുള്ള എഴുത്ത് എഴുത്തല്ല. എഴുത്തുകാരൻ/എഴുത്തുകാരി സ്വാതന്ത്ര്യം കൈവിടുന്നതോടെ എഴുത്ത് എഴുത്തല്ലാതായിത്തീരും. ഇക്കാര്യം എഴുത്തുകാർ മാത്രമല്ല, വായനക്കാരും മനസ്സിലാക്കണം. അസ്വാതന്ത്ര്യം മറ്റുള്ളവർ അടിച്ചേൽപ്പിക്കുന്നതായാലും അറിഞ്ഞും അറിയാതെയും സ്വയം കെട്ടിവെക്കുന്നതായാലും വായനക്കാർ അതിൽ നിന്ന് മോചനം നേടുക

തന്നെ വേണം. അത് സാധ്യമാവുന്നില്ലെങ്കിൽ അവരുടെ വായന വെറും അഭ്യാസമായി മാറും.

28

എം.വി.ജനാർദ്ദനന്റെ 'പെരുമലയൻ' ഇതിവൃത്തപുരോഗതിയിൽ ഊന്നുന്നതും അതിന്റെ ഭാഗമായി മാത്രം ചില ആശയങ്ങൾ കടന്നുവരുന്നതുമായ സാധാരണ നോവലുകളെപ്പോലുള്ള (അവയിൽ ഭേദപ്പെട്ടവയും അല്ലാത്തവയും ഉണ്ടാവും) ഒന്നല്ല. ഇതിന്റെ ഓരോ പേജിലും എന്നു തന്നെ പറയാം ഉത്തരകേരളത്തിൽ ഫ്യൂഡൽ കാലഘട്ടത്തിൽ നിലനിന്നിരുന്ന ജനജീവിതത്തിന്റെയും സംസ്കാരത്തിന്റെയും അടരുകളെ അടുത്തറിയുന്നതിനു സഹായിക്കുന്ന ഒരുപാട് വിവരങ്ങളുണ്ട്. പ്രചാരലുപ്തമായിക്കഴിഞ്ഞതും ആ വഴിയിലേക്കു നീങ്ങിക്കൊണ്ടിരിക്കുന്നതുമായ വാക്കുകളുടെ വലിയൊരു ശേഖരം തന്നെയാണ് ഈ നോവൽ എന്നത് അതിന്റെ കൂടെ ചേർത്തു പറയാവുന്ന മറ്റൊരു പ്രത്യേകതയാണ്. ഇതിവൃത്തത്തിൽ ഹൃദയസ്പർശിയായ പല മുഹൂർത്തങ്ങളുണ്ടെന്നതും ഒട്ടും തന്നെ ചെറിയ കാര്യമല്ല.

ഇതിവൃത്തം സ്വാഭാവികമായി സാധ്യമാക്കുമായിരുന്ന പല പരപ്പുകളിലേക്കും ഈ നോവൽ പോകാതിരുന്നിട്ടുണ്ടെന്നത് ഒരു പരിമിതിയായി ചിലർക്കെങ്കിലും അനുഭവപ്പെട്ടേക്കാം. 'നല്ല നോവലാണ്, പക്ഷേ, എഡിറ്റു ചെയ്ത് കുറച്ചൊന്നു ചെറുതാക്കണമായിരുന്നു' എന്ന് ചില സുഹൃത്തുക്കൾ പറഞ്ഞതല്ല മുകളിൽ പറഞ്ഞതാണ് ഈ നോവലിന്റെ പ്രശ്നമായി എനിക്കനുഭവപ്പെട്ടത്. അതിനെത്തന്നെയും അവഗണിക്കാൻ പ്രേരിപ്പിക്കുന്നതാണ് നോവലിന്റെ മൗലികത. ഒരു പൂർവമാതൃകയുമില്ലാത്ത നോവലാണിത്. വിപണിയിലെ വിജയം ലാക്കാക്കി ആഖ്യാനത്തിൽ ഒരു തരത്തിലുള്ള കലർപ്പിനും നോവലിസ്റ്റ് ശ്രമിച്ചിട്ടുമില്ല.

പ്രാദേശിക ചരിത്രവും സംസ്കാരപഠനവും പ്രത്യേക വിഷയങ്ങളായി വളർന്നു വന്നിരിക്കുന്ന ഈ കാലത്ത് സാഹിത്യവിദ്യാർത്ഥികൾക്കും സാധാരണ വായനക്കാർക്കും 'പെരുമലയ'നെ അവഗണിക്കാനാവില്ല. വടക്കൻ കേരളത്തിലുള്ളവർക്ക് വിശേഷിച്ചും. ഏറ്റവും പുതിയ യുവജനങ്ങൾക്കു മാത്രമല്ല സാഹിത്യകൃതികളിൽ നിന്ന് പാരായണസുഖം മാത്രം പ്രതീക്ഷിക്കുന്ന പ്രായമായ വായനക്കാർക്കും ഈ നോവലിന്റെ വായന എളുപ്പമായിരിക്കില്ല എന്ന് മനസ്സിലാക്കിക്കൊണ്ടു തന്നെയാണ് ഞാൻ ഇത്രയും എഴുതിയത്.

29

ജലവും മരണവും ചേർന്ന് കൊത്തിയെടുത്ത കാവ്യജീവിതം എന്ന എം. എ. സിദ്ദീഖിന്റെ കാര്യമാത്രപ്രസക്തമായ ലേഖനത്തിൽ (മാതൃഭൂമി ആഴ്ചപ്പതിപ്പ് 2024 ജനുവരി 14) കുമാരനാശാനും സി. നാരായണപിള്ളയും തമ്മിൽ നടന്ന ഒരു സ്വകാര്യ സംഭാഷണത്തിന്റെ ഒരു ഭാഗം ഉദ്ധരിച്ചിട്ടുണ്ട്. അതിൽ ആശാൻ ഇങ്ങനെ പറയുന്നുണ്ട് "പശു പുല്ല് തിന്നുന്നു. പശുവിൽ നിന്ന് നമുക്ക് ലഭിക്കുന്ന ക്ഷീരത്തിന് പുല്ലിനോട് ബന്ധമില്ലെന്ന് പറയാൻ ആർക്കും സാധ്യമല്ല. പുല്ലിലെ രസതന്ത്രഘടകങ്ങൾ പാലിലും കണ്ടുവെന്ന് വരാം. എന്നാൽ പാലും പുല്ലും ഒന്നാണെന്ന് ആരും വിവക്ഷിക്കയില്ലല്ലോ." ആശാൻ പറഞ്ഞ സംഗതി വളരെ ലളിതമാണ്. നമ്മുടെ സാഹിത്യ നിരൂപകരിൽ പലരും ഈയൊരു സംഗതി മറന്നു പോവുന്നു. അല്ലെങ്കിൽ അവർക്ക് അതിനു കഴിയാതെ പോവുന്നു. പാലെന്നു കരുതി അവർ നൽകുന്നതിൽ പുല്ലേ ഉള്ളൂ. തങ്ങൾ പലേടത്തും മേഞ്ഞുനടന്നു തിന്ന പുല്ല് മാത്രം.

30

ആദർശാത്മക ജീവിതം നയിക്കുന്ന ഒരു കഥാപാത്രത്തേക്കാൾ വായനക്കാർക്ക് കൂടുതൽ അടുപ്പം തോന്നാം തീർത്തും മാനുഷികമായ പല ദൗർബല്യങ്ങളോടും കൂടി ജീവിക്കുന്ന ഒരു കഥാപാത്രത്തോട്. ജീവിതത്തോടു കൂടുതൽ ചേർന്ന് നിൽക്കുന്നത് അത്തരമൊരു കഥാപാത്രമായിരിക്കുമെന്നതു തന്നെ കാരണം. എന്നാൽ സാഹചര്യങ്ങളുടെ നിർബന്ധം കൊണ്ടല്ലാതെ അതിയായ കാമാസക്തി, ദുര, അധികാരപ്രമത്തത, മറ്റെല്ലാ ജീവിതങ്ങളും തന്റെ ആനന്ദത്തിനു വേണ്ടിയാണ് നിലകൊള്ളുന്നത് എന്ന ധാർഷ്ട്യം ഇവയിൽ ചിലതോ ഇവയിൽ എല്ലാം തന്നെയോ ഉൾച്ചേർന്നിരിക്കുന്ന വ്യക്തിത്വത്തോടു കൂടിയ ഒരാളുടെ ജീവിതത്തെ അനുകരണീയമായ മാതൃക എന്ന നിലക്കോ കൊതിപ്പിക്കുന്ന ആഘോഷമെന്ന നിലക്കോ മറ്റെല്ലാ വൈരുധ്യങ്ങളെയും മായ്ച്ചു കളഞ്ഞ് അവതരിപ്പിക്കുന്നത് തെറ്റാണ്. ഈ പറഞ്ഞതിന്റെ അർഥം സമൂഹം നിശ്ചയിച്ചു വെച്ച എല്ലാ വിലക്കുകളെയും മാമൂലുകളെയും അംഗീകരിച്ചു കൊണ്ടു ജീവിച്ചിരിക്കുന്നവർ മാത്രമേ കഥകളിലും നോവലുകളിലും കഥാപാത്രങ്ങളായി വരാൻ പാടുള്ളൂ എന്നല്ല. മനുഷ്യ ജീവിതത്തിൽ ഒരുപാട് സങ്കീർണ്ണതകളുണ്ട്. അവയെ അവഗണിച്ചു കൊണ്ടുള്ള എഴുത്ത് ജീവിതത്തെ വളരെ ലാഘവത്തോടെ സമീപിക്കണമെന്നേ പഠിപ്പിക്കുകയുള്ളൂ. സംശയമില്ല, അത് താഴ്ന്ന പടിയിലുള്ള എഴുത്താണ്.

31

“സ്നേഹമില്ലാത്തിടത്ത് പിന്നെ എന്തു ഭംഗി?” ഇന്ദ്രൻസിന്റെ ആത്മകഥ (ഇന്ദ്രധനുസ്സ്) യിൽ ഇതേ വരെ വായിച്ച അധ്യായങ്ങളിൽ കണ്ട ഏറ്റവും മനോഹരമായ വാക്യം ഇതാണ്. ഒരു ഭൂവിഭാഗത്തോട് നമുക്കു തോന്നുന്ന ഇഷ്ടം അവിടെ പ്രകൃതി ഒരുക്കിവെച്ചിരിക്കുന്ന ഭംഗികളെ ആശ്രയിച്ചല്ല യഥാർത്ഥത്തിൽ നിലകൊള്ളുന്നത്. വല്ലപ്പോഴും ഒരുല്ലാസയാത്രയ്ക്ക് പോകുന്നതിന്റെ കാര്യമല്ല പറയുന്നത്. അതിന് കണ്ണിന് ഇമ്പം നൽകുന്ന കുറച്ചു സംഗതികളും നല്ല കാറ്റും വെളിച്ചവും കടുത്ത വെയിൽച്ചൂടോ വലിയ തണുപ്പോ ഇല്ലാത്ത അന്തരീക്ഷസ്ഥിതിയും ഉണ്ടായാൽ മാത്രം മതി. അതിൽക്കവിഞ്ഞുള്ള അടുപ്പത്തിലേക്ക് എത്തിച്ചേരണമെങ്കിൽ നമ്മോട് നല്ല ഇഷ്ടമുള്ള, നമുക്കും നല്ല ഇഷ്ടമുള്ള, ഒന്നോ അതിൽക്കൂടുതലോ ആളുകൾ അവിടെ ഉണ്ടായിരിക്കണം. ഇത് അനുഭവത്തിലൂടെ ആർക്കും ബോധ്യപ്പെടുന്ന കാര്യമാണ്.

മുകളിൽ ഉദ്ധരിച്ചതുപോലുള്ള ഒരു വാക്യം മതി ഒരു കൃതിക്ക് നാം മനസ്സിൽ പ്രത്യേകമായ ഇടം നൽകാൻ. എന്തൊക്കെ മേന്മകളുണ്ടെന്ന് ആളുകൾ വാദിച്ചു കൂട്ടിയാലും, ബലം പിടിച്ചുണ്ടാക്കുന്ന വാക്യങ്ങൾക്ക് നമ്മുടെ അനുഭവ സത്യങ്ങളെ സ്പർശിക്കാനാവില്ല.

32

‘സ്വഭാവ’ (Own - being) എന്ന പരികല്പനയുടെ നിഷേധം ബൗദ്ധ ദർശനത്തിലെ അടിസ്ഥാനപ്രമാണങ്ങളിലൊന്നാണ്. അത് അനാത്മ വാദത്തിലേക്കും ശൂന്യതാവാദത്തിലേക്കുമെല്ലാം എത്തിച്ചേരുന്നുണ്ട്. പക്ഷേ, എല്ലാ യാഥാർത്ഥ്യങ്ങളും പരസ്പരം ബന്ധപ്പെട്ടിരിക്കുന്നവയാണ്, ഒന്നും തനിച്ചു നിൽക്കുന്നില്ല, എല്ലാം അനിത്യമാണ് എന്നൊക്കെയുള്ള പ്രാഥമികമായ അർത്ഥം തന്നെ വളരെ പ്രധാനപ്പെട്ടതാണ്.

സാഹിത്യകൃതികളുടെ കാര്യത്തിലേക്കു വന്നാൽ ഒരു കൃതിയുടെ അർത്ഥം വികസിക്കുന്നതും പൂർണമാകുന്നതും മറ്റനേകം കൃതികളുമായുള്ള, ആശയങ്ങളുമായുള്ള, ഒരു ചരിത്രഘട്ടത്തിന്റെ വലിയ ഉത്കണ്ഠകളും ധർമസങ്കടങ്ങളും അഭിലാഷങ്ങളുമായുള്ള, വായനക്കാരുടെ ഭൗതികവും ആത്മീയവുമായ അനുഭവങ്ങളുമായുള്ള, അവരുടെ സഞ്ചിതജ്ഞാനവുമായുള്ള ബന്ധത്തിലൂടെയാണ്. അതല്ലാതെ കൃതിക്ക് മാത്രമായി ഒരു സഹജാസ്തിത്വം (Inherent or Innate Existence) ഇല്ല. ഇത് എല്ലാവർക്കും മനസ്സിലാക്കാനാവുന്ന കാര്യമാണ്.ഇതിനെ വലിച്ചു നീട്ടി

The Death of the Author എന്ന സിദ്ധാന്തം അവതരിപ്പിക്കുന്നതും എഴുതുന്നയാളല്ല വായിക്കുന്നയാളാണ് കൃതിക്ക് അർത്ഥമുണ്ടാക്കുന്നത്, തെറ്റായ വായന എന്ന ഒന്നില്ല, എല്ലാ വായനകളും ശരിയായ വായനകളാണ് എന്നുമൊക്കെ വാദിക്കുന്നതും ചെറിയ ചെറിയ ബൗദ്ധിക വ്യായാമങ്ങൾ മാത്രമാണ്.

33

വരേണ്യമനോഭാവം മലയാള സാഹിത്യത്തിൽ ഇപ്പോഴും വലിയൊരു പ്രശ്നം തന്നെയാണ്. ഇന്നിപ്പോൾ അത് ജാതിയെ മാത്രം അടിസ്ഥാനമാക്കി പറയാവുന്ന കാര്യമല്ല. നിശിതമായ സാമൂഹ്യാവബോധം പ്രകടിപ്പിക്കുന്ന ഒരു കൃതിയായാലും അതിന്റെ അർത്ഥവും ഫലവും വിവരിക്കുമ്പോൾ സാമൂഹ്യയാഥാർത്ഥ്യങ്ങളുമായി ബന്ധപ്പെടുത്തരുത് എന്ന നിർബന്ധം എല്ലാ ജാതിമത വിഭാഗങ്ങളിലുംപ്പെട്ട പല എഴുത്തുകാരിലും കാണാറുണ്ട്. അങ്ങനെ ചെയ്താൽ കൃതിയുടെ മൂല്യത്തിന് ഇടിവ് സംഭവിക്കുമെന്നതാണ് അവരുടെ നിലപാട്.

ഈ മനോഭാവവും നിലപാടും നവകൊളോണിയലിസത്തിന്റെ ബൗദ്ധിക കേന്ദ്രങ്ങൾ സാഹിത്യബോധനത്തിൽ സ്വീകരിക്കേണ്ടുന്നതായി ആഗോളതലത്തിൽതന്നെ പ്രചരിപ്പിച്ചു വരുന്ന നിലപാടുമായി ഒത്തുപോകുന്നതാണ്. ചരിത്രവസ്തുതകളുമായോ നിലവിലുള്ള സാമൂഹ്യയാഥാർത്ഥ്യങ്ങളുമായോ ബന്ധപ്പെടുത്തി വിശദീകരണവും വ്യാഖ്യാനവും സാധ്യമാവുന്ന ഉള്ളടക്കം കൃതിയിൽ കാണാതിരിക്കാൻ വിദ്യാർത്ഥികളെ പരിശീലിപ്പിക്കണം, കൃതിയിലെ വാക്കുകൾക്കും പ്രയോഗങ്ങൾക്കും അപ്പുറം ശ്രദ്ധ പോവാതിരിക്കാൻ അവരെ ശീലിപ്പിക്കുന്നതായിരിക്കണം സാഹിത്യാധ്യാപനത്തിന്റെ രീതിശാസ്ത്രം. സാഹിത്യം പഠിക്കുന്നത് മുഖ്യമായും linguistic skills വർധിപ്പിക്കുന്നതിനായിരിക്കണം. ഈ നൈപുണി കൈവന്നു കഴിഞ്ഞാൽ ആർക്കും കവിതയെഴുതാം, കഥയെഴുതാം, അഞ്ചാറുപേർ കൂടിയിരുന്നാൽ ഒരു നോവലുമെഴുതാം. സാഹിത്യമെന്നത് ഒരു നിർമിതി മാത്രമാണ്. ഇക്കാര്യം ചെറിയ ക്ലാസുകൾ തൊട്ടേ വിദ്യാർത്ഥികളുടെ ഉള്ളിൽ ഉറപ്പിക്കണം.

ഉയർന്ന ക്ലാസുകളിലായാലും, പഠനം ലക്ഷ്യമാക്കുന്ന ഫലപ്രാപ്തിയിൽ ഒരു സാഹിത്യകൃതിയിൽ സാമൂഹ്യയാഥാർത്ഥ്യങ്ങൾ എങ്ങനെ ഉൾച്ചേർന്നിരിക്കുന്നു (ചിലപ്പോൾ അത് വളരെ പ്രച്ഛന്നമായിരിക്കാം, കൃതിയുടെ അഗാധതലത്തിൽ നിന്നു കണ്ടെടുക്കാൻ കഴിയുന്നവ

മാത്രമായിരിക്കാം), കൃതിയിലൂടെ സാധ്യമാവുന്ന സാമൂഹ്യവിമർശത്തിന്റെ സ്വഭാവത്തിൽ എന്തൊക്കെ വൈവിധ്യങ്ങളുണ്ടാവാം, കൃതി നമ്മിലുണ്ടാക്കുന്ന പ്രതികരണത്തിൽ എന്തൊക്കെ ഉൾച്ചേർന്നിരിക്കാം, ഉള്ളടക്കത്തിൽ രാഷ്ട്രീയം ഇടം പിടിക്കാതിരിക്കുന്ന കൃതിയും ഒരു രാഷ്ട്രീയം മുന്നോട്ടു വെക്കുന്നുണ്ടോ, ഉണ്ടെങ്കിൽ അതിന്റെ സ്വഭാവമെന്താണ്, അനുഭവങ്ങളെ കൂടുതൽ ആഴത്തിലും പരപ്പിലും സ്വീകരിക്കാൻ സാഹിത്യം എങ്ങനെയാണ് നമ്മെ സന്നദ്ധരാക്കിത്തീർക്കുന്നത് എന്നീ കാര്യങ്ങൾ മനസ്സിലാക്കുക എന്നതുമാത്രം വന്നു പോകരുത്. ബോധത്തെ സമതലത്തിൽ മാത്രം തളച്ചിടുക, ആഴങ്ങളും ഉയരങ്ങളും അതിന് അന്യമാക്കുക, ജ്ഞാനത്തെയും കൗതുകത്തിന്റെ തലത്തിനപ്പുറത്തേക്കു കൊണ്ടുപോവാതിരിക്കുക. പുതിയ നിലപാടിന്റെ കാതലിൽ ഇത്രയുമൊക്കെയാണുള്ളത്. അതുകൊണ്ട് നമ്മുടെ നാട്ടിലെ നവ ശുദ്ധകലാവാദികൾക്ക് ഈ നിലപാടുമായി സംഘർഷത്തിലേർപ്പെടേണ്ടിവരില്ല.

ഇത്രയുമൊക്കെ സാഹിത്യവിരുദ്ധമായ സംഗതികൾ സാഹിത്യബോധനത്തിന്റെ സ്വഭാവം നിർണയിക്കുമ്പോഴും പുതിയ തലമുറയിലെ എഴുത്തുകാരിൽ നിന്നു ചിലപ്പോഴൊക്കെ മികച്ച രചനകളും വല്ലപ്പോഴുമാണെങ്കിലും മികച്ച നിരൂപണങ്ങളും ഉണ്ടാവുന്നതെങ്ങനെയാണ്, എന്ന ചോദ്യം സ്വാഭാവികമായും ഉണ്ടാവും. അതിനുള്ള ഉത്തരം ഇതാണ്: ഒരാളുടെ ആവിഷ്കാരത്വര യഥാർത്ഥവും കലർപ്പറ്റതുമാണെങ്കിൽ അത് പഠിപ്പിക്കപ്പെട്ടതിന്റെ നാലതിരുകൾക്കുള്ളിൽ സുഖിച്ചു കഴിയുന്ന ഒന്നായിരിക്കില്ല. അത് പുതിയ ഭൂമിയും പുതിയ ആകാശവും തേടിക്കൊണ്ടേയിരിക്കും.

34

I bear the wounds of all the battles I avoided. പോർത്തുഗീസ് കവി ഫെർനാണ്ടോ പെസ്സോവിന്റെ ഈ വാക്യം 'ഞാൻ ഒഴിഞ്ഞുനിന്ന എല്ലാ യുദ്ധങ്ങളുടെയും മുറിവുകൾ ഞാൻ സഹിക്കുന്നു/വഹിക്കുന്നു' എന്നു വിവർത്തനം ചെയ്യാം. പക്ഷേ, കുറച്ചു കൂടി ഇണങ്ങുന്ന പരിഭാഷ 'ഞാൻ ഒഴിഞ്ഞുനിന്ന എല്ലാ യുദ്ധങ്ങളുടെയും മുറിവുകളാണ് ഞാൻ' എന്നായിരിക്കും.

ലോകം ഒരുപാട് കുഴപ്പം പിടിച്ച ഇടമാണ്. ഒരു സംഗതി തിന്മയാണെന്നറിഞ്ഞുകൊണ്ടു തന്നെ ഭയം കാരണം അതിനെതിരെ ഒന്നും മിണ്ടാതെ ഇരിക്കേണ്ടി വരും സാധാരണ മനുഷ്യർക്കെല്ലാം. ഈ മൗനം ഒരു തിന്മയാണെന്നു ഞാൻ കരുതുന്നില്ല. തിന്മയുടെ പക്ഷം

ചേർന്ന നിന്ന് ന്യായീകരണത്തിനു ശ്രമിക്കുമ്പോഴേ അതും തിന്മയായിത്തീരുകയുള്ളൂ.

ഒരു യുദ്ധത്തിൽ നിന്ന് ഒഴിഞ്ഞു നിൽക്കുമ്പോഴും ആ യുദ്ധത്തിന്റെ മുഴുവൻ അനുഭവവും മനസ്സുകൊണ്ടറിയുന്നവരായി ചിലരുണ്ടാവും. എല്ലാ മുറിവുകളും ഏറ്റു വാങ്ങുന്നവർ. അങ്ങനെയുള്ളവരുടെ വേദനയാണ് അവിസ്മരണീയമായ പല സാഹിത്യ കൃതികൾക്കും ജന്മം നൽകിയിട്ടുള്ളത്.

35

തെയ്യംപഠനത്തിൽ സ്വന്തമായൊരു വഴി വെട്ടിത്തുറന്ന വി.കെ. അനിൽകുമാറിന്റെ, കേരള ഫോക് ലോർ അക്കാദമി പുരസ്കാരം നൽകി ആദരിച്ച 'മുന്നൂറ്റി ഒന്നാമത്തെ രാമായണം' എന്ന മികച്ച പുസ്തകം ഇതിനകം ഏറെ ജനശ്രദ്ധ നേടിക്കഴിഞ്ഞ ഒന്നാണ്. ഡോ.രാജേഷ് കോമത്ത് ഈ പുസ്തകത്തിന് എഴുതിയിരിക്കുന്ന പ്രവേശിക (ബാലിരാമായണ പ്രവേശിക)യിൽ അനിൽകുമാറിന്റെ പഠനത്തിന്റെ മൗലികത ഇങ്ങനെ ചൂണ്ടിക്കാണിച്ചിട്ടുണ്ട്: "തെയ്യഗവേഷണത്തിന്റെ അംഗീകരിക്കപ്പെട്ട വഴക്കങ്ങൾ ഒരു നിലയിലും ഈ ഗ്രന്ഥം അനുസരിക്കുന്നില്ല. ഇത് ജീവിതത്തെക്കുറിച്ചുള്ള പറച്ചിലല്ല ജീവിതം തന്നെയാണ് സംസാരിക്കുന്നത്. പാരമ്പര്യപഠനത്തിന്റെ പൊതുവിൽ കാണാറുള്ള പ്രവണത ഈ പഠനത്തിൽ ഇല്ല. ഒന്നുകിൽ നേരത്തേ തിരഞ്ഞെടുത്ത ഒരു സൈദ്ധാന്തിക പരിസരം, അല്ലെങ്കിൽ മറ്റു പഠനങ്ങളിൽ നിന്നു സ്വീകരിച്ച ചില സങ്കൽപനങ്ങൾ എങ്ങനെയാണ് തെയ്യത്തിന്റെ സാംസ്കാരികവും അനുഷ്ഠാനപരവുമായ പരിസരത്ത് നടപ്പാവുന്നത് എന്ന രീതിയാണ് തുടരാറുള്ളത്. തീർത്തും വൈദേശികവും തെയ്യപരിസരവുമായി യാതൊരു ബന്ധവുമില്ലാത്ത സാമൂഹ്യശാസ്ത്രസങ്കല്പനങ്ങളെയും സിദ്ധാന്തങ്ങളെയും പരിശോധിക്കാനുള്ള ഉരകല്ലായി മാത്രമാണ് ഇത്തരക്കാർ തെയ്യത്തെ കാണുന്നത്."

തെയ്യത്തെക്കുറിച്ചുള്ള പഠനത്തിന്റെ കാര്യത്തിൽ മാത്രമല്ല സാഹിത്യപഠനത്തിന്റെ കാര്യത്തിലും വളരെ പ്രസക്തമായൊരു നിരീക്ഷണമാണിത്. ഇക്കാര്യം ചിലരൊക്കെ മുമ്പേ ചൂണ്ടിക്കാണിച്ചിട്ടുള്ളതുമാണ്. ഞാൻ തന്നെ ഈ പ്രശ്നത്തെക്കുറിച്ച് പലവട്ടം എഴുതിയിട്ടുമുണ്ട്. ഒരു സൈദ്ധാന്തിക പരിസരം ആദ്യമേ ഒരുക്കിവെച്ച് അതുമായി ഒട്ടും ഇണങ്ങാത്ത ഒരു കൃതിയെ അതിലേക്കു വലിച്ചുടുപ്പിക്കുക, തങ്ങൾ പഠിച്ച ചില സിദ്ധാന്തങ്ങളും പരികല്പനകളും പരിശോധിക്കാനുള്ള

ഉരകല്ലായി കൃതിയെ ഉപയോഗിക്കുക ഇതു തന്നെയാണ് പല സാഹിത്യനിരൂപകരും ചെയ്തു വരുന്നത്. വിദേശ രാജ്യങ്ങളിൽ രൂപപ്പെട്ട സിദ്ധാന്തങ്ങളെ പാടേ അകറ്റി നിർത്തിക്കൊണ്ടായിരിക്കണം നമ്മുടെ സാഹിത്യ പഠനവും നിരൂപണവും എന്നല്ല പറഞ്ഞു വരുന്നത്. അങ്ങനെ ചെയ്യേണ്ട ഒരാവശ്യവുമില്ല, ലോകത്തിന്റെ എല്ലാ ഭാഗങ്ങളിലുമുള്ള ജനസമൂഹങ്ങൾ പല തലങ്ങളിൽ നിരന്തരം ബന്ധപ്പെട്ടു കൊണ്ടിരിക്കുന്ന ഒരു കാലത്ത് അത് സാധ്യവുമല്ല. പക്ഷേ, മറ്റൊരു ദേശത്ത്, മറ്റൊരു സാംസ്കാരിക പരിസരത്ത്, മറ്റൊരു ജനതയുടെ ദാർശനിക പാരമ്പര്യത്തിന്റെ തുടർച്ചയായി രൂപം കൊണ്ട സിദ്ധാന്തങ്ങൾ നമ്മുടെ അനുഷ്ഠാന കലാരൂപങ്ങളെയും സാംസ്കാരിക സവിശേഷതകളെയും സാഹിത്യകൃതികളെയും വിശകലനം ചെയ്യാൻ ഉപയോഗിക്കുന്നത് നല്ല കരുതലോടെ, വിവേചന ശേഷിയോടെ ആയിരിക്കണം. അല്ലാത്ത പക്ഷം, അത്തരം പഠനങ്ങൾ അനാവശ്യമായ സൈദ്ധാന്തിക ഭാരം ചുമക്കുന്നതായേ വായനക്കാർക്ക് അനുഭവപ്പെടൂ.

36

അനുഭവങ്ങളിലൂടെ കടന്നുപോവുമ്പോൾ അവയുടെ നാനാവശങ്ങളെക്കുറിച്ചും ആലോചിച്ച് മൂല്യനിർണയനം നടത്താൻ നമുക്കാർക്കും സാധാരണഗതിയിൽ സാധ്യമാവാറില്ല. മിക്കവാറും നാം അനുഭവത്തിന്റെ ഇരകൾ മാത്രമാവുകയാണ് പതിവ്. ഒരനുഭവത്തെ,അനുഭവസാധ്യതയെ അല്പം അകന്നുമാറി നിന്നു നിരീക്ഷിക്കാൻ കഴിഞ്ഞിരുന്നെങ്കിൽ, അതിന്റെ അടിസ്ഥാനത്തിൽ അതിനോടുള്ള പ്രതികരണം സാധ്യമായിരുന്നെങ്കിൽ ജീവിതം കുറേക്കൂടി സ്വച്ഛത കൈവരിക്കുമായിരുന്നുവെന്ന് പിന്നീട് തോന്നിയേക്കാം. അത്രയേ ഉള്ളൂ.

പുതിയ ഏതനുഭവത്തെയും അറിവിനെയും നാം സ്വീകരിക്കുന്നത് നേരത്തേ മറ്റൊരനുഭവത്തെ,അറിവിനെ, അടിസ്ഥാനമാക്കി സ്വരൂപിച്ചു വെച്ചിരിക്കുന്ന ധാരണകളുടെ മൂശയിൽത്തന്നെയായിരിക്കും. കുട്ടികൾ ഇങ്ങനെയാണ് ചെയ്യുക എന്നാണ് പറയാറുള്ളത്. മുതിർന്നവരുടെ കാര്യവും അടിസ്ഥാനപരമായി അതിൽ നിന്നു വ്യത്യസ്തമല്ല എന്നതാണ് വാസ്തവം.

കുമാരനാശാന്റെ 'കുട്ടിയും തള്ളയും' എന്ന കവിത ഓർമയിലെത്തുമ്പോഴെല്ലാം ഇതുമായി ബന്ധപ്പെട്ട പലതും ആലോചിച്ചു പോവാറുണ്ട്.

വല്ലിയിൽ നിന്നു പറന്നു പോവുന്നതു പൂക്കളാണെന്നു കരുതുന്ന കുട്ടിക്ക് അവ പൂമ്പാറ്റകളാണെന്നു മനസ്സിലാക്കിക്കൊടുക്കുകയും

പൂമ്പാറ്റകളോടു കൂടിക്കളിക്കാൻ,അവയോടൊപ്പം പറക്കാൻ തനിക്കു ചിറകുകളില്ല എന്നു കുട്ടി തുടർന്നു സങ്കടപ്പെടുമ്പോൾ ആകാത്ത തിങ്ങനെ എണ്ണീ ചുമ്മാ മാഴ്കരുത്, നീ പിച്ച നടന്നു കളിക്കുമ്പോൾ ഈ പിച്ചകത്തിന് നടക്കാനാവുന്നില്ലല്ലോ എന്ന് ഓർമിപ്പിക്കുകയും ചെയ്യുന്ന, നാമിങ്ങറിയുവതല്പം എല്ലാം ദൈവസങ്കല്പമാണ് എന്നു കൂടി പറഞ്ഞ് പൂർത്തിയാക്കുന്ന അമ്മയെപ്പോലെ എല്ലാ കാര്യങ്ങളും സ്വയം ബോധ്യപ്പെടുത്താനും ഓർമിപ്പിക്കാനും കഴിഞ്ഞിരുന്നെങ്കിൽ നമുക്കോരുത്തർക്കും കൂടുതൽ നല്ല മനുഷ്യരാവാമായിരുന്നു. ജീവിതം പക്ഷേ,എത്രയോ വിഷമം പിടിച്ചതും സങ്കീർണവുമായ സംഗതിയാണ്. ഒരാളുടെ ദൈനംദിനാനുഭവങ്ങളെ, മനോഭാവത്തെ,കർമ മണ്ഡലത്തെ ഒക്കെ രൂപപ്പെടുത്തുന്നത് അയാൾ/അവൾ തനിച്ചല്ല. വലിയൊര ളവോളം ചുറ്റുപാടുകളും നേരത്തെ രൂപപ്പെട്ടു കഴിഞ്ഞ ആന്തരിക പ്രകൃതവും ചേർന്നാണ് അത് ചെയ്യുന്നത്. കാര്യങ്ങൾ ഇങ്ങനെയൊ ക്കെയാണെങ്കിലും ‘കുട്ടിയും തള്ളയും’ പോലുള്ള ഒരു കവിത ചെറുപ്രാ യത്തിൽതന്നെ അതിന്റെ ഉള്ളറിഞ്ഞു പഠിക്കാൻ പറ്റുമെങ്കിൽ എക്കാ ലത്തും നല്ലതു തന്നെ. നമ്മുടെ ഉള്ളിൽത്തന്നെ ഒരുപദേഷ്ടാവിനെയും വഴികാട്ടിയെയുമൊക്കെ സൃഷ്ടിക്കാൻ കഴിയുക എന്നത് വലിയൊരു കാര്യമാണ്. ഏത് പ്രതികൂല സാഹചര്യത്തിലും അവർ ഉണർന്നുനിന്ന് നമ്മെ സഹായിക്കും.

ഒരു കുഞ്ഞുകവിതയുടെ വള്ളിയിൽ നിന്ന് ഇത്രയുമൊക്കെ വിചാര ങ്ങൾ പറന്നുപൊങ്ങിയത് തീർച്ചയായും ആ കവിതയുടെ ഗുണം കൊണ്ടു തന്നെയാണ്. ആശാനെ മഹാകവിയാക്കിയത് അദ്ദേഹത്തിന്റെ വിഖ്യാ തമായ ഖണ്ഡകാവ്യങ്ങൾ മാത്രമല്ല ഇങ്ങനെയുള്ള കുട്ടിക്കവിതകൾ കൂടിയാണ്. അത്രയും ഭംഗിയും അർത്ഥഗരിമയുമുള്ള കുട്ടിക്കവിതകളെ ഴുതാൻ ഒരു സാധാരണകവിക്ക് കഴിയില്ല.

37

ഒരേ സമയം ജീവിതവും മരണവുമായുള്ള അഭിമുഖമാണ് എഴുത്ത് എന്നു പലപ്പോഴും തോന്നിയിട്ടുണ്ട്. ഇതിനോടു സമാനമായ അനേകമ നേകം വിചാരങ്ങൾ ഒഴുകിയൊഴുകി വരുന്ന ഒരു പുസ്തകമാണ് Clarice Lispector ൻറെ A Breath of Life എന്ന നോവൽ. ഉക്രെയിനിൽ ജനിച്ച് പിന്നീട് ബ്രസീലിലെത്തിയ എഴുത്തുകാരിയാണ് ക്ലാരീസി ലിസ്പെക്ടർ. ഫെർനാണ്ടോ പെസോവിനോട് സാദൃശ്യം പുലർത്തുന്ന

വേറെ ഏതൊക്കെ എഴുത്തുകാരുണ്ട് എന്ന അന്വേഷണമാണ് എന്നെ ഇവരിലെത്തിച്ചത്. ഫെർനാണ്ടോ പെസോവിന്റെ The Book of Disquiet ലെ അത്രയും കാവ്യാത്മകമല്ല ഇവരുടെ എഴുത്ത്. യുക്തിപൂർവകമായ ചിന്തയോടുള്ള കടുത്ത അകൽച്ച പ്രകടമാക്കുന്നവയും വളരെ വിചിത്രവും സ്ഫോടനാത്മകവുമായിരിക്കെത്തന്നെ പ്രസാദവും മാനുഷികതയുടെ സൗന്ദര്യവും പ്രസരിപ്പിക്കുന്നവയാണ് ഫെർനാണ്ടോ പെസ്സോവിന്റെ എഴുത്ത്. ക്ലാരീസി ലിസ്പെക്ടറുടേത് അങ്ങനെയല്ല അത് പലപ്പോഴും വല്ലാതെ കനം തൂങ്ങുന്നതും ഇരുണ്ടതും കുഴക്കുന്നതുമാണ്. എങ്കിലും The Book of Disquiet നെപ്പറ്റി തോന്നിയ കാര്യം തന്നെ ഈ എഴുത്തുകാരിയുടെ A Breath of Life വായിച്ചപ്പോഴും തോന്നി: പ്രാഥമികമായും എഴുത്തുകാരെ അഭിസംബോധന ചെയ്യുന്നതാണ് ഈ എഴുത്ത്. സ്വന്തം ജീവശ്വാസം അവരിലേക്ക് പകരുന്നതുപോലുള്ള പ്രവൃത്തി എന്നു തന്നെ പറയാം.

ക്ലാരീസി ലിസ്പെക്ടറുടെ മരണാനന്തരമാണ് ഈ നോവൽ പ്രസിദ്ധീകൃതമായത്. The Book of Disquiet ഉം ഗ്രന്ഥകാരന്റെ മരണത്തിനുശേഷമാണ് പുറത്തുവന്നത്. രണ്ടും പോർത്തുഗീസ് ഭാഷയിലാണ് എഴുതപ്പെട്ടത്.

എഴുത്തിന്റെയും ജീവിതത്തിന്റെയും പല ആഴങ്ങളെക്കുറിച്ചുള്ള അന്വേഷണമാണ് A Breath of Life. ഇതിവൃത്തമല്ല എഴുത്തിനെയും മനുഷ്യാസ്തിത്വത്തെയും കുറിച്ച് ഇതിൽ അവതരിപ്പിക്കപ്പെട്ടിരിക്കുന്ന ആശയങ്ങളാണ് ഈ കൃതിയുടെ അസ്തിത്വത്തിന്റെ ആധാരം. എഴുത്ത് എന്ന പ്രവൃത്തി താൻ ജീവനോടെ ഇരുന്നതിന്റെ അനിവാര്യമായ ഫലം മാത്രമാണെന്നാണ് ഇതിലെ എഴുത്തുകാരൻ പറയുന്നത്. അങ്ങനെയൊരു പ്രഖ്യാപനവും വായനക്കാരിലെത്തുന്നത് എഴുത്തുകാരിയുടെ മരണത്തിനു ശേഷമാണ്. അത് അങ്ങനെയാണ് സംഭവിക്കുക എന്ന മുന്നറിവും നോവലിലുണ്ട്. എന്റെ ഭാവി നിങ്ങളെ സംബന്ധിച്ചിടത്തോളം മരിച്ചു പോയ ഒരാളുടെ ഭൂതകാലം മാത്രമായിരിക്കും എന്നു തന്നെ കഥാപാത്രമായ എഴുത്തുകാരൻ പറയുന്നുണ്ട്. ജീവിതത്തെ മരണത്തിന്റെയും മരണാനന്തരവും തുടരുന്ന ജീവിതത്തിന്റെയും തൊട്ടരികെ നിർത്തിയാണ് ഈ നോവൽ എഴുതപ്പെട്ടിരിക്കുന്നത്.

എഴുത്തുകാരനും തന്റെ Angela Pralini എന്ന കഥാപാത്രവുമായി നടക്കുന്ന ദീർഘ സംഭാഷണങ്ങളുടെ രൂപമാണ് ഈ നോവലിനുള്ളത്. ആ സംഭാഷണങ്ങൾ എഴുത്ത് എന്ന പ്രക്രിയയെയും മനുഷ്യാസ്തിത്വത്തെയും കുറിച്ചുള്ള നാനാവിചാരങ്ങളായി പടരുന്നു. എളുപ്പത്തിൽ

സാധിക്കുന്നതും ആഹ്ലാദകരവുമായ വായന ആഗ്രഹിക്കുന്നവർ ഈ പുസ്തകം കയ്യിലെടുക്കാതിരിക്കുന്നതാവും നല്ലത്. ജീവിതം പോലെ എഴുത്തും എത്രമേൽ ബഹുമുഖവും വൈരുധ്യപൂർണവും ഏതൊക്കെ ആഴങ്ങളിലേക്കും അകലങ്ങളിലേക്കും ചെല്ലുന്നതാണെന്നും ഓർമിപ്പിക്കുന്ന ഇത്തരത്തിലുള്ള എഴുത്ത് കേവല വിധേയത്വത്തോടെയല്ലാതെ വേണം വായിക്കാൻ. ഓർമകളുടെയും ആലോചനകളുടെയും പല അടരുകളെ സ്പർശിക്കുന്നതും കടുത്ത ആത്മവിചാരണകളിലേക്കു നയിക്കുന്നതുമായ ഈ കൃതിയുടെ നില്പ് നമ്മുടെ അനേകം പൂർവധാരണകളുടെ വിപരീതധ്രുവത്തിലാണ്.

മനസ്സിലൂടെ പലപ്പോഴും കടന്നുപോയിരിക്കാവുന്നവയും ജീവിതപ്രേരകമല്ലെന്ന കാരണത്താൽ അപ്പപ്പോൾ സെൻസർ ചെയ്തു കളഞ്ഞിരിക്കാവുന്നതുമായ വിചാരങ്ങളെ മുഖാമുഖം കാണുമ്പോഴുള്ള ത്രസിപ്പിക്കുന്ന അനുഭവം ചിലർക്കെങ്കിലും ഈ പുസ്തകം നൽകിയേക്കും. അസ്തിത്വവാദവും മിസ്റ്റിസിസവും ഒരു പ്രത്യേക ചിന്താപദ്ധതിയിലും ഒതുങ്ങാത്ത വിചാരങ്ങളുടെ കുത്തൊഴുക്കും കൂടിക്കലരുന്ന ഈ പുസ്തകം The Book of Disquiet പോലെത്തന്നെ പിന്നെയും പിന്നെയും വായിക്കാം. അവസാനിക്കാത്തതാണ് ഈ പുസ്തകം എന്ന വിചാരം അവതരിപ്പിച്ചുകൊണ്ടു തന്നെ അവസാനിക്കുന്ന ഒരു പുസ്തകമാണിത്.

38

വൃത്തത്തിൽ കവിതയെഴുതിയാണ് ഞാൻ തുടങ്ങിയത്. അനുഷ്ടുപ്പ്, കേക, കാകളി എന്നീ വൃത്തങ്ങളാണ് അന്ന് ഉപയോഗിച്ചിരുന്നത്. പിന്നെപ്പിന്നെ വൃത്തത്തിലുള്ള എഴുത്ത് മടുത്തുതുടങ്ങി. അതോടെ കവിത എന്ന രൂപത്തിൽ നിന്നു തന്നെ അകന്നു. അത് നന്നായോ മോശമായോ എന്നൊന്നും അറിയില്ല. ചിലപ്പോൾ നന്നായെന്നും ചിലപ്പോൾ മറിച്ചും തോന്നും. ഇപ്പോൾ ഈ രൂപത്തോട് എനിക്ക് പ്രത്യേകമായ ആഭിമുഖ്യമൊന്നുമില്ല. എങ്കിലും ചിലപ്പോൾ കവിതയ്ക്കു മാത്രം ഇണങ്ങുന്നതെന്നു തോന്നുന്ന ഒരു വിചാരമോ തോന്നലോ അല്ലെങ്കിൽ ബിംബമോ മനസ്സിൽ രൂപപ്പെടാറുണ്ട്. കൂടെ ചില വരികളും വന്നുചേരും. അപ്പോൾ കവിത എന്ന് എനിക്ക് ഉറച്ച ബോധ്യമുള്ള സംഗതി ഞാൻ എഴുതാറുണ്ട്. മറ്റുള്ളവർ അതിനെ കവിതയായി പരിഗണിക്കുന്നുണ്ടോ എന്നത് എന്റെ പരിഗണനയിൽ വരുന്ന കാര്യമല്ല. കവിത വരുന്നത് ചിലപ്പോഴൊക്കെ നല്ല ഈണത്തിൽത്തന്നെയായിരിക്കും. കൃത്യമായ വൃത്തവും ഉണ്ടാവും. പക്ഷേ, ഈ രൂപത്തിലായാൽ എന്റെ കാലത്തെ ജീവിതാനുഭവങ്ങളെയും ഇക്കാലത്ത് പ്രസക്തമാവുന്ന

വിചാരങ്ങളെയുമൊന്നും ആവിഷ്കരിക്കാൻ പറ്റില്ല എന്ന ശക്തമായ തോന്നൽ പുറകെത്തന്നെയെത്തും. ഒരു പക്ഷേ, എന്റെ ഇപ്പോഴത്തെ ആന്തരിക പ്രകൃതവുമായി ഒത്തുപോകില്ലെന്ന തിരിച്ചറിവിൽ നിന്നാകാം അത് രൂപപ്പെടുന്നത്. എന്തായാലും, അങ്ങനെയുള്ള വരികളുടെ പിന്നാലെ അധികദൂരം ഞാൻ പോവാറില്ല.

'ഓർമയിൽ സൂക്ഷിക്കാൻ പറ്റുന്ന രൂപമല്ല പുതിയകാല കവിതകൾക്കുള്ളത്, അത് കാര്യമായൊരു പോരായ്മയാണ്' എന്ന് പലരും പറയാറുണ്ട്. അവരുടെ അഭിപ്രായത്തോട് കടുത്ത വിയോജിപ്പൊന്നും തോന്നാറില്ല. പക്ഷേ ഹൃദിസ്ഥമാക്കാൻ പാകത്തിലുള്ള വരികൾ ഉള്ളിൽ രൂപപ്പെടുമ്പോൾ എനിക്കു തന്നെ അവയെ ഇഷ്ടപ്പെടാനാവുന്നുമില്ല. ഈ വൈരുധ്യത്തെ ഒരു വാസ്തവമായി അംഗീകരിച്ച് അവിടെ വിടുകയാണ് പതിവ്. അന്തമില്ലാത്ത ആലോചനകളിലേക്കു നീങ്ങേണ്ടുന്ന സംഗതിയാണ് അതെന്നു തോന്നാറില്ല.

39

വിശ്വവിഖ്യാതനായ ഗൂഗി വാ തിയോംഗോ (Ngũgĩ wa Thiong'o)യുടെ Wizard of the Crow എന്ന നോവൽ ആറേഴ് വർഷം മുമ്പേ ഞാൻ ആവേശത്തോടെ വായിച്ചു തുടങ്ങിയതായിരുന്നു. നോവലിന്റെ പാതി കഴിയും വരെ ആ ആവേശം അങ്ങനെതന്നെ നിലനിന്നു. പിന്നെ അത് തീരെ മങ്ങിപ്പോയി. സമകാല ജീവിതത്തെ, പ്രത്യേകിച്ചും അധിനിവേശ രാഷ്ട്രീയത്തെ ഒരു ആധുനിക നാടോടിക്കഥ എന്ന പോലെ അവതരിപ്പിച്ചിരിക്കുന്ന നോവലാണിത്. അതിനു വേണ്ടി നോവലിസ്റ്റ് Aburiria എന്ന ഒരു രാജ്യം തന്നെ സൃഷ്ടിക്കുന്നു. പല ഭാഗങ്ങളിലെയും രാഷ്ട്രീയ പരിഹാസം വളരെ ശക്തമാണ്. പക്ഷേ, അത് ഒരു പരിധിക്കപ്പുറം പിടിച്ചു നിർത്താനാവുന്നില്ല. അന്യാപദേശം (Allegory)എന്ന സങ്കേതം ഉപയോഗിച്ചുള്ള എഴുത്തിന് ഈയൊരു പ്രശ്നമുണ്ട്. ഒരു ഘട്ടം കഴിഞ്ഞാൽ വായനക്കാർ പിന്നെ അഭിമുഖീകരിക്കുന്നത് എഴുത്തിനെയായിരിക്കില്ല അതിലെ തന്ത്രത്തെയായിരിക്കും. അതോടെ കൃതി നൽകേണ്ടുന്ന അനുഭവം നിർവീര്യമായിപ്പോവും. കഥയോ നോവലോ അല്പം വലുതാണെങ്കിൽ വിശേഷിച്ചും

40

മഹാത്മാഗാന്ധി വൈരുധ്യങ്ങളുടെ കുമ്പാരമായിരുന്നുവെന്ന്

സ്ഥാപിക്കാൻ ബുദ്ധിമുട്ടൊന്നുമില്ല. പക്ഷേ,നമുക്ക് എളുപ്പത്തിൽ ചൂണ്ടിക്കാട്ടാനാവുന്ന വൈരുധ്യങ്ങൾക്കപ്പുറത്തു തന്നെയാണ് ഗാന്ധിജിയുടെ നില്പ്. ഗാന്ധിജി ആരാണെന്ന ചോദ്യത്തിന് ഏതാനും വർഷങ്ങൾക്കു മുമ്പ് വളരെ അവിചാരിതമായി ഏറ്റവും ശരിയായൊരുത്തരം എനിക്കു കിട്ടി. അത് എനിക്ക് നല്ല പരിചയമുള്ള ഒരു ചെറുനഗരത്തിലെ ഒരു തട്ടുകടക്കാരനിൽ നിന്നായിരുന്നു. അദ്ദേഹത്തിന്റെ കട ആളുകൾ അധികമൊന്നും വന്നെത്താത്ത ഒരു കോണിലായിരുന്നു. കടയിൽ ഐറ്റംസും കുറവ്. അതുകൊണ്ട് ആ കച്ചവടത്തിൽ നിന്ന് കാര്യമായ ലാഭമൊന്നും കിട്ടാനിടയില്ല. അദ്ദേഹം അത് പ്രതീക്ഷിക്കുന്നതായും തോന്നിയില്ല. പല രാജ്യങ്ങളിൽ പല ജോലികളും ചെയ്തു ജീവിച്ചയാളാണ് ഈ തട്ടുകടക്കാരൻ. ഒരു സന്ധ്യയ്ക്ക് ഒരു ചുക്കുകാപ്പി ആറ്റിയാറ്റിക്കുടിക്കുന്നതിനിടയിൽ ഞാൻ ചോദിച്ചു: "ഒരുപാട് രാജ്യങ്ങളിലെ ജനങ്ങളെ അറിയാമല്ലോ. ഏത് രാജ്യത്തെ ജനങ്ങളാണ് നിങ്ങളോട് ഏറ്റവും നന്നായി പെരുമാറിയത്?"

"അത് സൗത്ത് ആഫ്രിക്കയിലെ ജനങ്ങളാണ്. അവരുടെ സ്നേഹം വേറെത്തന്നെയാണ്" ഒട്ടും താമസമില്ലാതെ അദ്ദേഹത്തിൽ നിന്നു മറുപടി വന്നു.

"എന്താ അതിനു കാരണം?"

"ഞാൻ മഹാത്മാഗാന്ധിയുടെ നാട്ടുകാരനല്ലേ. എന്നോട് അവർക്ക് മോശമായി പെരുമാറാനാവുമോ?"

ഇതിലും ശരിയായ ഒരുത്തരം വേറെ എവിടെ നിന്ന് കിട്ടാനാണ്.

7/2/24

41

എന്റെ ഇഷ്ട എഴുത്തുകാരിലൊരാളാണ് ഇറ്റാലിയൻ എഴുത്തുകാരനായ ഇറ്റാലോ കാൽവിനോ. കാൽവിനൊ തന്റെ ഒരു ലേഖന സമാഹാരത്തിന് Collection of Sand എന്നാണ് പേര് നൽകിയിരിക്കുന്നത്. സമാഹാരത്തിലെ ആദ്യലേഖനത്തിന്റെ പേരും ഇതു തന്നെ. പാരീസിൽ നടന്ന വിചിത്രശേഖരങ്ങളുടെ ഒരു എക്സിബിഷനിൽ താൻ കണ്ട ഒരു പ്രദർശനവസ്തുവിനെക്കുറിച്ചുള്ളതാണ് ലേഖനം. ഒരു സ്ത്രീയാണ് തന്റെ അസാധാരണ സമ്പാദ്യവുമായി എക്സിബിഷന് എത്തിയത്. പല നാടുകളിലെ പല നദീതടങ്ങളിൽ നിന്നും കടൽത്തീരങ്ങളിൽ നിന്നും മരുഭൂമികളിൽ നിന്നും മറ്റുമായി താൻ ശേഖരിച്ച മണൽ സൂക്ഷിച്ചുവെച്ച ജാറുകളായിരുന്നു അവ. പ്രദർശനത്തിലെ ഏറ്റവും പകിട്ടു കുറഞ്ഞതും അതേ സമയം ഗ്രഹിക്കാനും വിശദീകരിക്കാനും

ഏറ്റവും വിഷമകരവുമായ ഇനം അതായിരുന്നുവെന്ന് കാൽവിനോ പറയുന്നുണ്ട്.

സ്ത്രീ കൊണ്ടുവന്ന ജാറുകളിലെ നാനാവർണങ്ങളിലുള്ള മണ്ണിനെക്കുറിച്ചും അത് ജീവിതത്തെക്കുറിച്ച് എന്ത് ഓർമിപ്പിക്കുന്നു എന്നതിനെക്കുറിച്ചും ശേഖരണത്തിനു പിന്നിൽ പ്രവർത്തിച്ച ചേതോവികാരത്തെക്കുറിച്ചുമെല്ലാം അദ്ദേഹത്തിനു മാത്രം സാധ്യമാവുന്ന ഹ്രസ്വമെങ്കിലും ഉജ്ജ്വലമായ വിവരണത്തിനിടയിൽ വരുന്ന ഒരു കാര്യം സർഗവൃത്തിയുടെ സ്വഭാവത്തെക്കുറിച്ചുള്ള കൃത്യമായൊരു സൂചനയായിത്തീരുന്നുണ്ട്.

ഈ കുഞ്ഞു മണൽക്കൂനകളിൽ ചിലതിന് അതിന്റെ യഥാർത്ഥ സ്രോതസ്സിൽ നിന്നുമാറി ഈ സ്ത്രീയുടെ കയ്യിലെ ജാറിൽ കുറച്ചു നാൾ കഴിഞ്ഞതോടെ നിറം മാറ്റം സംഭവിച്ചിട്ടുണ്ട്. ഉദാഹരണത്തിന് മെക്സിക്കോവിൽ നിന്നു ശേഖരിച്ച അഗ്നിപർവതത്തിൽ നിന്നുള്ള ലാവ കലർന്ന മണ്ണ് ഒരു പുകക്കുഴലിൽ നിന്നു ചുരണ്ടിയെടുത്ത സാധനം പോലെയായി മാറി. ഇതു കണ്ടുനിൽക്കെ താൻ ഇത്രയും കാലം ചേർത്തുവെച്ച മണലിലേക്ക്, താൻ എഴുതിവെച്ച വാക്കുകളുടെ മണലിലേക്ക് കാൽവിനോവിന്റെ മനസ്സ് പോവുന്നു. അവയും അവയുടെ ആദിസ്രോതസ്സിൽ നിന്ന് അകലെയാണ്. എങ്കിലും ഈ സ്ത്രീയുടെ മണൽശേഖരത്തിലെ മണലുകളിലെന്നപോലെ അവയിലും ലോകത്തിന്റെ, അനേകം ജീവിതങ്ങളുടെ, ആധാരവും മാതൃകയും ദൃശ്യമാവും.

കാൽവിനോ പറഞ്ഞത് വലിയൊരു സംഗതിയാണ്. ഒരു സാഹിത്യകൃതിയിലെത്തുമ്പോൾ അതിൽ ആവിഷ്കൃതമായിരിക്കുന്ന ജീവിതത്തിന് മാറ്റങ്ങൾ പലതു വരും; ചിലപ്പോൾ വലിയ തോതിൽത്തന്നെ. എങ്കിലും അത് കൃതിക്ക് ആധാരമായ ജീവിതത്തിന്റെ അന്തഃസത്തയിലേക്ക് വായനക്കാരെ കൊണ്ടുപോവുക തന്നെ ചെയ്യും.

42

കാരമസോവ് സഹോദരന്മാർ കഥാപ്രസംഗമായി അവതരിപ്പിക്കപ്പെട്ട നാടാണ് കേരളം. ലോകത്തിൽ മറ്റൊരിടത്തും ഇങ്ങനെയൊന്നു സംഭവിച്ചിരിക്കാൻ സാധ്യതയില്ല. അനേകം ദാർശനികമാനങ്ങളുള്ള മഹോന്നതമായ ഒരു സാഹിത്യസൃഷ്ടി ഏറ്റവും സാധാരണക്കാരായ ആളുകൾ ഒരു കഥയെന്ന നിലയ്ക്ക് താൽപര്യപൂർവം കേട്ടിരിക്കുന്ന അവസ്ഥ സൃഷ്ടിക്കുക ഒട്ടും എളുപ്പമല്ല. സാംബശിവനാണ് ആ അത്ഭുതകൃത്യം ചെയ്തത്. സാഹിത്യപരിചയം മാത്രമല്ല സാക്ഷരതപോലും ഇല്ലാത്തവരായിരുന്നു അദ്ദേഹത്തിന്റെ ശ്രോതാക്കളിൽ നന്നേ ചെറുതല്ലാത്ത ഒരു വിഭാഗം എന്ന കാര്യം കൂടി ഓർമിക്കുമ്പോൾ ആ അത്ഭുതത്തിന്റെ വലിപ്പം ഒന്നുകൂടി വ്യക്തമാവും.

എഴുത്തുകാരോ സാഹിത്യാധ്യാപകരോ അല്ലാത്ത, സാമൂഹ്യമാധ്യമങ്ങളിൽ പ്രത്യക്ഷപ്പെടുന്നതിൽ പറയത്തക്ക താൽപര്യമില്ലാത്ത, വിശേഷിച്ച് ഒന്നും ഭാവിക്കാത്ത, ഏതാനും ചിലർ ഡോസ്റ്റോയെവ്സ്കിയുടെ മികച്ച വായനക്കാരായി സമകാല കേരളത്തിലും ഉണ്ട്. ഈ എഴുത്തുകാരന്റെ പേര് പറഞ്ഞാൽ മതി അവർ വികാരാധീനരാവും. കാരമസോവ് സഹോദരന്മാർ, ഭൂതാവിഷ്ടർ, നിന്ദിതരും പീഡിതരും, കുറ്റവും ശിക്ഷയും എന്നീ നോവലുകളിലെയും ഡോസ്റ്റോയെവ്സ്കിയുടെ ചില ചെറുകഥകളിലെയും പല സന്ദർഭങ്ങളും സംഭാഷണങ്ങളും അവരുടെ നാവിൻതുമ്പത്തുണ്ട്. വായനയിലൂടെ കൈവന്ന അനന്യമായ ആത്മഹർഷമല്ലാതെ മറ്റൊന്നുമല്ല അവരെ ഈ വിശ്വസാഹിത്യകാരനുമായി അടുപ്പിച്ചു നിർത്തുന്നത്. എളുപ്പത്തിൽ വ്യാഖ്യാനിക്കാനാവാത്തതാണ് ഈ ആത്മബന്ധം. സഹൃദയത്വത്തിന് ജാതി, മതം, ദേശം എന്നിവ മാത്രമല്ല ഭാഷപോലും അതിർവരമ്പുകൾ തീർക്കുന്നില്ല. ഏത് രാജ്യത്തെ ഏത് ഭാഷയിൽ എഴുതപ്പെട്ടതായാലും മഹത്തായ ഒരു സാഹിത്യസൃഷ്ടിക്ക് അല്പം വൈകിയെങ്കിലും ലോകത്തിന്റെ നാനാഭാഗങ്ങളിൽ അതിനെ കാത്തിരിക്കുന്ന വായനക്കാരെ കണ്ടെത്താനാവും

43

പ്രായമാവുമ്പോൾ നാം കൂടുതൽ സത്യസന്ധരാവുന്നു എന്ന വാക്യം കൊണ്ടാണ് റഷ്യൻ കവി യെവ്ജനി യെവ്തുഷെങ്കോ തന്റെ Zima Junction എന്ന കവിത ആരംഭിക്കുന്നത്. കവി പറയുന്നത് ബഹുഭൂരിപക്ഷം പേരെ സംബന്ധിച്ചിടത്തോളവും ശരിയായിരിക്കുമെന്നു തന്നെ ഞാൻ കരുതുന്നു. വൃദ്ധജനങ്ങൾക്ക് സ്വാർത്ഥത്തിന്റെ ആവശ്യമില്ല. സ്വാർത്ഥം ഉണ്ടായാലും അതുകൊണ്ട് പ്രയോജനമില്ലെന്ന് അവർ മനസ്സിലാക്കും. പിന്നെ, കൂടുതൽ സത്യസന്ധരാവുക എന്നതാണ് അവർക്ക് ആകാൻ പറ്റുന്ന കാര്യം. അതുകൊണ്ടു മാത്രമല്ല, ജീവിതം കുറേയധികം പരുഷസത്യങ്ങൾ പഠിപ്പിച്ചു കഴിഞ്ഞതുകൊണ്ടും അവർ സ്വാഭാവികമായിത്തന്നെ കൂടുതൽ സത്യസന്ധരാവും.

ഇനി മറ്റൊരു വാക്യത്തിലേക്കു വരാം. അസത്യത്തിനു മാപ്പു കൊടുക്കാത്ത അസൂയാഭരിതയായ കാമുകിയാണ് കവിത. ഇത് യെവ്തുഷങ്കോയുടെ ആത്മകഥയിലേതാണെന്നാണ് എന്റെ ഓർമ. കവിതയ്ക്ക് (സാഹിത്യത്തിന്) ഇങ്ങനെയൊരു സ്വഭാവമുണ്ട്. കള്ളത്തരത്തിന് അവിടെ ഇടംകിട്ടില്ല. ഇടംകിട്ടിയാലും അധികകാലം അവിടെ പിടിച്ചു നിൽക്കാനാവില്ല. ഉള്ളടക്കം ആവശ്യപ്പെടുന്നതിനനുസരിച്ച്

ഒരെഴുത്തുകാരന്/എഴുത്തുകാരിക്ക് ഏത് സങ്കേതവും സ്വീകരിക്കാം. ഏത് ആഖ്യാനതന്ത്രവും ഉപയോഗിക്കാം. പക്ഷേ, കള്ളത്തരം ഏതു വഴിക്ക് വന്നുചേരുന്നതിനെയും എഴുത്ത് വെച്ചുപൊറുപ്പിക്കില്ല. എല്ലാ അഭ്യാസങ്ങളും എല്ലാ വ്യാജത്തരങ്ങളും ഇവിടെ അല്പായുസ്സായിരിക്കും.

44

'മാസത്തിലൊരിക്കലെങ്കിലും വിഡ്ഢി എന്ന് സ്വയം വിളിക്കാൻ കഴിയുന്ന ആളാണ് ഏറ്റവും ബുദ്ധിമാനായ ആൾ എന്നാണ് എന്റെ അഭിപ്രായം.' ഡോസ്റ്റോയെവ്സ്കിയുടെ ബോബോക്ക് എന്ന കഥയിലെ കഥാപാത്രം പറയുന്നുണ്ട്. മാസത്തിൽ നാലഞ്ച് തവണയെങ്കിലും സ്വയം വിഡ്ഢി എന്ന് വിളിക്കാറുള്ള ആളാണ് ഞാൻ. ഡോസ്റ്റോയെവ്സ്കിയുടെ കണക്കനുസരിച്ച് ഞാൻ സാമാന്യം നല്ല ബുദ്ധിയുള്ള ആളാണെന്നർത്ഥം.' ഹേയ്, അങ്ങനെയല്ല, നിങ്ങൾ വിഡ്ഢി തന്നെയാണ് 'എന്ന് പറയുന്നവരോട് ഞാൻ തർക്കത്തിന് പോവില്ല. അവർക്ക് അവരുടെ ധാരണയുമായി വലിയ ആത്മവിശ്വാസത്തോടെ ഗമയിൽ മുന്നോട്ടുപോകാം. ഞാൻ ബുദ്ധിമാനായി തുടരുകയും ചെയ്യും.

45

നമ്മിൽ മാനസികമായ ഒരടയാളപ്പെടുത്തൽ, അത് താൽക്കാലികമോ ദീർഘകാലം നിലനിൽക്കുന്നതോ ആകാം, ഉണ്ടാക്കുന്ന കാഴ്ച, ഗന്ധം, ശബ്ദം, രുചി, വേദന, സുഖം, സംഭവം ഇവയൊക്കെ നമ്മുടെ അനുഭവമാണ്. വായനയിലൂടെയും അല്ലാതെയും നാം സ്വരൂപിക്കുന്ന നാനാതരം അറിവുകളും അനുഭവങ്ങളിൽ ഉൾപ്പെടും. ഇവക്കു പുറമെ അന്യരിൽ നിന്നുണ്ടാവുന്ന പ്രശംസയും, നിന്ദയും അവഗണനയും പീഡനവുമെല്ലാം അനുഭവങ്ങളാണ്. ഇവയെല്ലാം ചേർന്നതാണ് നമ്മുടെ അനുഭവലോകം. ഇവക്കുമേൽ നമ്മുടെ ചിന്തയുടെ ശരിയാംവണ്ണമുള്ള ഇടപെടൽ സംഭവിക്കുമ്പോഴാണ് അനുഭവം പൂർത്തിയാവുന്നത്.

അനുഭവങ്ങളുടെ കാര്യത്തിൽ നമ്മുടെ കാലം വളരെ സമ്പന്നമാണ്, അമ്പതു വർഷം മുമ്പ് ജീവിച്ചിരുന്ന ഒരാൾക്കുണ്ടായ അനുഭവങ്ങളുടെ നൂറു മടങ്ങ് അനുഭവങ്ങളിലൂടെയാണ് ഇക്കാലത്തെ ഒരു മലയാളി കടന്നു പോകുന്നത് എന്ന് നാം സാധാരണ പറയാറുണ്ട്. പക്ഷേ, അതോടൊപ്പം തന്നെ, അനുഭവ ദാരിദ്ര്യം നമ്മുടെ കാലത്തെ വലിയൊരു പ്രശ്നമായി പലരും തിരിച്ചറിയുന്നുമുണ്ട്.

"അനുഭവം അപ്രാപ്യമായിരിക്കുന്നുവെന്ന് ഏറ്റുപറഞ്ഞുകൊണ്ടു

മാത്രമേ അനുഭവത്തിന്റെ പ്രശ്നത്തെ ഇക്കാലത്ത് നമുക്കു സമീപിക്കാനാവൂ" എന്നതാണ് ജോർജിയോ അഗംബന്റെ Infacy and History : The Destruction of Experience എന്ന പുസ്തകത്തിലെ ആമുഖം കഴിഞ്ഞുള്ള ആദ്യവാക്യം. അഗംബന് ഇങ്ങനെ പറയേണ്ടി വന്നത് എന്തുകൊണ്ടാണ്? ഒരനുഭവത്തിനും അതിനെ ഗ്രഹിക്കാനുള്ള സമയം അനുവദിച്ചുകൊടുക്കാൻ നമുക്ക് കഴിയുന്നില്ല, അല്ലെങ്കിൽ നാം താല്പര്യപ്പെടുന്നില്ല എന്ന വസ്തുതയാണ് ഇത്തരം നിരീക്ഷണങ്ങളുടെ മുഖ്യപ്രഭവകേന്ദ്രമായിത്തീരുന്നത്.

അനുഭവങ്ങളിൽ നിന്ന് നാം അകന്നു പോകുന്നതും ഒരനുഭവത്തിന്റെ രേഖപ്പെടുത്തൽ നമ്മിൽ സംഭവിക്കാതെ പോവുന്നതും പല സാഹചര്യങ്ങളിലാണ്.

ചിലപ്പോൾ അനുഭവത്തിന്റെ ഉപരിതലം കൊണ്ട് നാം തൃപ്തിപ്പെടും. അതിനപ്പുറം പോകുന്നത് നമ്മിൽ നിന്ന് മാനസികാധ്വാനം ആവശ്യപ്പെടുന്നതുകൊണ്ടാണ് നാം അതിന് ശ്രമിക്കാത്തത്. ഏതനുഭവത്തെയും ഉള്ളിൽ സ്വരൂപിച്ചുവെച്ച ഒരേയൊരു മൂശയിലേ സ്വീകരിക്കൂ എന്ന നിർബന്ധ ബുദ്ധിയും അനുഭവത്തെ അന്തഃസത്ത നമുക്കന്യമാക്കും.

അനുഭവങ്ങൾ നമ്മെ ശാരീരികമായി ബാധിക്കുമെന്നോ നമ്മിൽ കടുത്ത മാനസികാഘാതങ്ങൾ ഉണ്ടാക്കുമെന്നോ വന്നാൽ പലപ്പോഴും നാം അതിൽ നിന്ന് വഴിമാറിപ്പോവും. ചിലപ്പോൾ അനുഭവത്തെ സ്വീകരിക്കുന്നതായി ഭാവിച്ചും അത് പ്രദർശിപ്പിച്ചും നാം തൃപ്തിയടയും. വായനയിലും കാഴ്ചയിലുമെല്ലാം ഈയൊരു പ്രശ്നമുണ്ട്. ഒരു പുസ്തകം താൻ വായിച്ചിരിക്കുന്നുവെന്ന് അറിയിക്കാൻ മാത്രമായി വായിക്കുക, ഒരു ചലച്ചിത്രം താൻ കണ്ടിരിക്കുന്നു, ആസ്വദിച്ചിരിക്കുന്നു എന്നറിയിക്കാൻ മാത്രമായി അതേക്കുറിച്ച് എഴുതുക, വാക് സാമർത്ഥ്യം പ്രദർശിപ്പിക്കാൻ മാത്രമായി സംഭാഷണത്തിലേർപ്പെടുകയോ പ്രസംഗിക്കുകയോ ചെയ്യുക അപ്പോഴെല്ലാം ഭാഗികമായെങ്കിലും നാം അനുഭവത്തിൽ നിന്ന് അകന്നുപോവുകയാണ്, അല്ലെങ്കിൽ നമ്മുടെ അനുഭവം ആധികാരികമല്ലാതാവുകയാണ് ചെയ്യുന്നത്.

ഒരു പുസ്തകത്തിന്റെ വായന ശരിയായി നടക്കണമെങ്കിൽ വായിക്കുന്നയാൾ തന്റെ ബുദ്ധിയും ഭാവനയും അതിനുമേൽ പ്രയോഗിക്കണം. ആ ഒരു ശീലത്തിൽ നിന്ന് ചെറുപ്രായം മുതലേ അകന്നു പോവുന്നതുകൊണ്ടാണ് പുതുതലമുറയിലെ വായനക്കാർ ഗൗരവമുള്ള ഒരു പുസ്തകത്തിന്റെയും വായനയ്ക്കു മുതിരാത്തത്. എത്രയൊക്കെ വായിച്ചു കൂട്ടിയാലും, പ്രായമെത്രയായാലും, ഒരു സാഹിത്യകൃതിയുടെ ആസ്വാദനം

സാധ്യമാക്കാനുള്ള വിനയവും സാവകാശവും നൂതന ഭാവുകത്വവും സാഹിത്യ ചരിത്രബോധവും കയ്യിലില്ലെങ്കിലും, ഒരാൾക്ക് കൃതിയിലേ ക്കുള്ള പ്രവേശം സാധ്യമാവില്ല. നിരൂപണമെഴുതുന്നവരിൽ പലർക്കും മൗലികതയുടെ ആർജ്ജവത്തോടെ ഒന്നും വിനിമയം ചെയ്യാനാവാതെ പോവുന്നത് ഇതുകൊണ്ടു തന്നെ.

46

'നെഞ്ചാളും വിനയമൊടെന്നി പൗരുഷത്താൽ
നിഞ്ചാരുദ്യുതി കണികാണ്മതില്ലൊരാളും'

കുമാരനാശാന്റെ 'കാവ്യകല അഥവാ ഏഴാമിന്ദ്രിയം' എന്ന കവിതയിലെ ഈ വരികൾ എപ്പോഴെങ്കിലുമൊക്കെയായി ചിലരുടെ യെങ്കിലും ഓർമയിൽ വരുന്നുണ്ടാവും.

ഒരു സാഹിത്യകൃതിയെ സമീപിക്കുമ്പോൾ ആദ്യം കൈവിടേണ്ടത് അഹന്തയാണ്. ഒരു കൃതിയുടെയും സാധ്യതകൾ, (വായനക്കാർക്ക് അത് നൽകാൻ സാധ്യതയുള്ള അനുഭവങ്ങളും ഉൾക്കാഴ്ചകളും) നിങ്ങ ൾക്ക് നേരത്തേ നിശ്ചയിച്ചു വെക്കാനാവില്ല. എന്തും എനിക്ക് മനസ്സി ലാക്കാനാവും, ഇവരൊക്കെ എന്തെഴുതാനാണ്, ഓ, ഇത് ഇത്രയേ ഉണ്ടാവൂ എന്നിങ്ങനെയുള്ള മുൻധാരണകളോടെ ഒരു കൃതിയും കയ്യി ലെടുക്കരുത്. നല്ല സാഹിത്യപരിചയമുള്ളവർക്ക് ഏതാനും പേജുകൾ പിന്നിടുമ്പോൾത്തന്നെ കൃതിയുടെ സ്വഭാവം ഇന്നതാണെന്നു ബോധ്യ പ്പെടും. പുതുതായി ഈ കൃതി തനിക്ക് ഒന്നും തരാൻ പോവുന്നില്ലെന്ന് ഉറപ്പായിക്കഴിയുന്ന ഘട്ടത്തിൽ അവർക്ക് അതിന്റെ വായനയിൽ നിന്നു പിന്മാറാം.

ഏതു ഗണത്തിൽപ്പെടുന്ന ഒരു സാഹിത്യകൃതി വായിക്കുമ്പോഴും അതിന്റെ ആഖ്യാനത്തിന്റെ പ്രത്യേകതകളിലേക്ക് നമ്മുടെ ശ്രദ്ധ പോവാം. അത് സ്വാഭാവികമാണ്. എന്നാൽ ഇയാൾ കൃതിയുടെ വിജയത്തിനു വേണ്ടി ഏത് തന്ത്രമാണു പ്രയോഗിച്ചിരിക്കുന്നതെന്ന് എന്നറിയാനുള്ള വായന വായനയല്ല. ലോകത്തിലെ സമസ്തവും ചില സൂത്രപ്പണികളുടെ ഉല്പന്നങ്ങൾ മാത്രമാണെന്ന തെറ്റിദ്ധാരണയാണ് അതിനു പിന്നിൽ പ്രവർത്തിക്കുന്നത്. ആ തെറ്റിദ്ധാരണയ്ക്കു കീഴ്പ്പെടു ന്നതോടെ നിങ്ങൾ വായനക്കാരൻ/വായനക്കാരി അല്ലാതാവും.

'ചോദ്യം ചെയ്യുവിനെല്ലാറ്റിനെയും ചോദ്യം ചെയ്യുവിൻ' എന്നു പഠിപ്പിക്കപ്പെട്ടവരാണ് രണ്ടു തലമുറകളിലെയെങ്കിലും മലയാളികൾ.

ആ പാഠം ശരിയാണ്. ഒരു ശരി പക്ഷേ എല്ലാ സന്ദർഭങ്ങളിലും ശരിയാവില്ല. അക്ഷരാർത്ഥത്തിലെടുത്താണ് അതു പ്രയോഗിക്കുന്നതെങ്കിൽ ഒരിക്കലും ശരിയാവില്ല. 'കവി ഏതു കോണിൽ നിന്നാണ് ഈ യാഥാർത്ഥ്യത്തെ നിരീക്ഷിച്ചത്?' എന്നുള്ള ചോദ്യത്തിന് 'അയാൾക്ക് സൗകര്യമുള്ള കോണിൽ നിന്ന്, അല്ലാതെ പിന്നെ ആരെങ്കിലും നിരീക്ഷിക്കാൻ ശ്രമിക്കുമോ' എന്നോ 'നിരൂപകന്റെ ഈ അഭിപ്രായത്തോടു നിങ്ങൾക്ക് യോജിക്കാനാവുമോ?' എന്ന ചോദ്യത്തിന് 'അയാളോട് യോജിക്കുകയോ വിയോജിക്കുകയോ എന്റെ പണിയല്ലല്ലോ' എന്നോ ഉത്തരമെഴുതി വെക്കുന്ന വിദ്യാർത്ഥി ഒന്നിനെയും ചോദ്യം ചെയ്യുന്നില്ല. അവൻ/അവൾ സ്വന്തം വിവരക്കേടിനെ ആഘോഷമാക്കി മാറ്റുക മാത്രമാണ് ചെയ്യുന്നത്. വായനക്കാരൻ/വായനക്കാരി എന്ന് അവകാശപ്പെടുന്നവരുടെ കൂട്ടത്തിൽത്തന്നെ ഈ വിദ്യാർത്ഥിയുടെ മനോഭാവമുള്ള ചിലരെയും കാണാറുണ്ട്. അത്തരക്കാരുടെ എണ്ണം കൂടി വരുന്നുണ്ടോ എന്ന സംശയം തോന്നാറുമുണ്ട്. ഈ പറഞ്ഞ വിഭാഗത്തിൽപ്പെട്ട വായനക്കാരും യഥാർത്ഥത്തിൽ ഒന്നും വായിക്കുന്നില്ല.

47

ജിയോളജി പഠിച്ചിട്ടില്ലാത്ത പി.കുഞ്ഞിരാമൻ നായർ ഭൂവിജ്ഞാനീയപരമായ ചില വസ്തുതകൾ തന്റെ ഒരു കവിതയിൽ അതിമനോഹരമായി അവതരിപ്പിച്ചിരിക്കുന്ന വരികൾ കഴിഞ്ഞ ദിവസം ഒരു ഫോൺ സംഭാഷണത്തിനിടയിൽ കവി ദിവാകരൻ വിഷ്ണുമംഗലം ചൊല്ലിക്കേൾപ്പിച്ചു. 'ഇതെങ്ങനെ സാധിച്ചു'വെന്ന് ദിവാകരൻ അത്ഭുതപ്പെടുകയും ചെയ്തു. ദിവാകരനു കൂടി നന്നായി അറിയാവുന്ന ഒരു വാസ്തവമുണ്ട്. സാഹിത്യത്തിലും മറ്റു ചില കലകളിലും ഇതൊരത്ഭുതമല്ല. സാധാരണഗതിയിൽ ആരും ഓർത്തെടുക്കാത്ത, അനാദി എന്നു പറയാവുന്നിടത്തോളം പഴക്കമുള്ള, വാസ്തവങ്ങൾ ചില എഴുത്തുകാർ ഏറ്റവും സാധാരണമായ ഒരറിവെന്ന പോലെ അവതരിപ്പിക്കാറുണ്ട്. ഈ അറിവ് അത്ഭുതകരമായ അന്തർജ്ഞാനത്തിന്റെ ഫലമാണെന്നോ കലക്ടീവ് അൺകോൺഷ്യസ്സിന്റെ ആഴങ്ങളിൽ നിന്ന് വിവരാണീതതമായ ചില പ്രേരണകളാൽ ബോധമനസ്സിന്റെ ഉപരിതലത്തിലേക്കു കയറി വരുന്നതാണെന്നോ പറയാം. കേവല യുക്തിവാദികൾ ഇതുകേട്ട് ക്ഷോഭിക്കേണ്ട കാര്യമില്ല. മതപരമായ ചില വിശ്വാസങ്ങളുടെയും ആചാരങ്ങളുടെയും അശാസ്ത്രീയത വെളിവാക്കുന്നതു പോലെ അനായാസമായി ഇതിനെ അവർക്ക് എതിരിടാനാവില്ല.

പകരം, ആവശ്യമായിത്തോന്നുന്നെങ്കിൽ, ഇതിന്റെ ശാസ്ത്രീയാടിത്തറ എന്താണെന്നു വ്യക്തമാക്കാൻ ശ്രമിക്കുന്നതാണ് അവർക്കു നല്ലത്.

അളവിലും തരത്തിലുമൊക്കെ വ്യത്യാസമുണ്ടെങ്കിലും സോഫോക്ലിസ്, ഷെയ്ക്സ്പിയർ, മഹാകവി കുമാരനാശാൻ, ഡോസ്റ്റോയെവ്സ്കി, ടോൾസ്റ്റോയ്, ഗൊഗൾ, ചെഖോവ്, ബഷീർ, ഒ.വി.വിജയൻ എന്നിവരുടെയൊക്കെ എഴുത്തിൽ നമ്മെ അത്ഭുതപ്പെടുത്തുന്ന ചില വെളിപ്പെടലുകളുണ്ട്. ഷെയ്ക്സ്പിയറിലും ഡോസ്റ്റോയെവ്സ്കിയിലും ആശാനിലും അത്തരം സന്ദർഭങ്ങൾ വളരെ കൂടുതലാണ്. അവർ ജീവിച്ച രാജ്യങ്ങളും അവർ അടുത്തു പരിചയിച്ച ദർശനങ്ങളും തമ്മിലുള്ള അന്തരം അവിടങ്ങളിലൊക്കെ വ്യക്തമായി കാണാനാവുമെന്നു മാത്രം.

'ഖസാക്കിന്റെ ഇതിഹാസ'ത്തിലെ പണ്ടുപണ്ട്, ഓന്തുകൾക്കും മുമ്പ്, ദിനോസറുകൾക്കും മുമ്പ്, ഒരു സായാഹ്നത്തിൽ രണ്ടു ജീവബിന്ദുക്കൾ നടക്കാനിറങ്ങി എന്നു തുടങ്ങുന്ന ഭാഗം (അധ്യായം-ആദ്യപാഠങ്ങൾ) നോവൽ വായിച്ചവരുടെയെല്ലാം ഓർമയിലുണ്ടാവും. പി.യുടെ 'വെളിച്ചത്തിന്റെ കളി' എന്ന കവിതയിൽ ഓണപ്പൂക്കൾ കാണുമ്പോൾ 'ആന്തരമായിട്ടെന്തോ പൂർവികബന്ധം തോന്നുന്ന'തായി പറയുകയും അവരുടെ വീടും പേരുമൊക്കെ മറന്നു പോയെങ്കിലും 'ഏതോ പഴകിയ വേഴ്ചകളുണ്ടല്ലോ' എന്നോർക്കുകയും ചെയ്ത് ചെറിയൊരു ലോഹ്യം പറച്ചിലിനുശേഷം വരുന്ന

ഒറ്റവയറ്റിലുറങ്ങി തുമ്പേ, താരകയും നീയും
മുക്കുറ്റിപ്പൂ -വറിയാം -സൂര്യൻ പൊന്നനുജൻ തന്നെ
നിങ്ങൾ വരുമ്പോഴേതോ പൂർവസ്മരണകളുണരുന്നു
തേൻ പുരളുന്നൊരു നോവാൽ കണ്ണുകളടയുന്നു.

എന്ന വരികൾ വരെയുള്ള ഭാഗത്ത് ആവിഷ്കൃതമായിരിക്കുന്ന ജ്ഞാനം ജീവോല്പത്തിയുടെയും പരിണാമത്തിന്റെയും ആദിമനാളുകളെക്കുറിച്ച് ശാസ്ത്രം തരുന്ന അറിവുകളുമായി എത്ര ഭംഗിയായാണ് കൈകോർത്തു നിൽക്കുന്നത്!

(20/5/24)

48

റൊളാങ് ബാർത്തിന്റെ 'The Death of the Author' എന്ന ഇതിനകം ഏറെ പ്രശസ്തമായിക്കഴിഞ്ഞ പ്രബന്ധം പ്രസിദ്ധീകൃതമായിട്ട് 55 വർഷം കഴിയുകയാണ്. നിർവൈയക്തികത കൈക്കൊണ്ടു കൊണ്ടാണ് ഒരു രചയിതാവ് എഴുതുന്നത്. കൃതിയുടെ അർത്ഥത്തിന്റെ

അധികാരി അയാളല്ലെന്നും കൃതി വ്യാഖ്യാനിക്കുന്നയാളാണ് അർത്ഥ നിർമാണം നടത്തുന്നത്, അതായത് ഉൽപത്തിസ്ഥാനത്തല്ല എത്തി ച്ചേരുന്നിടത്താണ് കൃതിയുടെ അർത്ഥോൽപാദനം സംഭവിക്കുന്നത് എന്നുമുള്ള ബാർത്തിന്റെ വാദം പുതുതല്ല, അത് പല രചനകളുടെയും കാര്യത്തിൽ ശരിയുമല്ല.

എല്ലാ കൃതികളും അനന്തമായ പാരായണസാധ്യതകൾ കൈവ രിക്കുന്നില്ലെന്നത് ഒരനുഭവ സത്യമാണ്. മലയാളം, തമിഴ്, ഹിന്ദി, ഇംഗ്ലീഷ് തുടങ്ങിയ എത്രയോ ഭാഷകളിൽ ഉണ്ടായ, ഉണ്ടായിക്കൊ ണ്ടിരിക്കുന്ന അസംഖ്യം കവിതകളിൽ ഏതാനും ചിലത് മാത്രമേ ദശകങ്ങൾക്കു ശേഷം ഓർമിക്കപ്പെടുന്നുള്ളൂ, അവയിൽ ചിലത് മാത്രമേ നൂറ്റാണ്ടുകൾക്കു ശേഷവും വായിക്കുകയും ചർച്ച ചെയ്യപ്പെടു കയും ചെയ്യുന്നുള്ളൂ. ഈ വായനകളിൽ പൊതുവായി പലതും കണ്ടെ ത്താനാവുകയും ചെയ്യും. പുതിയ വായനകൾക്ക് പ്രേരിപ്പിക്കാനുള്ള ശേഷി കൃതിക്ക് സ്വന്തമായിത്തന്നെ ഉണ്ടെങ്കിലേ അത് സാധ്യമാവൂ. അവനവനു തോന്നും പടി ഓരോ വായനക്കാരനും/വായനക്കാരിയും അർത്ഥവും അനുഭൂതികളും ഉണ്ടാക്കിയെടുക്കുന്നതിനെ വായന എന്നു പറയാനാവില്ല. തങ്ങൾ ജീവിക്കുന്ന കാലം നൽകുന്ന ലോകബോധവും അക്കാലമാവുമ്പോഴേക്കും വിവിധ വിജ്ഞാന ശാഖകൾക്കുണ്ടായ വളർച്ച നൽകിയ പുത്തൻ അറിവുകളും പ്രയോജനപ്പെടുത്തിക്കൊ ണ്ടാണ് നല്ല വായനക്കാർ കൃതികളെ സമീപിക്കുന്നത്. ഇതിനുള്ള പ്രേരണ എല്ലാ കൃതികളും നൽകിക്കൊണ്ടിരിക്കയില്ല. ഈ പ്രേരണ ഉൽപാദിപ്പിക്കാത്ത രചനകളൊക്കെയും അനാവശ്യരചനകളാണെ ന്ന അഭിപ്രായം എനിക്കില്ല. അവയിൽ ചിലതും അവ എഴുതപ്പെടുന്ന കാലത്തെ വായനക്കാരുമായി ഫലപ്രദമായി സംവദിക്കും. അവർക്ക് പുതിയ അനുഭൂതികൾ നൽകും. അവരെ അതേവരെ അവരുടെ ആലോ ചനയിലേക്ക് വരാതിരുന്ന കാര്യങ്ങളിലേക്ക് കൊണ്ടുപോകും. അവരെ പുതിയ ആത്മപരിശോധനയ്ക്ക് പ്രേരിപ്പിക്കും. അങ്ങനെ മൊത്തത്തിൽ അവരുടെ മാനസികജീവിതത്തെ നവീകരിക്കും. നൂറ് കൊല്ലം കഴിഞ്ഞും ഈ കൃതി വായിക്കപ്പെടുമോ എന്ന് ആലോചിച്ച് വേവലാതിപ്പെടാനുള്ള ബാധ്യത വായനക്കാർക്കില്ല.

49

ഭാവനയുടെയും പ്രജ്ഞയുടെയും സ്വാതന്ത്ര്യം ഏതെല്ലാം മേഖല കളിൽ പ്രത്യക്ഷമായോ പരോക്ഷമായോ നിരോധിക്കപ്പെടുന്നുവോ അവിടമെല്ലാം ചേതനയറ്റുപോകും. ജീവിതം അതോടെ ആന്തരികമായി

നിശ്ചലവും അസ്വതന്ത്രവുമാവും.വർത്തമാന ഇന്ത്യൻ ജീവിതം സമസ്ത മേഖലകളിലും ഈ അസ്വാതന്ത്ര്യം അനുഭവപ്പെട്ടുത്തുന്നതാണ്. പ്രതിരോധത്തിന് പഴയ വഴികളൊന്നും ഫലപ്രദമാവുന്നുമില്ല. ഈ വസ്തുത പലരും തിരിച്ചറിയുന്നേയില്ല. തിരിച്ചറിഞ്ഞാൽത്തന്നെ അതേപ്പറ്റി പറയുന്നത് കേവലം നിഷേധാത്മകതയായി മാത്രമേ മനസ്സിലാക്കപ്പെടുന്നുള്ളൂ. വിമർശനത്തോടുള്ള അസഹിഷ്ണുത ഏറെക്കുറെ എല്ലാവരും പ്രകടിപ്പിക്കുന്നു. ധൈഷണികമായ ഉദാസീനതയും നിസ്സഹായതയും മഹാഭൂരിപക്ഷത്തെയും ഭരിക്കുന്നു. എഴുത്തുകാരും വായനക്കാരും കൂടി ഈ അവസ്ഥയുടെ ഇരകളായിത്തീരുന്നോ എന്ന് പലപ്പോഴും സംശയിക്കേണ്ടിവരുന്നു. മുമ്പേ നാം മനസ്സിലാക്കിവെച്ച പലതും വീണ്ടും വീണ്ടും ഓർമിപ്പിച്ചുകൊണ്ടേയിരിക്കുക അത്യാവശ്യമായിത്തീർന്നിരിക്കുന്നു. സച്ചിദാനന്ദന്റെ 'വെർട്ടിഗോ'എന്ന കവിത(മാതൃഭൂമി ആഴ്ചപ്പതിപ്പ്2023 ജൂലായ്30) പ്രസക്തമായിത്തീരുന്നത് പ്രധാനമായും ഈയൊരു ധർമം കൂടി അത് നിറവേറ്റുന്നതുകൊണ്ടാണ്. കവിതയിലെ ചില വരികൾ ഉദ്ധരിക്കാം:

"അധികാരത്തിന്റെ മറുവശത്ത് ഒരു കുടിലിൽ
മുഖസ്തുതികൾക്ക് ഉപയോഗിക്കാനാവാത്ത
വാക്കുകൾ വസിക്കുന്നു,എന്നെ മുദ്രകുത്തരുതേ
എന്ന് അഭ്യർത്ഥിക്കുന്ന എഴുത്തുകാരെപ്പോലെ."

" ഒരു ജനതയും
സ്വന്തം മരണം
തിരിച്ചറിയുന്നില്ല."

50

1976 ൽ എന്റെ തിരുവനന്തപുരം ജീവിതകാലത്താണ് മുരളിയെ പരിചയപ്പെട്ടത്. അന്ന് മുരളി കേരളാ യൂനിവേഴ്സിറ്റി ഓഫീസിലെ ജീവനക്കാരനായിരുന്നു. ഞാൻ കാര്യവട്ടം കാമ്പസ്സിലെ ഒരു ഗവേഷണ വിദ്യാർത്ഥിയും. എങ്ങനെയോ ഞങ്ങൾ തമ്മിൽ പരിചയപ്പെട്ടു. വളരെ പെട്ടെന്ന് നല്ല സുഹൃത്തുക്കളാവുകയും ചെയ്തു. അഭിനയശേഷിക്ക് പുറമെ വലിയ സാഹിത്യ താൽപര്യവും ഉയർന്ന ഭാവുകത്വവുമുള്ള ആളായിരുന്നു മുരളി. അക്കാലത്ത് 'രാമനിലയം' ലോഡ്ജിൽ പല വൈകുന്നേരങ്ങളിലും കണ്ടുമുട്ടുമായിരുന്ന ഇടതുപക്ഷക്കാരായ വിദ്യാർത്ഥികളുടെയും യുവാക്കളുടെയും അനൗപചാരിക കൂട്ടായ്മയിലെ സജീവാംഗമായിരുന്നു

മുരളി. എം.എ.ബേബി, തോമസ് ഐസക്, സുരേഷ് കുറുപ്പ്, തോമസ് ജോർജ്, യു.ജയചന്ദ്രൻ തുടങ്ങിയവരായിരുന്നു മറ്റുള്ളവർ. കടമ്മനിട്ടയും ഇടയ്ക്കിടെ അതിന്റെ ഭാഗമാകാനെത്തും.

മുരളിയും ഞാനും തമ്മിൽ ദീർഘസംസാരങ്ങളൊന്നും ഉണ്ടായിരുന്നില്ല അക്കാലത്ത്. എന്തുകൊണ്ടെന്നറിയില്ല, പരസ്പരം മനസ്സിലാക്കി വളരെ കുറച്ച് വാക്കുകളിൽ ആശയവിനിമയം ഒതുക്കുന്ന രീതിയാണ് ഞങ്ങൾ സ്വീകരിച്ചത്. ഞങ്ങൾ രണ്ടുപേരും മാത്രമായി ഒന്നിച്ച് സിനിമ കാണാൻ പോയപ്പോൾ പോലും ഈ രീതിക്ക് മാറ്റം വന്നില്ല.

അന്ന് തിരുവനന്തപുരത്തുണ്ടായിരുന്ന അന്നൂർ (പയ്യന്നൂർ)ക്കാരനായ കൃഷ്ണകുമാറും അദ്ദേഹത്തിന്റെ സഹോദരൻ അശോകൻ പൊതുവാളും (വർഷങ്ങൾക്കു മുമ്പേ അന്തരിച്ച ശില്പി), അവരുടെ ബന്ധുവായ ബാലചന്ദ്രനും മറ്റു ചില സുഹൃത്തുക്കളും ചേർന്ന് ഞാനെഴുതിയ 'തവള' എന്ന നാടകം വേദിയിലെത്തിക്കുന്നതിനെക്കുറിച്ച് കാര്യമായി ആലോചിച്ചിരുന്നു. മുരളിയെയാണ് നാടകത്തിലെ മുഖ്യകഥാപാത്രത്തെ അവതരിപ്പിക്കാനായി ഞങ്ങൾ കണ്ടെത്തിയത്. ഇക്കാര്യം മുരളിയോട് പറയുകയും ചെയ്തിരുന്നു. എന്തൊക്കെയോ കാരണങ്ങളാൽ ആ പരിപാടി നടന്നില്ല. 'തവളയുടെ സ്ക്രിപ്റ്റ് കയ്യിലുണ്ടോ, അത് സ്റ്റേജ് ചെയ്യുന്ന കാര്യം നമുക്ക് ഒന്നുകൂടി ആലോചിച്ചാലോ' എന്ന് കഴിഞ്ഞ വർഷം കൃഷ്ണകുമാർ വിളിച്ച് ചോദിച്ചിരുന്നു. സാധനം എന്റെ കയ്യിലില്ല. അത് രണ്ടാമതൊന്ന് എഴുതുന്ന കാര്യം ആലോചിക്കാനുമാവില്ല.

'തവള' പോയി. ഞാൻ 77ൽ തിരുവനന്തപുരം വിടുകയും ചെയ്തു. എന്നിട്ടും മുരളിയുമായുള്ള സൗഹൃദം മുറിഞ്ഞുപോയില്ല. 'ഏഴിനും മീതെ' വായിച്ചപ്പോൾ അതൊരു സിനിമയാക്കണം, ഒരു പ്രൊഡ്യൂസറെ കണ്ടെത്താൻ നോക്കാം എന്നൊക്കെ മുരളി പറഞ്ഞിരുന്നു. മന്ദപ്പനായി വേഷമിടണം എന്ന മോഹം ഒരാവേശമായിത്തന്നെ മുരളി മനസ്സിൽ കൊണ്ടുനടന്നിരുന്നു. അതും സഫലമായില്ല. പ്രിയനന്ദനൻ ശശിമാഷുടെ 'നെയ്ത്തുകാരൻ' സിനിമയാക്കുകയും അതിലെ അഭിനയത്തിന് മുരളിക്ക് ഭരത് അവാർഡ് ലഭിക്കുകയും ചെയ്തു. അത് കഴിഞ്ഞാണ് പ്രിയനന്ദനൻ 'പുലിജന്മ'ത്തിലേക്ക് വരുന്നത്. കാരിഗുരിക്കളാവാൻ മുരളി തന്നെ വേണമെന്നതിനെക്കുറിച്ച് പ്രിയനന്ദനനോ ഞങ്ങൾക്കോ രണ്ടാമതൊന്നാലോചിക്കേണ്ടി വന്നില്ല. മുരളിക്കും വലിയ സന്തോഷമായിരുന്നു ആ റോൾ ചെയ്യാൻ. തികഞ്ഞ കമ്യൂണിസ്റ്റുകാരനായിരുന്നെങ്കിലും ആത്മീയതയുടെ ഉറപ്പുള്ള ഒരിഴ മുരളിയുടെ വ്യക്തിത്വത്തിൽ നേരത്തേ

തന്നെ ഉണ്ടായിരുന്നു. അതുകൊണ്ടു കൂടിയാവാം മുരളി ഗുരിക്കളെ അവതരിപ്പിച്ചപ്പോൾ അത് ഏറ്റവും മികച്ച അഭിനയത്തിനപ്പുറത്തുള്ള എന്തോ ഒന്നുകൂടിയായി മാറി. 'പുലിജന്മം' 2006 ൽ ദേശീയ തലത്തിൽ ഏറ്റവും മികച്ച ഫീച്ചർ ഫിലിമിനുള്ള അവാർഡ് നേടിയതിന്റെ പ്രധാന കാരണങ്ങളിലൊന്ന് മുരളിയുടെ അഭിനയത്തിലെ അസാധാരണമായ സൗന്ദര്യം കൂടിയാണ്. എന്റെ സുഹൃത്തായ ഈ മഹാനടന്റെ ഓർമയ്ക്കു മുന്നിൽ ആദരാഞ്ജലികൾ.

51

കരിവെള്ളൂർ മുരളിയുടെ 'നാടകക്കാരൻ എന്ന നിലയിൽ എന്റെ ജീവിതം' കേരളത്തിലെ, വിശേഷിച്ചും വടക്കൻ കേരളത്തിലെ പുരോഗമനോന്മുഖമായ നാടക പ്രവർത്തനങ്ങളുടെ ചരിത്രമറിയാൻ ആഗ്രഹിക്കുന്നവർക്കും നാടകത്തെ സ്നേഹിക്കുകയും പല നാടകങ്ങളെയും കുറിച്ചുള്ള ഓർമകൾ സ്നേഹപൂർവം ഉള്ളിൽ സൂക്ഷിക്കുകയും ചെയ്യുന്ന അനേകായിരം പ്രേക്ഷകർക്കും ഒഴിവാക്കാനാവാത്ത ഒരു പുസ്തകമാണ്. ഈ രംഗത്ത് ദശകങ്ങളായി സത്യസന്ധമായി പ്രവർത്തിച്ചതിന്റെ അനുഭവസമ്പത്തുള്ള മുരളിയെപ്പോലുള്ള ഒരാൾക്കു മാത്രമേ ഇങ്ങനെയൊരു പുസ്തകം എഴുതാനാവൂ.

നാടകവുമായി ഏതെങ്കിലും തരത്തിൽ ബന്ധപ്പെട്ടിട്ടുള്ള പഴയ തലമുറയിലെ ആളുകളെ സംബന്ധിച്ചിടത്തോളം 'നാടകക്കാരൻ' സ്വന്തം ഓർമകളിലേക്കുള്ള സഞ്ചാരത്തിനുള്ള നിരസിക്കാനാവാത്ത ക്ഷണം കൂടിയാണ്. ഒരു നാടകപ്രവർത്തകൻ എന്ന് അവകാശപ്പെടാൻ മാത്രം കാര്യങ്ങൾ ചെയ്തിട്ടുള്ള ആളല്ല ഞാൻ. എങ്കിലും എനിക്കുമുണ്ട് നാടകത്തിനുവേണ്ടി അങ്ങുമിങ്ങും നടന്നതിന്റെ ചില ഓർമകൾ. മുരളിയുടെ പുസ്തകത്തിൽ ചേർത്തിരിക്കുന്ന ഫോട്ടോകളിൽ ചിലതാണ് എന്നിൽ ആ ഓർമകളെ പുനരുജ്ജീവിപ്പിച്ചത്. ഭാനുമതി (എന്റെ പുലിജന്മം എന്ന നാടകത്തിൽ വെള്ളച്ചിയായി അഭിനയിച്ച) കാടൻ കരുണാകരൻമാഷ്, (എന്റെ ആദ്യനാടകമായ 'ശിബിര'ത്തിന്റെ രംഗപടം ചെയ്തത് മാഷായിരുന്നു. 1972ൽ വിക്രമൻ നായർ ട്രോഫി ലഭിച്ച നാടകമാണ് ശിബിരം), രജിതാമധു(എന്റെ മരണക്കിണർ എന്ന നാടകത്തിലെ നായിക) ഇബ്രാഹിം വെങ്ങര (ശിബിരത്തിന്റെ സംവിധായകൻ), കെ.കെ.ആർ.വെങ്ങര (പുലിജന്മം ആദ്യമായി വേദിയിലെത്തിക്കുന്നതിൽ സംവിധായകൻ കെ.പി.ഗോപാലന് ഊർജ്ജം പകർന്നയാൾ) മധു വെങ്ങരയും ധർമ്മൻ ഏഴോമും (സംഗീത സംവിധായകർ)

എന്നിവരെയും എന്റെ നാടകങ്ങളുമായി ബന്ധപ്പെട്ടവരല്ലെങ്കിലും പല വേദികളിലും പിന്നണിയിലുമൊക്കെ കണ്ടിട്ടുള്ള പലരും എനിക്ക് വ്യക്തിപരമായ സൗഹൃദമുള്ള മറ്റു ചില നാടകപ്രവർത്തകരെയും ഈ പുസ്തകത്തിൽ കാണാൻ കഴിഞ്ഞു.

എല്ലാവർക്കും അറിയാവുന്നതു പോലെ നാടകം ഒരു സംഘകലയാണ്. വേദിയിലെത്തും മുമ്പ് നാടകകൃത്തും സംവിധായകനും സംഗീതം കൈകാര്യം ചെയ്യുന്നവരും നടീനടന്മാരുമെല്ലാം ഒരു പോലെ പങ്കിടുന്ന ആശങ്കകളും ആഹ്ലാദങ്ങളും എത്രയെന്നു പറയാനാവില്ല. ഇപ്പോഴും ദുഃഖകരമായി അവശേഷിക്കുന്ന കാര്യം നാടകരംഗത്ത് പ്രവർത്തിക്കുന്നവരിൽ, നാടകമേ ജീവിതം എന്നു കരുതി പ്രവർത്തിക്കുന്നവരിൽ ഏറെപ്പേർക്കും ജീവിതത്തിലുടനീളം സാമ്പത്തികമായ അരക്ഷിതത്വം അനുഭവിക്കേണ്ടി വരുന്നു എന്നതാണ്. ഇക്കാര്യം സർക്കാറിന്റെ സജീവ പരിഗണനയിൽ വരേണ്ടതാണ്. ഈ ദുരവസ്ഥയിൽ നിന്ന് അവരെ രക്ഷിക്കാനുള്ള സ്ഥിരം സംവിധാനം ഏർപ്പെടുത്താനുള്ള ബാധ്യത സർക്കാറിനുണ്ട്. ഒരുപാട് സ്ഥലങ്ങളിലായി പതിനായിരങ്ങൾക്ക് സവിശേഷമായ ദൃശ്യാനുഭവം നൽകുന്നതിനുവേണ്ടി അവർ അനുഭവിച്ച ക്ലേശങ്ങൾ അവഗണിക്കപ്പെടുന്നത് തീർത്തും സങ്കടകരമാണ്.

നാടകാവതാരണവുമായി ബന്ധപ്പെട്ട അല്പം തമാശ കലർന്ന ഒരു സംഭവത്തെപ്പറ്റിക്കൂടി പറഞ്ഞ് ഈ കുറിപ്പ് അവസാനിപ്പിക്കാം. മഹാരാഷ്ട്രയിലെ ഇച്ചിൽക്കരഞ്ചിയിൽ വെച്ചാണ് ഈ അനുഭവം ഉണ്ടായത്. ഒരു തുണിമിൽ നഗരമാണ് ഇച്ചിൽക്കരഞ്ചി. മില്ലുകൾ രാപ്പകലില്ലാതെ പ്രവർത്തിച്ചു കൊണ്ടേയിരിക്കുന്ന ശബ്ദം നിർത്താതെ പെയ്യുന്ന മഴയുടെ ആരവം പോലെ സദാ സമയവും കേൾക്കാം.

ഇച്ചിൽക്കരഞ്ചിയിലൊരിടത്ത് ഒരു ഹാളിൽ 'പുലിജന്മ'ത്തിന്റെ അവതരണം കഴിഞ്ഞ് ഞങ്ങൾ പുറത്തിറങ്ങിയപ്പോൾ റോഡിലൊരു ബഹളം കേട്ടു. സ്ഥലത്തെ ചില ഗുണ്ടകൾ ഞങ്ങൾ എത്തിച്ചേരും മുമ്പ് നാടകം അവതരിപ്പിച്ചതിനെച്ചൊല്ലി ഭയങ്കരമായി ബഹളം വെക്കുകയായിരുന്നു. ഞങ്ങൾ പേടിച്ച് റോഡരികിൽ മാറി നിൽക്കെ ഒരാൾ വന്നു പറഞ്ഞു: "പേടിക്കേണ്ട. കോലാപ്പൂരിലെ അറിയപ്പെടുന്ന രണ്ട് ഗുണ്ടകളെ വിളിക്കാൻ ആള് പോയിട്ടുണ്ട്. അവരിവിടെ കാല് കുത്തുകയേ വേണ്ടൂ. ഇവന്മാരുടെ പൊടി കാണില്ല."

52

തൊഴിലാളിയിൽ നിന്ന് അകറ്റപ്പെടുന്ന തൊഴിലി (Estranged Labour)നെപ്പറ്റി കാൾ മാർക്സ് Economic and Philosophical Manuscrpts (1844)ൽ വിശദമായി പ്രതിപാദിക്കുന്നുണ്ട്. പിന്നീട് ലൂക്കാച്ചും ഹെർബർട് മാർക്യൂസും എറിക് ഫ്രോമും ഉൾപ്പെടെ പലരും അന്യവൽക്കരണത്തെ വിശദീകരിച്ചിട്ടുമുണ്ട്.

വസ്തുക്കളുടെ ലോകത്തിന് മൂല്യം വർധിക്കുന്നതിന് ആനുപാതികമായി മനുഷ്യരുടെ ലോകത്തിന് വിലയിടിവ് (അവമൂല്യനം) സംഭവിക്കുന്നതിനെപ്പറ്റി മാർക്സ് പറയുന്നു. തൊഴിലാളി ഉല്പാദിപ്പിക്കുന്ന വസ്തു, അന്യമായ, സ്വതന്ത്രമായ ഒന്നായി തൊഴിലാളിയെ അഭിമുഖീകരിക്കുന്ന (നേരിടുന്ന) അവസ്ഥയാണിത്. തൊഴിലിന് സംഭവിക്കുന്ന വസ്തുവൽക്കരണം, അല്ലെങ്കിൽ ചരക്കിന് തുല്യമായ അവസ്ഥ, തൊഴിലാളിയ്ക്ക് തന്റെ ഉല്പന്നവുമായുള്ള ആത്മബന്ധം ഇല്ലാതാക്കും. താൻ സൃഷ്ടിച്ചതിൽ നിന്ന് തൊഴിലാളി അകറ്റപ്പെടും. ലോകത്തെ ഔത്സുക്യരഹിതമായി സ്വീകർത്താവെന്ന നിലയിൽ, ലക്ഷ്യത്തിൽ നിന്നകറ്റപ്പെട്ട കർത്താവായി മാത്രം അനുഭവിക്കാൻ കഴിയുന്ന അവസ്ഥ എന്ന് അന്യവൽക്കരണത്തിന് എറിക് ഫ്രോം നൽകുന്ന നിർവചനത്തിന്റെ അർത്ഥവും ഇതു തന്നെ.

മുതലാളിത്തം അതിവേഗത്തിൽ വളരുമ്പോൾ ആ വളർച്ചയുടെ പ്രത്യക്ഷ രൂപമായ മാർക്കറ്റിലേക്ക് അന്തമറ്റ വൈവിധ്യങ്ങളോടു കൂടിയ അസംഖ്യം വസ്തുക്കൾ ഇടതടവില്ലാതെ എത്തിക്കൊണ്ടേയിരിക്കണം. ഈ പ്രക്രിയയിൽ വസ്തുക്കളുടെ ഉല്പാദനത്തിൽ മുഖ്യമായ പങ്കുവഹിക്കുന്ന തൊഴിലാളിയുടെ സ്ഥാനം നിസ്സാരമായിത്തീരും. സാങ്കേതിക വിദ്യയുടെ കണ്ണഞ്ചിക്കുന്ന വേഗത്തിലുള്ള വളർച്ചയും ആർട്ടിഫിഷ്യൽ ഇൻറലിജൻസിന്റെ വരവും തൊഴിലാളിയുടെ പദവി ഒന്നുകൂടി പരുങ്ങലിലാക്കി. താൻ കൂടി പങ്കാളിയായി ഉല്പാദിപ്പിക്കുന്ന വസ്തുവിന്റെ പ്രയോഗത്തെയും ഫലത്തെയും പറ്റിയുള്ള തൊഴിലാളിയുടെ അറിവ് അങ്ങേയറ്റം പരിമിതമായി. അന്യവൽക്കരണം അതിന്റെ മൂർധന്യത്തിലെത്തി എന്നർത്ഥം.

ഇതിന് സമാനമായ മാറ്റം ബഹുരാഷ്ട്ര മുതലാളിത്തത്തിന്റെ കാലത്ത് ആഗോള തലത്തിൽത്തന്നെ അധ്യാപകരുടെ കാര്യത്തിലും സംഭവിക്കുന്നുണ്ടെന്നാണ് ഞാൻ കരുതുന്നത്. അധ്യാപകന്/അധ്യാപികയ്ക്ക് താൻ പഠിപ്പിക്കുന്ന വിഷയത്തിനുമേലുള്ള നിയന്ത്രണം പല രീതിയിൽ ഇല്ലാതാക്കപ്പെടുന്നുണ്ട്. ഉള്ളടക്കത്തിന്റെ സ്വഭാവത്തെ

അവഗണിച്ച് അതിന്റെ അധ്യാപനം പ്രശ്നാധിഷ്ഠിതമാക്കണം, ഓരോ ചുവടിലും ഫലാധിഷ്ഠിതമാക്കണം മൂല്യനിർണയമാനദണ്ഡങ്ങൾ ഒരേ സമയം യാന്ത്രികവും അയവുള്ളതുമാക്കണം അറിവ് നേടലല്ല നൈപുണി വികസനമാണ് പ്രധാനം, വിദ്യാർത്ഥി ജ്ഞാനനിർമാണം നടത്തുമ്പോൾ അതിനെ സുഗമമാക്കുന്ന സഹായകന്റെ (facilitator) സ്ഥാനം മാത്രമേ അധ്യാപകന് ഉള്ളൂ, നേഴ്സറി ക്ലാസിലും ഒന്ന്, രണ്ട് ക്ലാസുകളിലും മാത്രമല്ല മുതിർന്ന ക്ലാസുകളിലും പഠനത്തിലേക്കുള്ള പ്രധാന വഴിയായി കളിയെ അംഗീകരിക്കണം, വിദ്യാഭ്യാസമെന്നതിലെ അഭ്യാസത്തിലാണ് ഊന്നേണ്ടത് വിദ്യ പിന്നാലെ വന്നുകൊള്ളും. എങ്ങനെയും മുഴുവൻ കുട്ടികളെയും ജയിപ്പിക്കുന്നതിലും കഴിയുന്നത്ര കൂടുതൽ കുട്ടികൾക്ക് എ പ്ലസ് നൽകുന്നതിലുമാണ് മൂല്യനിർണയനം നടത്തുന്നവർ മനസ്സു വെക്കേണ്ടത്, പഠിപ്പിക്കുന്നതിലേറെ അധ്യാപനവുമായി ബന്ധപ്പെട്ട രേഖകളുണ്ടാക്കുന്നതിലാണ് അധ്യാപകർ ശ്രദ്ധിക്കേണ്ടത് തുടങ്ങിയുള്ള നിർദ്ദേശങ്ങളും ഉത്തരവുകളുമെല്ലാം ഫലത്തിൽ അധ്യാപകരെ തങ്ങളുടെ തൊഴിലിൽ നിന്ന് അന്യവൽക്കരിക്കുകയാണ് ചെയ്യുക. അവരുടെ വിഷയത്തിൽ നിന്ന് അകറ്റിക്കൊണ്ടുപോവുകയാണ് ചെയ്യുക. ജീവിക്കാനുള്ള ഒരു തൊഴിൽ എന്നതിൽക്കവിഞ്ഞ് അധ്യാപനത്തിന് ഒരു മഹത്വവും ഞാൻ കല്പിക്കുന്നില്ല എന്നു പറയുന്ന അധ്യാപകർ രണ്ടോ മൂന്നോ അഞ്ചോ പത്തോ നൂറോ ഇരുന്നൂറോ മാത്രമല്ല. സ്വന്തം തൊഴിലിന്റെ ഫലത്തിനുമേൽ നാമമാത്രമായ അവകാശവാദം മാത്രം ഉന്നയിക്കാൻ കഴിയുന്ന തൊഴിലാളിയുടെ അവസ്ഥ തന്നെയാണിത്.

ഡി.പി.ഇ.പി കാലം മുതൽ കേരളത്തിൽ നടപ്പിലാക്കി വരുന്ന വിദ്യാഭ്യാസ പരിഷ്കരണങ്ങൾ വിദ്യാർത്ഥികളെ മാത്രമല്ല ഇന്നാട്ടിലെ അധ്യാപകരെയും എങ്ങനെയൊക്കെയാണ് ബാധിച്ചത് എന്നതിനെക്കുറിച്ചുള്ള വസ്തുനിഷ്ഠമായ പഠനത്തിന് ഇനിയും അമാന്തിക്കരുത്.

53

ഹിരണ്യനെക്കുറിച്ച് എങ്ങനെ എഴുതും, എങ്ങനെ എഴുതാതിരിക്കും എന്നൊക്കെയുള്ള വേവലാതിയിലായിരുന്നു ഞാൻ. ഒടുവിൽ എഴുതുന്നതു തന്നെയാണ് എഴുതാതിരിക്കുന്നതിനേക്കാൾ ശരിയാവുക എന്ന തീർപ്പിലെത്തി.

ഹിരണ്യനെ ആദ്യമായി എന്നു കണ്ടു എന്നു ഞാൻ ഓർമിക്കുന്നില്ല, അത് ഓർമിച്ചെടുക്കാനാവില്ല, കാരണം കാലദേശങ്ങളെ

അപ്രസക്തമാക്കുന്ന ഒരു സൗഹൃദമായിരുന്നു അത്. കൂടുതൽ അടുത്തതും ഒരുപാട് മണിക്കൂറുകൾ ഒന്നിച്ച് ചെലവഴിച്ചതും 1998-2001കാലത്താണ്.അക്കാലത്ത് ഞാൻ കേരള സാഹിത്യ അക്കാദമിയുടെ നിർവാഹക സമിതി അംഗമായിരുന്നു. അക്കാദമയിൽ പോകുമ്പോഴെല്ലാം എനിക്ക് നേരത്തേ പരിചയമുണ്ടായിരുന്ന ഹിരണ്യൻറെ വീട്ടിൽ പോവും.ആദ്യത്തെ ഒന്നുരണ്ടു തവണ എ.വി.പവിത്രനും എന്നോടൊപ്പമുണ്ടായിരുന്നു.

കാര്യവട്ടം കാമ്പസ്സിൽ വെച്ചാണ് ഗീതയെ പരിചയപ്പെട്ടത്. ഹിരണ്യനും ഗീതയും എനിക്ക് ഏറെ അടുപ്പം തോന്നിയ ആളുകളാണ്. അതുകൊണ്ട് അവരുടെ വീട് സ്വന്തം വീടു പോലെ സ്വാതന്ത്ര്യം അനുഭവപ്പെടുത്തുന്ന ഒന്നായി. മണിക്കൂറുകളോളം സംസാരിച്ചിരുന്നാലും അവിടെ നിന്നിറങ്ങുമ്പോൾ ഇനിയും കുറേ പറയാനുണ്ടല്ലോ എന്നു തോന്നും.

ഒരു തവണ ഞാൻ ചെന്നപ്പോൾ ഹിരണ്യൻ പറഞ്ഞു: "ഗീത പറയുകയാ ഇന്ന് പ്രഭാകരൻ വരും. ഒരു പാട് നേരം ഉള്ളു തുറന്നു ചിരിക്കാംന്ന്." സത്യത്തിൽ അവരെ ചിരിപ്പിക്കാൻ മാത്രമായി ഞാൻ ഒന്നും പറഞ്ഞിരുന്നില്ല. അവരോട് എന്തിനെക്കുറിച്ചും എന്തും പറയാമെന്നതുകൊണ്ട് ഞങ്ങളുടെ സംഭാഷണം പലപ്പോഴും വലിയ തമാശകളിൽ ചെന്നെത്തി. അത്രയേ ഉള്ളൂ. ഹിരണ്യന് അപാരമായ ഓർമശക്തിയായിരുന്നു. ഒരു കവിതയോ കഥയോ അത്രയൊന്നും അറിയപ്പെടാത്ത ഒരാൾ എഴുതിയതാണെങ്കിൽപ്പോലും ഏത് വാരികയുടെ ഏത് ലക്കത്തിൽ വന്നു എന്നോ ഏത് പ്രസാധകൻ പുറത്തിറക്കിയ ഏത് പുസ്തകത്തിലാണതുള്ളതെന്നോ ഹിരണ്യൻ കൃത്യമായി പറയും. ഞാൻ പണ്ട് സ്കൂൾ വിദ്യാർത്ഥിയായിരുന്നപ്പോഴും പ്രീഡിഗ്രി വിദ്യാർത്ഥിയായിരുന്നപ്പോഴുമൊക്കെ എഴുതിയ കഥയിലെയോ കവിതയിലെയോ ലേഖനത്തിലെയോ വരി ഞങ്ങളുടെ സംഭാഷണത്തിനിടയിൽ അവിചാരിതമായി ഉദ്ധരിച്ച് ഹിരണ്യൻ ചിരിപ്പിച്ചു കളയും.സാഹിത്യകൃതികളെപ്പറ്റിയും എഴുത്തുകാരെപ്പറ്റിയും തന്നെയാണ് ഞങ്ങൾ ഏറെയും സംസാരിച്ചത്. ചിലപ്പോഴൊക്കെ അത് നിരുപദ്രവമായ തമാശകളിലേക്കു നീങ്ങും. പലപ്പോഴും ഏറെ ചിരിക്കാൻ വക നൽകുന്നവ തന്നെയായിരിക്കും അവയും പക്ഷേ,

പരിഹാസപ്പൂവുപ്പനീർച്ചെടിക്കെടോ
ചിരിയത്രേ പൂവ് ശകാരം മുള്ളു താൻ

എന്നു സഞ്ജയൻ പറഞ്ഞത് ഓർമിച്ചല്ലെങ്കിലും ആ ഒരു മര്യാദ കൈവിട്ട് ഒന്നും പറഞ്ഞിരുന്നില്ല.

യഥാർത്ഥ സഹൃദയത്വം ഒരാളെ എത്ര ഉയരത്തിലെത്തിക്കുമെന്ന് വ്യക്തമായി ബോധ്യപ്പെടുത്തിയ ആളാണ് ഹിരണ്യൻ.ആരോടും വിദ്വേഷമില്ല, പരിഭവമില്ല, നിരാശയില്ല, മോഹങ്ങളുടെ പുറകെ പായുന്ന ശീലമില്ല. എല്ലാ ചിരികൾക്കിടയിലും ഹിരണ്യൻ ആകർഷകമായ ഒരു തരം **നിർമമത** പാലിച്ചിരുന്നു. ഗീതയും ഏറെക്കുറെ അങ്ങനെ തന്നെ. വിധി വിശ്വാസിയല്ല ഞാൻ. എങ്കിലും ചില ബന്ധങ്ങൾ വിധികല്പിതം എന്നു പറയാവുന്ന അത്രയും സ്വാഭാവികമായും മാറ്റാൻ പറ്റാത്തതുമായി തോന്നും. ഹിരണ്യനും ഗീതയും തമ്മിലുള്ള ബന്ധം അത്തരത്തിലുള്ള ഒന്നായിരുന്നു.

അകാലത്തിലാണ് ഗീത മരിച്ചത്. കാൻസർ രോഗത്തിന് ചികിത്സയിലിരിക്കെ മരിക്കുന്നതിന് ഏതാനും ദിവസങ്ങൾ മുമ്പ് ഗീത ഒരു പോസ്റ്റ് കാർഡിൽ എനിക്കൊരു കത്തയച്ചിരുന്നു. വിട പറയലിന്റെ ശബ്ദം വ്യക്തമായി കേൾക്കാവുന്നതായിരുന്നു അത്. ആ കത്തിന് ഞാൻ ഉടൻ തന്നെ മറുപടിയയച്ചെങ്കിലും ഗീതയ്ക്ക് അത് വായിക്കാൻ പറ്റിയിരുന്നോ എന്നറിയില്ല.

അപാരമായ ഓർമ ശക്തിയുണ്ടായിരുന്ന ഹിരണ്യൻ അവസാനകാലത്ത് സ്മൃതിനാശത്തിന്റെ പിടിയിലായിരുന്നു. ഇപ്പോൾ ഹിരണ്യനും പോയിരിക്കുന്നു. ജീവിച്ചിരിക്കുന്ന ഹിരണ്യനെയും ഗീതയെയും മനസ്സിൽ മരിക്കും വരെ സൂക്ഷിക്കും ഞാൻ; മറ്റൊന്നും ഇനി പറയാനാവില്ല

www.ingramcontent.com/pod-product-compliance
Lightning Source LLC
LaVergne TN
LVHW090358051026
849518LV00006B/2165
* 9 7 8 9 3 5 5 1 7 9 3 3 3 *